అంటరానివారు ఎవరు మరియు వారు ఎలా అంటరానివారు అయ్యారు?

డా.భీంరావు అంబేద్కర్

డైమండ్ బుక్స్

www.diamondbooks.in

© ప్రచురణలో ఉంది

ప్రచురణకర్త	:	డైమండ్ పాకెట్ బుక్స్ (P) Ltd.
		X-30 ఓఖ్లా ఇండస్ట్రియల్ ఏరియా,
		ఫేజ్-II న్యూఢిల్లీ 110020
ఫోన్	:	011-40712200
ఈ-మెయిల్	:	wecare@diamondbooks.in
వెబ్‌సైట్	:	www.diamondbooks.in
వెర్షన్	:	2024
ప్రింటర్	:	రెప్రో (భారతదేశం)

అంటరానివారు ఎవరు మరియు వారు ఎలా అంటరానివారు అయ్యారు?

(Achhoot Kaun the aur Ve Achhoot kaise bane? - Telugu)

By : Dr. B. R. Ambedkar

పాత్ర

ఈ పుస్తకం ఒక విధంగా, నా రెండవ పుస్తకం, "శూద్రులు ఎవరు మరియు వారు హిందీ ఆర్యసమాజ్ యొక్క నాల్గవ వర్ణంగా ఎలా మారారు?" (అంటే శూద్రుల అన్వేషణ) మిగిలిన భాగం. ఇది 1946లో ప్రచురించబడింది. ఈ రోజు హిందూ నాగరికత మరో మూడు సామాజిక తరగతులకు జన్మనిచ్చింది, వాటికి తగిన శ్రద్ధ ఇవ్వలేదు. అవి మూడు సామాజిక వర్గాలు.

1. జరయం- సుమారు రెండు కోట్ల జనాభా ఉన్న క్రిమినల్ ట్రైబ్స్;
2. సుమారు రెండు కోట్ల జనాభా కలిగిన ఆదిమ తెగలు; 3. దాదాపు ఐదు కోట్ల జనాభా ఉన్న అంటరానివారు.

నేటికీ ఈ కుల వర్గాలు కొనసాగుతూ కళంకంలా మారడం విడ్డూరం. హిందూ నాగరికత ఈ తరగతులకు మూలం అని చూస్తే, దానిని 'నాగరికత' అని అస్సలు అనలేము. అది మానవాళిని అణచివేసి బానిసలుగా ఉంచడానికి సాతాను చేస్తున్న కుట్ర. దీని సరైన పేరు 'సతానియత్' అని ఉండాలి. దొంగతనం చేసి సంపాదించుకోవడమే జీవనోపాధికి చెల్లుబాటయ్యే 'స్వధర్మం' అని బోధించే ఇలాంటి వాళ్లకు పెద్దపీట వేసిన ఆ నాగరికతకు ఇంకేం పేరు పెట్టాలి. రెండవ పెద్ద సంఖ్య, నాగరికత మధ్యలో వారి ప్రారంభ అనాగరిక స్థితిని నిర్వహించడానికి స్వేచ్ఛగా వదిలివేయబడింది మరియు మూడవ పెద్ద సంఖ్య, సామాజిక ప్రవర్తనకు అతీతంగా పరిగణించబడుతుంది మరియు దీని స్పర్శ ప్రజలను 'అపవిత్రం' చేస్తుంది.

ఇలాంటి తరగతులు మరే దేశంలోనైనా ఉంటే, అక్కడి ప్రజలు తమ హృదయాలను పరిశోధించి, దాని మూల కారణాలను తెలుసుకోవడానికి ప్రయత్నించారు. కానీ హిందువులు ఒక్కటి కూడా ఆలోచించలేరు. కారణం స్పష్టంగా ఉంది;హిందువులు ఈ తరగతుల ఉనికి తమకు అవమానంగా లేదా ఇబ్బందిగా భావించడానికి కారణం కాదు. ఈ విషయం గురించి పశ్చాత్తాపపడకుండా లేదా దాని మూలం మరియు అభివృద్ధిని పరిశోధించడం తన

బాధ్యతగా భావిస్తాడు. మరోవైపు, ప్రతి హిందువు తన నాగరికత అత్యంత పురాతనమైనది మాత్రమే కాకుండా అనేక అంశాలలో ప్రత్యేకమైనది మరియు ఉన్నతమైనది అని నమ్ముతారు. ఒక హిందువు ఎప్పుడూ గర్వంతో ఈ విషయాలను పునరావృతం చేయడంలో అలసిపోడు. హిందూ నాగరికత చాలా ప్రాచీనమైనదని అర్థం చేసుకోవచ్చు. మరియు అంగీకరించారు

కూడా వెళ్ళవచ్చు, కానీ హిందువులు తమ నాగరికతను ఏ హక్కుపై ప్రత్యేకంగా పిలుస్తారో అర్థం కాలేదు? హిందువులు ఇష్టపడకపోవచ్చు, కానీ హిందువులు కానివారికి సంబంధించినంతవరకు, ఈ రకమైన విశ్వాసానికి ఒకే ఒక ఆధారం ఉంటుంది. హిందూ నాగరికతపై బాధ్యత వహించే ఈ తరగతుల ఉనికి ఈ ఆధారం. హిందూ నాగరికత ఒక విశిష్టమైన విషయం అని ఏ హిందువు కూడా పునరావృతం చేయవలసిన అవసరం లేదు, ఎందుకంటే దానిని ఎవరూ ఖండించరు. ఉంటేనే! ఇది గర్వించదగ్గ విషయం కాదని, సిగ్గుపడాల్సిన విషయం అని హిందువులు అర్థం చేసుకున్నారు.

హిందూ నాగరికత యొక్క వివేకం, ఔన్నత్యం మరియు స్వచ్ఛతపై ప్రజల తప్పుడు విశ్వాసానికి మూల కారణం హిందూ పండితుల విచిత్రమైన సామాజిక మనస్తత్వం. నేడు బ్రాహ్మణులలో అన్ని పాండిత్యం పరిమితమైంది, కానీ దురదృష్టవశాత్తు ఇప్పటి వరకు ఒక్క బ్రాహ్మణ పండితుడు కూడా ముందుకు వచ్చి వోల్టెర్ వంటి పని చేయలేదు. వోల్టేర్ మేధోపరమైన సమగ్రతను కలిగి ఉన్నాడు, అది అతను పెరిగిన కాథలిక్ చర్చి యొక్క సిద్ధాంతాలకు వ్యతిరేకంగా నిలబడటానికి దారితీసింది. భవిష్యత్తులో ఎవరూ వోల్టేర్ అయ్యే అవకాశం లేదు. బ్రాహ్మణుల పాండిత్యానికి వారు ఒక్క వోల్టైర్‌ను కూడా తయారు చేయకపోవడం ఒక బలమైన సవాలు. బ్రాహ్మణ పండితులు కేవలం పండితులే తప్ప ఋషులు కాదని గుర్తుంచుకుంటే ఇందులో ఆశ్చర్యం ఏమీ ఉండదు. అయితే రెండింటి మధ్య వ్యత్యాసం ప్రపంచం ఉంది. మొదటి తరగతి వర్గ స్పృహ కలిగి ఉంటుంది, అది తన తరగతి ప్రయోజనాల గురించి పట్టించుకోకుండా స్వతంత్రంగా ప్రవర్తించగలదు. బ్రాహ్మణులు ఏ వోల్టైర్‌ను ఉత్పత్తి చేయకపోవడానికి కారణం బ్రాహ్మణులు మాత్రమే పండితులయ్యారు.

బ్రాహ్మణులు ఎందుకు వోల్టైర్‌ను ఉత్పత్తి చేయలేదు? ఈ ప్రశ్నకు మరొక ప్రశ్న ద్వారా కూడా సమాధానం ఇవ్వవచ్చు. తుర్కియే సుల్తాన్ ఇస్లామిక్ ప్రపంచంలోని మతాన్ని ఎందుకు నాశనం చేయలేదు? ఏ పోప్ కూడా కాథలిక్కులను ఎందుకు

ఖండించలేదు? నీలికళ్ల పిల్లలందరినీ చంపడానికి బ్రిటిష్ పార్లమెంట్ చట్టాన్ని ఎందుకు ఆమోదించలేదు? బ్రాహ్మణులు ఏ వోల్టైర్‌ను ఉత్పత్తి చేయలేకపోయారో అదే కారణంతో సుల్తాన్, పోప్ లేదా బ్రిటిష్ పార్లమెంటు ఇవన్నీ చేయలేకపోయాయి. ఒక వ్యక్తి యొక్క ప్రవర్తన అంతర్గతంగా అతని లేదా అతని తరగతి స్వార్థంతో ముడిపడి ఉందని మరియు అతని తెలివితేటలు కూడా తదనుగుణంగా పనిచేస్తాయని అంగీకరించాలి. ఈరోజు హిందూ సమాజంలో బ్రాహ్మణుడికి లభించిన అధికారం మరియు స్థానం పూర్తిగా ఈ హిందూ నాగరికత కారణంగా ఉంది, ఇది అతనిని సూపర్ మ్యాన్‌గా అంగీకరించి, దిగువ తరగతి ప్రజలపై అనేక రకాల ఆంక్షలు విధించింది, తద్వారా వారు ఎప్పుడూ తిరుగుబాటు చేయరు మరియు ఆధిపత్యాన్ని తిరస్కరించరు బ్రాహ్మణుల. ఇది సహజం. ప్రతి బ్రాహ్మణుడిలో, అతను సనాతన అభిప్రాయాన్ని కలిగి ఉన్నాడా లేదా

పురోహితుడైనా, గృహస్థుడైనా, పండితుడైనా, పండితుడేకాని అభ్యుదయవాది అయినా బ్రాహ్మణుని స్థానం ఉన్నతంగా ఉండేలా చూసుకోవడంలో అతని స్వార్థం ఉంటుంది. వోల్టేర్ ఎలాంటి బ్రాహ్మణుడు కావచ్చు? ఏ వోల్టైర్ అయినా బ్రాహ్మణులలో జన్మించినట్లయితే, అతను బ్రాహ్మణులను ఉన్నతంగా లేదా ఉన్నతంగా ఉంచడానికి సృష్టించబడిన నాగరికతకు ఖచ్చితమైన ముప్పు అని రుజువు చేస్తాడు. బ్రాహ్మణుని ప్రతిభ ఎల్లప్పుడూ అతని ఆసక్తులు రక్షించబడటానికి శ్రద్ధ వహిస్తుంది. అతనిపై అంతర్గత పరిమితి విధించబడింది, దాని కారణంగా అతని ప్రతిభ అతని నిజాయితీ మరియు నిజాయితీ కారణంగా వికసించాల్సిన స్థాయిలో వికసించదు. ఇది తన వర్గానికి మరియు తన స్వంత ప్రయోజనాలకు హాని కలిగిస్తుందని అతను భయపడుతున్నాడు.

కానీ బ్రాహ్మణ సాహిత్యాన్ని బట్టబయలు చేసే ప్రయత్నాల పట్ల బ్రాహ్మణ పండితుల అసహనమే బ్రాహ్మణులకు చికాకు కలిగిస్తుంది. అవసరమైన చోట కూడా ఆయనే ప్రతిమలాగా వ్యవహరించరు.ఈ పని చేయడానికి సామర్థ్యం మరియు ధైర్యం ఉన్న బ్రాహ్మణేతరులను కూడా అతను అనుమతించడు. బ్రాహ్మణేతరులు అలాంటి ప్రయత్నం చేస్తే, బ్రాహ్మణ పండితులందరూ కుట్రలు చేసి మౌనం పాటిస్తారు మరియు అతని ప్రకటనను పట్టించుకోరు. వారు ఏదైనా చిన్న సమస్యపై అతనిని పూర్తిగా వ్యతిరేకిస్తారు లేదా అతని సృష్టిని లేదా పనిని పనికిరానిదిగా పూర్తిగా కొట్టివేస్తారు. బ్రాహ్మణ సాహిత్యాన్ని బహిర్గతం

చేయడంలో నిమగ్నమైన రచయితగా, నేను ఈ రకమైన నీచమైన ప్రవర్తనకు బాధితురాలిని అయ్యాను.

బ్రాహ్మణ పండితులు ఇలాగే ప్రవర్తిస్తున్నప్పటికీ, నేను బాధ్యత వహించిన పనిని నేను చేస్తూనే ఉండాలి. ఈ తరగతులు ఎలా ఉద్భవించాయి అనేది అన్వేషించాల్సిన అంశం. ఈ దురదృష్టకరమైన తరగతులలో ఒకటి ఈ పుస్తకంలో పరిగణించబడుతుంది. ఈ ముగ్గురిలో, అంటరానివారు అత్యధిక సంఖ్యలో ఉన్నారు మరియు వారి ఉనికి మానవత్వానికి మరియు ప్రకృతికి చాలా విరుద్ధంగా ఉంది. అయినప్పటికీ, వారి 'మూలం' లేదా మూలాన్ని కనుగొనే ప్రయత్నం ఇంకా జరగలేదు. హిందువులు అలాంటి ప్రయత్నాన్ని ప్రారంభించకూడదని అర్థం చేసుకోవచ్చు. పాత సనాతన హిందువును 'అంటరానివారు'గా పరిగణించడంలో తప్పు లేదు. ఇది అతనికి సాధారణ మరియు సహజమైన విషయం. కాబట్టి, ఈ విషయంలో అతను పశ్చాత్తాపం చెందాల్సిన అవసరం లేదా కారణాలను వివరించాల్సిన అవసరం లేదు. ఆధునిక నూతనంగా ఆలోచించే హిందువు ఇందులో తప్పును చూస్తున్నాడు, కానీ అతను దానిని బహిరంగంగా చర్చించడానికి సిగ్గుపడుతున్నాడు. హిందూ నాగరికత అనేది ఖండించదగిన మరియు విషపూరితమైన వ్యవస్థ లేదా సామాజిక వ్యవస్థ అని విదేశీయులు గ్రహిస్తారని అతను భయపడుతున్నాడు, ఇది 'అంటరానితనం' వంటి అమానవీయ మనస్తత్వానికి మూలం. కానీ, ఆశ్చర్యకరంగా, 'అంటరానితనం' సామాజిక సంస్థల యూరోపియన్ విద్యార్థుల దృష్టిని కూడా ఆకర్షించింది.

ఆకర్షించలేదు. ఇలా ఎందుకు జరిగింది? దీన్ని అర్థం చేసుకోవడం కష్టమా? కానీ అది అలా ఉంది. కాబట్టి ఈ పుస్తకం అందరూ ఊహించినదే. ఇది మార్గదర్శక ప్రయత్నంగా పరిగణించవచ్చు. ఈ పుస్తకం పరిగణించదలిచిన ప్రధాన ప్రశ్నలోని ప్రతి అంశాన్ని మాత్రమే కాకుండా, 'అంటరానితనం' యొక్క మూలాన్ని మరియు దీనికి సంబంధించి దాదాపు అన్ని ఇతర ప్రశ్నలను కూడా పరిగణనలోకి తీసుకుంటుందని నేను చెప్పగలను. చాలా తక్కువ మందికి జ్ఞానం ఉన్న కొన్ని ప్రశ్నలు ఉన్నాయి మరియు జ్ఞానం ఉన్నవారు ఆశ్చర్యపోతారు. ఈ ప్రశ్నలకు ఎలా సమాధానం చెప్పాలో వారికి అర్థం కావడం లేదా? ఈ పుస్తకంలో ప్రస్తావించబడిన కొన్ని ప్రశ్నలు ఇవి. ఇలా (1) అంటరానివారు గ్రామం వెలుపల ఎందుకు నివసిస్తున్నారు? (2) గొడ్డు మాంసం తినడం మరియు అంటరానితనం యొక్క కారణం ఎందుకు విడిచిపెట్టబడింది? (5) బ్రాహ్మణులు శాఖాహారులుగా ఎందుకు

మారారు? ఈ పుస్తకంలో, ప్రతి ప్రశ్నకు సమాధానాలు సూచించబడ్డాయి. ఈ పుస్తకంలో ఇచ్చిన సమాధానాలు అన్ని విధాలుగా పూర్తి కాకపోవచ్చు, కానీ ఈ పుస్తకం పాత విషయాలపై ఆధారపడి ఉందని అంగీకరించాలి.

కానీ బహుళ దృక్కోణాల నుండి పరిగణించే ప్రయత్నం ఖచ్చితంగా ఉంది. 'అంటరానితనం' పుట్టుక గురించి ఈ పుస్తకంలో ఇచ్చిన ఆలోచనల పట్టిక పూర్తిగా ఇవి కొత్తవి దాని ప్రధాన అంశాలు.

1. హిందువులు మరియు అంటరాని వారి మధ్య జాతి భేదం లేదు.
2. 'అంటరానితనం' పుట్టుకకు ముందు, దాని అసలు రూపంలో 'హిందువులు' మరియు 'అంటరానివారు' మధ్య వ్యత్యాసం ఒక సమూహం (తెగలు) మరియు ఇతర సమూహాల నుండి విరిగిన వ్యక్తుల మధ్య ఉంది. గ్రహాంతర తెగల మధ్య వ్యత్యాసం ఉంది). ఇలా విడిపోయిన వ్యక్తులు ఆ తర్వాత 'అంటరానివారు'గా ప్రసిద్ధి చెందారు.
3. 'అస్పృశ్యత'కి 'జాతి' అనే భేదం ఎలా ఆధారం కాదో, అలాగే వృత్తుల తేడా కూడా 'అంటరానితనం'కి ఆధారం కాదు.
4. అంటరానితనం యొక్క మూలానికి రెండు ప్రధాన కారణాలు ఉన్నాయి.

   ఎ: బ్రాహ్మణులు మరియు బౌద్ధులచే బహిష్కరించబడిన ప్రజల పట్ల ద్వేషం మరియు ధిక్కారం చూపడం.

   బి: విడిపోయిన వ్యక్తులు గొడ్డు మాంసం తినడం మానేసిన తర్వాత కూడా తినడం కొనసాగిస్తున్నారు.
5. 'అంటరానితనం' యొక్క మూలాన్ని కనుగొనే ప్రయత్నంలో, 'అంటరానిది' మరియు 'అపవిత్రం' అనేవి కలపకుండా జాగ్రత్తపడాలి. సంప్రదాయవాద రచయితలందరూ 'అంటరాని' మరియు 'అపవిత్ర'లను ఏకం చేశారు. ఇది పొరపాటు. 'అంటరానివి' మరియు 'అపవిత్రమైనవి' ఒకదానికొకటి భిన్నంగా ఉంటాయి.
6. అపవిత్రత ఉనికి ధర్మసూత్రాల కాలం నుండి ప్రారంభమవుతుంది, అయితే అంటరానితనం 400 ADలో చాలా తరువాత వచ్చింది. నుండి ఉనికిలోకి వచ్చింది.

ఈ పరిశోధనలు చారిత్రక ఆవిష్కరణల ఫలితాలు. ఒక చరిత్రకారుడు తన ముందు పెట్టుకోవాల్సిన లక్ష్యం గోథే దానిని తగిన పదాలలో పెట్టాడు. అతను ఇలా అంటాడు:

"అబద్ధం నుండి నిజాన్ని, నిశ్చితాన్ని అనిశ్చితం నుండి మరియు సందేహాన్ని ఆమోదయోగ్యం కాని వాటి నుండి వేరు చేయడం చరిత్రకారుని కర్తవ్యం. ప్రతి పరిశోధకుడు అన్నింటికంటే మించి ఒక కేసును నిర్ణయించడానికి కూర్చున్నట్లు తన గురించి ఆలోచించాలి. సాక్ష్యాధారాల ప్రకారం కేసు యొక్క పూర్తి మరియు స్పష్టమైన రూపం ఏమిటో అతను పరిగణించాలి, ఆపై అతను తన స్వంత తీర్మానాన్ని రూపొందించాలి మరియు అతని నిర్ణయం తన ముందు వ్యక్తులతో ఏకీభవించాలా వద్దా అని తన అభిప్రాయాన్ని (తీర్పు) ఇవ్వాలి. తినండి." ముఖ్యమైన సంఘటనలు తెలుసుకోవాలి. ఈ బోధనలన్నీ చాలా విలువైనవి మరియు అవసరమైనవి కూడా. అయితే చరిత్రకారుడు ఎలాంటి ఇంటర్మీడియట్ లింక్‌ను కనుగొననప్పుడు మరియు ముఖ్యమైన సంఘటనల మధ్య పరస్పర సంబంధానికి ప్రత్యక్ష సాక్ష్యాలను కనుగొననప్పుడు అతను ఏమి చేయాలో గోథే మాకు చెప్పలేదు? 'అంటరానితనం' యొక్క మూలాలను కనుగొనడానికి మరియు అలాంటి ఇతర సంబంధిత సమస్యలను పరిష్కరించడానికి నేను చేసిన ప్రయత్నాలలో, నేను చాలా మిస్సింగ్ లింక్‌లను కనుగొన్నాను కాబట్టి నేను ఇలా చెప్తున్నాను. ఈ విషయంలో నేను ఒంటరిని కాదు. ప్రాచీన భారతీయ చరిత్రలోని విద్యార్థులందరూ వారితో పోరాడవలసి వచ్చింది. భారతీయ చరిత్రను చర్చిస్తూ, మౌంట్ స్టువర్ట్ ఎరిఫ్‌స్టన్ ఇలా వ్రాశాడు: "అలెగ్జాండర్ రాకముందు ఏదైనా పబ్లిక్ ఈవెంట్‌ను తేదీ చేయడం కష్టం, మరియు ఇస్లాంను ఆక్రమించే ముందు సహజమైన మార్పులలో ఏదైనా కారణం మరియు ప్రభావ సంబంధాన్ని కనుగొనడం కష్టం." ఇది విచారించదగ్గ అడ్మిషన్, కానీ ఇది మాకు సహాయం చేయదు: "చరిత్ర విద్యార్థి ఏమి చేయాలి? తప్పిపోయిన లింక్‌ను కనుగొనే వరకు అతను తనను తాను నిగ్రహించుకోవాలా?" నేను అలా అనుకోను.

అలాంటి పరిస్థితిలో అతనికి తన ఊహ మరియు అంతర్దృష్టిని ఉపయోగించుకునే మరియు సంఘటనలను వివరించే స్వేచ్ఛ ఉందని నేను నమ్ముతున్నాను. అతను తప్పిపోయిన లింక్‌లను పూరించడానికి ప్రయత్నించాలి. కొత్త తెలియని లింక్‌లతో గొలుసుకట్టు మరియు ముందుకు తీసుకెళ్లగల సిద్ధాంతాన్ని ప్రతిపాదించండి మరియు తెలిసిన సంఘటనల ద్వారా ఏ విధంగానూ వివరించబడని సంఘటనలను నేను తప్పక ఒప్పుకుంటాను, పనిని ఆపడానికి బదులుగా, నేను ఈ పద్ధతిని అనుసరించాను ఈ విధంగా లింక్‌లు చేరడం వల్ల

కనిపించిన సంఘటనల నష్టంలో నాకు ఎదురైన కష్టాన్ని అధిగమించడానికి ప్రయత్నించాను.

సాధ్యమైన విమర్శకులు నా ఈ లోపాన్ని ఉపయోగించి నా చరిత్ర పరిశోధన మొత్తాన్ని చెత్తబుట్టలో పడేయడానికి మరియు ఇది చారిత్రక పరిశోధన సూత్రాలకు ఎల్లప్పుడూ విరుద్ధమని చెప్పవచ్చు. విమర్శకులు అదే అభిప్రాయంతో ఉంటే, నేను వారికి గుర్తు చేయాలనుకుంటున్నాను చారిత్రక అన్వేషణలను నియంత్రించే మరియు ఏదైనా చెప్పే నియమం ఉంది ఒక ఆలోచనకు ప్రత్యక్ష సాక్ష్యం లేనందున మీరు దానిని తిరస్కరించినట్లయితే, ఆ నియమం చెడ్డ నియమం.

(ఎ) ప్రత్యక్ష సాక్ష్యం మరియు ఊహాజనిత సాక్ష్యం మరియు (బి) ఊహాజనిత సాక్ష్యం మరియు ఊహాజనిత సాక్ష్యం ఏమిటి అనే చర్చలోకి రాకుండా, విమర్శకుడు ఏమి చేయాలి, ఏదైనా ఆలోచన కేవలం ఊహాగానాలపై ఆధారపడి ఉంటుందా? (సి) ఆ ఆలోచన సాధ్యమేనా మరియు అది నా ఆలోచన కంటే తెలిసిన వాటితో ఎక్కువగా అంగీకరిస్తుందా?

మొదటి విషయానికి సంబంధించి, అక్కడక్కడ 'ఊహ' ఉపయోగించబడింది కాబట్టి, ఏ ఆలోచన కూడా నిరాధారమైనదిగా పరిగణించబడదని నేను చెప్పగలను. నా విమర్శకులు గుర్తుంచుకోవాలి, మనం గతం యొక్క గర్భంలో మూలాలు ఉన్న సంస్థతో వ్యవహరిస్తున్నాము. 'అంటరానితనం' యొక్క మూలాన్ని వివరించే ఈ ప్రయత్నం అటువంటి చారిత్రక గ్రంథాల నుండి సాధ్యం కాదు, అందులో ప్రతిదీ ఖచ్చితమైన భాషలో ఇవ్వబడింది. ఇది చారిత్రక ప్రాతిపదిక లేని చరిత్రను పునర్నిర్మించే ప్రశ్న; ఎందుకంటే అది ఉన్న చోట కూడా ఈ సమస్యపై ప్రత్యక్షంగా వెలుగుచూడదు. అటువంటి పరిస్థితిలో, మనం లేఖనాలను లోతుగా పరిశోధించి, ఆ గ్రంథాలు ఏ విషయాలను సూచిస్తున్నాయో మరియు అవి దాచిన విషయాలను తెలుసుకోవడానికి ప్రయత్నించాలి.

దొరికినవి నిజమో కాదో పూర్తిగా నిశ్చయించుకోకుండా, గతకాలపు అవశేషాలను సేకరించడం, పక్కపక్కనే ఉంచడం మరియు వాటి మూలం గురించి వారి నుండి కథ వినడం - ఇది పని. ఈ పనిని శిథిలాల నుండి నగరాన్ని నిర్మించే పురావస్తు శాస్త్రవేత్త పనితో లేదా చెల్లాచెదురుగా ఉన్న ఎముకలు మరియు దంతాల నుండి జంతువును ఊహించే జంతుశాస్త్రవేత్త యొక్క పనితో లేదా హోరిజోన్ యొక్క రేఖలను అధ్యయనం చేసే చిత్రకారుడి పనితో పోల్చవచ్చు. ఒక

దృశ్యాన్ని సృష్టించడానికి ఒక కొండపై చిన్న పాదముద్రలు. ఈ దృక్కోణంలో ఇది చరిత్ర పుస్తకం కంటే ఎక్కువ కళాకృతి. 'అస్పృశ్యత' యొక్క మూలం గతం యొక్క గర్భంలో ఉంది, దాని గురించి ఎవరికీ తెలియదు. దాన్ని పునరుద్ధరించడానికి ప్రయత్నించడం చరిత్ర కోసం అంతరించిపోయిన నగరాన్ని పునరుద్ధరించడం మరియు దాని అసలు రూపంలోకి తీసుకురావడం వంటిది. అటువంటి పనిలో 'ఊహ' మరియు 'ఊహ' ప్రధాన పాత్ర పోషించవలసి ఉంటుంది. ఇది లేకుండా ఈ పని జరగదు ఎందుకంటే 'సమాంతర కల్పన' లేకుండా ఏ శాస్త్రీయ ఆవిష్కరణ విజయవంతం కాదనేది అంగీకరించబడిన వాస్తవం మరియు 'అనుమితి సైన్స్ యొక్క ఆత్మ'. మాగ్జిమ్ గోర్కీ చెప్పారు:

"సైన్స్ మరియు సాహిత్యం చాలా సారూప్యతను కలిగి ఉన్నాయి. రెండింటిలోనూ శ్రద్ధగల పరిశీలన, పోలిక మరియు అధ్యయనం యొక్క ప్రత్యేక ప్రాముఖ్యత ఉంది; ఇంకా తెలియని దృగ్విషయాల గొలుసులోని తప్పిపోయిన లింక్‌లను పూరించడానికి కళాకారుడికి శాస్త్రవేత్త యొక్క ఊహ మరియు అంతర్దృష్టి కూడా అవసరం. చేస్తూనే ఉన్నాడు

ఉంది. ప్రకృతి యొక్క రూపం మరియు ప్రక్రియ యొక్క అధ్యయనంలో నిమగ్నమైన వారి మనస్సులను ఎక్కువ లేదా తక్కువ సరిదిద్దే కళలో, అటువంటి ఊహాగానాలు చేయమని మరియు అలాంటి ఆలోచనలను ప్రతిపాదించమని ఇది శాస్త్రవేత్తను ఆదేశిస్తుంది మరియు ఒకరి మనస్సులో ఒక నిరీక్షణ ఉంటుంది. వస్తువులను సృష్టించగలడు. ,

అందువల్ల లింక్‌లు పోయిన చోట వాటిని పునర్నిర్మించడానికి ప్రయత్నించినందుకు నేను క్షమాపణ చెప్పాల్సిన అవసరం లేదు మరియు ఈ కారణంగానే నా అభిప్రాయాలు 'కలుషితమైనవి'గా పరిగణించబడవు. చాలా వరకు, నా భావజాలాలన్నిటికీ ఆధారం నిజమైన సంఘటనలు మరియు వాటి నుండి తీసుకోబడిన అనుమానాలు. ఎక్కడైనా నిజమైన సంఘటనలు లేదా వాటి నుండి ఉద్భవించిన అనుమితులు ప్రాతిపదికగా తీసుకోబడకపోయినా, తగినంత స్థాయి సంభావ్యత ఆధారంగా సందర్భానుసార సాక్ష్యం ఆధారం. నా ప్రకటనకు మద్దతుగా నేను చెప్పిన ఒక్క విషయం కూడా లేదు మరియు నా పాఠకులు ఎటువంటి రుజువు లేకుండా కేవలం 'నమ్మకం' ఆధారంగా అంగీకరించాలని నేను ఆశిస్తున్నాను. నేను చెప్పినదానికి అనుకూలంగా చాలా సంభావ్యత ఉందని నేను కనీసం చూపించాను. సంభావ్యత పెద్ద మొత్తంలో ఉందని చెప్పడానికి

అవును, సాక్ష్యాధారాలతో నిర్ణయాన్ని అంగీకరించడానికి తగిన ఆధారం ఉంది, ఇది వెంట్రుకలు లాగడం మాత్రమే. నా అధ్యయనంలో రెండవ విషయం ఏమిటంటే, నేను నా ప్రకటనను 'అంతిమ సత్యం'గా అంగీకరించేవాడిని కాదని నా విమర్శకులు గమనించాలి. దీన్ని 'చివరి మాట'గా పరిగణించమని నేను ఎవరినీ కోరను. విమర్శకుల వ్యక్తిగత అభిప్రాయాలను, నిర్ణయాలను ప్రభావితం చేయకూడదనుకుంటున్నాను. వారు తమ స్వంత నిర్ణయాలను చేరుకోవడానికి స్వేచ్ఛగా ఉన్నారు. నేను వారిని అభ్యర్థించదలుచుకున్నది ఏమిటంటే, నా ఈ ఆలోచన ముందుకు తీసుకెళ్లదగినది కాదా అని వారు ఆలోచించాలి. ఏదైనా ఆలోచన యొక్క ప్రామాణికత దాని చుట్టూ ఉన్న ప్రతిదానికీ సరిపోలడం, వాటిని వివరించడం మరియు వాటికి ఒక అర్థాన్ని ఇవ్వడం, ఆ ఆలోచన లేనప్పుడు చేయలేని అర్థాన్ని ఇవ్వడంలో ఉంటే, మనం ఖచ్చితంగా దానితో ముందుకు సాగవచ్చు. కానీ నాకు విమర్శకుల నుండి నిష్పాక్షికమైన అంచనా తప్ప మరేమీ అక్కర్లేదు.

భీమ్‌రావ్ అంబేద్కర్

1 హార్డింజ్ అవెన్యూ, న్యూఢిల్లీ

జనవరి 1, 1948

— shamat

క్రమం

పాత్ర   03

భాగం 1

ఒక తులనాత్మక అధ్యయనం

1. హిందువులు కానివారిలో అంటరానితనం   15

2. హిందువులలో అంటరానితనం   23

భాగం 2

నివాస సమస్య

3. అంటరానివారు గ్రామం వెలుపల ఎందుకు నివసిస్తున్నారు?   37

4. అంటరానివారు కులాంతర-వేరు చేయబడిన ప్రజలా?   46

5. ఇలా ఎక్కడైనా జరిగిందా?   49

6. ఈ నివాసాలు మరెక్కడా అంతరించిపోయాయి?   52

భాగం 3

అంటరానితనం యొక్క మూలం యొక్క పురాతన సిద్ధాంతాలు

7. అంటరానితనానికి మూల కారణం: జాతుల తేడా   54

8. అంటరానితనం యొక్క ఆధారం: వృత్తి   72

భాగం 4

అంటరానితనం యొక్క మూలం యొక్క కొత్త సిద్ధాంతాలు

9. అంటరానితనం యొక్క ప్రాథమిక ఆధారం - బౌద్ధుల పట్ల ద్వేషం   77

10. గొడ్డు మాంసం తినడం - అంటరానితనం యొక్క ప్రాథమిక ఆధారం   86

భాగం 5

గొడ్డు మాంసం వినియోగం మరియు అంటరానితనం

11. హిందువులు ఎప్పుడూ గొడ్డు మాంసం తినలేదా?   89

12. బ్రాహ్మణేతరులు గొడ్డు మాంసం తినడం ఎందుకు మానేశారు?   97

13. బ్రాహ్మణులు శాకాహారులుగా ఎందుకు మారారు?   105

14. గొడ్డు మాంసం మరియు మాంసాహారం తినడం వల్ల
    విడిపోయిన ప్రజలను అంటరానివారుగా ఎందుకు మార్చారు?   135

భాగం 6

అంటరానితనం మరియు దాని మూలం

15. అపవిత్రం మరియు అంటరానిది   142

16. బహిష్కృతులు ఎప్పుడు అంటరానివారుగా మారారు?   155

భాగం - 1 తులనాత్మక అధ్యయనం

1.

హిందువులు కానివారిలో అంటరానితనం

"అస్పృశ్యుడు ఎవరు మరియు అంటరానితనం ఎలా ఉద్భవించింది?" ఈ పుస్తకంలో సమాధానం చెప్పడానికి ప్రయత్నించిన ప్రధాన ప్రశ్న ఇది.

టాపిక్ లోతుల్లోకి వచ్చే ముందు, కొన్ని ప్రశ్నలకు సమాధానాలు తెలుసుకోవడం ముఖ్యం. మొదటి ప్రశ్న ఏమిటంటే, ప్రపంచంలో అంటరానితనాన్ని నమ్మేది హిందువులు మాత్రమేనా? హిందువులు కానివారిలో కూడా అంటరానితనం ఉంటే, హిందువుల అంటరానితనానికి మరియు హిందువేతరుల అంటరానితనానికి తేడా ఏమిటి? దురదృష్టవశాత్తు, ఇంతవరకు ఎవరూ అలాంటి తులనాత్మక అధ్యయనం చేయలేదు. దీని ఫలితమేమిటంటే హిందువులలో అంటరానితనం ఉందని చాలా మందికి తెలుసు కానీ దాని ప్రత్యేకత ఏమిటో తెలియదా? దాని ప్రత్యేకత మరియు దాని లక్షణాలను నిజంగా అర్థం చేసుకోవడం ద్వారా మాత్రమే అంటరానివారి వాస్తవ స్థితిని అర్థం చేసుకోవచ్చు మరియు దాని నుండి అంటరానితనం యొక్క మూలాన్ని కూడా తెలుసుకోగలుగుతారు.

మొదటగా ప్రారంభ మరియు ప్రాచీన సమాజంలో పరిస్థితి ఎలా ఉందో పరిశీలిద్దాం? వారు అంటరానితనాన్ని అంగీకరించారా? అన్నింటిలో మొదటిది, అంటరానితనం ద్వారా అతను ఏమి అర్థం చేసుకున్నాడో మనం స్పష్టంగా తెలుసుకోవాలి? ప్రతి ఒక్కరికి దీని గురించి ఒకే ఆలోచన ఉంటుంది, అంటరానితనం యొక్క ఆధారం అపరిశుభ్రత, అపరిశుభ్రత మరియు సోకిన ఊహ మరియు దాని నుండి విముక్తి పొందే మార్గాలు మరియు మార్గాలు అని అందరూ అంగీకరిస్తారు.

పైన పేర్కొన్న కోణంలో అంటరానితనం గురించి వారికి తెలుసు కాదా అని కనుగొనే లక్ష్యంతో ప్రారంభ సమాజం యొక్క సామాజిక జీవితాన్ని

పరిశీలించినప్పుడు, ప్రారంభ సమాజానికి 'అపవిత్రత' అనే ఆలోచన మాత్రమే పరిచయం కాలేదనడంలో సందేహం లేదు. కానీ ఈ నమ్మకం కారణంగా, దాని మతపరమైన ఆచారాలు, ఆచారాలు మరియు ఇతర కార్యకలాపాలు ఇది ఒక జీవన విధానంగా మారింది.

ప్రాచీన మానవుడు దీనిని విశ్వసించాడు:

1. కొన్ని ప్రత్యేక సంఘటనల కారణంగా,
2. కొన్ని వస్తువులను తాకడం ద్వారా మరియు
3. నిర్దిష్ట వ్యక్తులను తాకడం వల్ల అపరిశుభ్రత ఏర్పడుతుంది

చెడు' అనేది ఒకరి నుండి ఇతర వ్యక్తులకు సంక్రమిస్తుందని తొలి మానవుడు కూడా నమ్మాడు. ఈ 'అపవిత్రత' ఒకదానికొకటి వెళుతుందని అతను అర్థం చేసుకున్నాడు, ముఖ్యంగా ప్రత్యేక పరిస్థితులలో, తినడం మరియు త్రాగడం వంటి సహజ చర్యల సమయంలో. తొలి మానవుడు 'అశుద్ధతకు' కారణమని భావించిన జీవితంలోని సంఘటనలలో, ఈ క్రిందివి ప్రధానమైనవి -

1. జననం, 2. దీక్ష, 3. యుక్తవయస్సు, 4. వివాహం, 5. సంభోగం, 6. మరణం

బిడ్డను కనబోయే తల్లులను 'అపవిత్రులు'గా పరిగణిస్తారు మరియు ఇతరులలో అపవిత్రతను వ్యాప్తి చేస్తారు. తల్లుల 'అశుద్ధత' పిల్లలకు కూడా విస్తరించింది.సంస్కర్ మరియు వయోజనులుగా మారడం అనేది పూర్తి ఇంద్రియ మరియు సాంఘిక జీవితంలోకి పురుషులు మరియు స్త్రీల ప్రవేశాన్ని సూచించే జీవిత దశలు. వారు ఏకాంతంగా జీవించడం, ప్రత్యేక ఆహారం తీసుకోవడం, తరచుగా స్నానం చేయడం, శరీరానికి లేపనాలు పూయడం మరియు సున్తీ చేయడం వంటి శరీర కుట్లు కూడా చేయవలసి వచ్చింది. అమెరికన్ కులాలలో, ఆచారాలు ఉన్నవారు ప్రత్యేకమైన ఆహారాన్ని తినడమే కాకుండా, అప్పుడప్పుడు అలాంటి మందులు కూడా తీసుకుంటారు.వారు వాంతులు కావచ్చు.

వివాహానికి సంబంధించిన ఆచారాల నుండి, తొలి మనిషి వివాహాన్ని పవిత్రంగా భావించినట్లు కనిపిస్తుంది. కొన్నిసార్లు వివాహిత స్త్రీ తన స్వంత కులం వారితో సంభోగాన్ని సహించవలసి ఉంటుంది, ఆస్ట్రేలియాలో వలె; లేదా అమెరికాలో ఉన్నట్లుగా కులానికి చెందిన అధిపతి లేదా వైద్యుడితో; లేదా భర్త స్నేహితుల ద్వారా, తూర్పు ఆఫ్రికా తెగల మధ్య; కొన్నిసార్లు భర్త తన భార్యను కత్తితో గీసుకునేవాడు మరియు కొన్నిసార్లు భార్య తన భర్తను వివాహం చేసుకునే

ముందు చెట్టును పెళ్లాడవలసి ఉంటుంది, ముండా కులంలో వలె. ఈ అన్ని ఆచారాలు మరియు వేడుకల ఉద్దేశ్యం ఇది వివాహాన్ని 'అపవిత్రత' నుండి రక్షించడానికి మాత్రమే.

తొలి మనిషికి 'మరణం' అనేది చాలా 'అశుద్ధత'కి కారణం మరియు మృతదేహం మాత్రమే కాదు కానీ చనిపోయిన వ్యక్తి యొక్క వస్తువులను తీసుకోవడం కూడా 'అపవిత్రమైనది', చనిపోయిన వ్యక్తి యొక్క శరీరంతో పాటు పెద్ద సంఖ్యలో పనిముట్లు మరియు గ్రంథాలను పాతిపెట్టే పద్ధతి కూడా అదే అర్థాన్ని కలిగి ఉంది, ఎందుకంటే ప్రజలు ఆ వస్తువులను ఉపయోగించడం ప్రమాదకరం మరియు దురదృష్టకరం. వస్తువులను తాకడం వల్ల కలిగే అపరిశుభ్రత గురించి మాట్లాడుతూ, ఆది మానవుడు కొన్ని వస్తువులు పవిత్రమైనవని, మరికొన్ని 'అశుద్ధం' అని తెలుసుకున్నాడు. ఏదైనా వ్యక్తి ఉంటే ఎవరైనా పవిత్రమైన వస్తువును తాకితే, దానిని 'అపవిత్రం'గా భావించేవారు. పవిత్రమైన మరియు ప్రాపంచిక విషయాలను ఒకదానికొకటి వేరు చేయడానికి చాలా స్పష్టమైన ఉదాహరణ టోడా ప్రజలు, వారి విస్తృతమైన ఆచారాలు మరియు సామాజిక సంస్థలు తమ పవిత్రమైన పశువులను, వారి పవిత్ర జంతు క్షేత్రాలను, పవిత్ర పాత్రలకు, పవిత్రంగా రక్షించడానికి వారు చేసే ప్రయత్నాలపై ఆధారపడి ఉంటాయి.

మరియు కర్మలు చేయడమే పనిగా ఉన్న వ్యక్తులను పవిత్రంగా ఉంచడం. పాడిపరిశ్రమలలో ఉపయోగించే పవిత్రమైన పాత్రలను ఎల్లప్పుడూ ఒక ప్రత్యేక గదిలో ఉంచుతారు మరియు మధ్యలో ఉంచిన పాలను మొదటగా పోస్తేనే ఆ పాత్రలలోని పాలు వారికి చేరుతాయి. పూజారి అయిన ఆవుల కాపరి సుదీర్ఘమైన కర్మ తర్వాత మాత్రమే తన పనిని ప్రారంభించగలడు. ఈ విధంగా అతను సాధారణ ప్రజల స్థాయి కంటే ఎక్కువగా ఎదిగి, ఆ 'పవిత్ర కార్యాన్ని' నిర్వర్తించగలడు. అతను ప్రత్యేక సందర్భాలలో మాత్రమే గ్రామంలో నిద్రించడానికి అనుమతించబడతాడు మరియు అతని దినచర్య కూడా ఇలాంటి నియమాలను అనుసరిస్తుంది. ఆ 'పవిత్రమైన ఆవుల కాపరి' ఎవరి మట్టితో అయినా వెళ్ళిపోతే, అతడు తన పవిత్ర కార్యాలను నిర్వహించడానికి అనర్హుడవుతాడు. వీటన్నింటి నుండి ఈ ఆచారాలలో చాలా వరకు ఒకే ఒక వస్తువు మాత్రమే ఉందని ఊహించవచ్చు - ప్రాపంచిక ప్రమాదాల నుండి రక్షించడం మరియు పవిత్రమైన వస్తువును తాము పవిత్రంగా భావించే వారి వినియోగానికి సరిపోయేలా చేయడం.

ఈ 'స్వచ్ఛత' భావన కేవలం విషయాలకు సంబంధించినది కాదు. కొంతమంది వ్యక్తులు పవిత్రంగా భావించే ప్రత్యేక తరగతులు కూడా ఉన్నాయి.

ఎవరైనా వాటిని తాకితే, అది వారికి 'అశుద్ధం' కలిగిస్తుంది. పాలినేషియన్లలో ముఖ్యుని యొక్క పవిత్రత నాసిరకం యొక్క స్పర్శతో నాశనం చేయబడింది; అయితే, ఇది తక్కువ స్థాయి వ్యక్తికి మాత్రమే హానికరం. మరోవైపు, 'ఇఫేట్'లో, ఆచార అశుద్ధంతో సంబంధం ఉన్న పవిత్ర ప్రజల పవిత్రత నాశనం చేయబడింది. 'ఉగాండా'లో ఆలయ నిర్మాణానికి ముందు, ప్రజలు తమను తాము శుద్ధి చేసుకోవడానికి నాలుగు రోజులు మాత్రమే ఇచ్చారు. మరోవైపు, ముఖ్యమంత్రి మరియు అతని వస్తువులు చాలా పవిత్రమైనవిగా పరిగణించబడుతున్నాయి, తక్కువ స్థాయికి చెందిన ఎవరైనా వాటిని ఉపయోగిస్తే, అది అతనికి మంచిది కాదు. టోంగా ద్వీపంలో, ప్రజలు చీఫ్‌ను తాకడం నిషేధించబడుతుంది. పవిత్ర శిరస్సు యొక్క పాదాలను తాకడం ద్వారా ఈ దోషం తొలగిపోతుంది. 'మలయా' ద్వీపకల్పం యొక్క ప్రధాన 'పవిత్రత' రాష్ట్ర చిహ్నంలో ప్రతిష్టించబడింది మరియు ఎవరైనా దానిని ముట్టుకుంటే, అది తీవ్రమైన అనారోగ్యాన్ని లేదా మరణాన్ని ఆహ్వానిస్తుంది. విదేశీయులను కలవడం ద్వారా కూడా, ప్రారంభ మానవులు 'అంటరానివారు' అయ్యారు. దక్షిణాఫ్రికాలోని ఒక తెగకు చెందిన థెబా ప్రజలు తమ దేశం నుండి బయటకు వెళ్ళే వ్యక్తులు బాహ్య ఆత్మలచే ప్రభావితమవుతారని నమ్ముతారు. విదేశీ దేవతలను ఆరాధించడం చెడు ప్రభావాలను కలిగి ఉన్నందున విదేశీయులు నిషేధించబడ్డారు. అందుచేత అవి 'ధూమపానం' లేదా మరొక విధంగా పవిత్రమైనవి. 'దీరీ' మరియు వారి పొరుగు కులాల మధ్య, ఒక స్థానిక వ్యక్తి బయటి నుండి తిరిగి వచ్చినప్పుడు, అతన్ని విదేశీయుడిలా చూసేవారు మరియు అతను కూర్చునే వరకు అతనిపై దృష్టి పెట్టలేదు.

తెలియని దేశం నుంచి వచ్చే వారికి తెలియని దేశానికి వెళ్లడం వల్ల ఎంత ప్రమాదం ఉందో ఇది ప్రమాదకరమైనది. ఆస్ట్రేలియాలో, ఒక కులం మరొకరిని కలవవలసి వచ్చినప్పుడు, వారు గాలిని శుద్ధి చేయడానికి మండే టార్చ్‌లను ముందుకు తీసుకెళ్లేవారు, అదే విధంగా, స్పార్టా రాజులు యుద్ధానికి వెళ్ళినప్పుడు, వారి ముందు బలిపీఠం యొక్క పవిత్రమైన అగ్నిని తీసుకువెళ్లారు.

అలాగే బయటి నుంచి ఇంట్లోకి అడుగుపెట్టిన వారు కూడా ఏదో ఒక ఆచారాన్ని పాటించాలి అంటే పాదరక్షలు తీయాల్సిందే.. లేకుంటే బయట ముట్టుకుని ఇంట్లోని వారిని 'అపవిత్రం' చేస్తారేమో అనే భయం ఉండేది . ఇంటిలోని ఏ సభ్యుడైనా ఎవరినైనా తాకడం ద్వారా వారిని 'అపవిత్రం' చేసే స్థితిలో ఉన్నప్పుడల్లా, గుమ్మంపై రక్తాన్ని పూయడం మరియు తలుపు ఫ్రేమ్ లేదా నీరు చల్లడం జరుగుతుంది. చెడు ప్రభావాల నుండి రక్షించడానికి మరియు ఇంటికి అదృష్టాన్ని తీసుకురావడానికి కొన్నిసార్లు గుర్రపుడెక్క ఇంటి తలుపు వద్ద వేలాడదీయబడుతుంది.

పుట్టుక, మరణం మరియు వివాహంతో పాటుగా జరిగే అన్ని ఆచారాలకు ఇవి సహజమైన స్వచ్ఛతకు మూలాలు అనే ఏకైక అర్థం లేదు; అయితే ఏకాంతం ఎప్పుడు ఎక్కడ ఉన్నా అది కూడా ఇతర విషయాలతో పాటు అపరిశుభ్రతకు సంకేతం అని అంగీకరించాలి. జననం, దీక్ష, వివాహం మరియు మరణం వేరు యొక్క రూపాలు మరియు 'అపవిత్రమైన' లేదా 'బాహ్యమైన' వాటితో ఎలాంటి వ్యవహారాలు కూడా ఒంటరితనానికి దారితీస్తాయి. బిడ్డ పుట్టిన తర్వాత తల్లి విడిపోతుంది. పెద్దయ్యాక దీక్ష స్వీకరించిన తర్వాత కూడా కొంతకాలం విడివిడిగా జీవించాల్సి వస్తుంది. వివాహంలో, భార్యాభర్తలు నిశ్చితార్థం నుండి వివాహ వేడుక జరిగే వరకు ఒకరికొకరు దూరంగా ఉంటారు.

స్త్రీకి రుతుక్రమం వచ్చినప్పుడు, ఆమె విడిగా జీవించవలసి ఉంటుంది. మరణం సంభవించినప్పుడు విడిపోవడం సాధారణంగా జరుగుతుంది. చనిపోయిన వ్యక్తి మృతదేహం మాత్రమే కాదు, అతని బంధువులు కూడా అందరికీ దూరంగా ఉండాలి. వారి పెరిగిన జుట్టు, గోర్లు మరియు పాత బట్టలు ధరించడంలో ఈ ఒంటరితనం స్పష్టంగా కనిపిస్తుంది. అంటే సమాజంలోని క్షురకులు, చాకలివారు మొదలైన వారు వారిని బహిష్కరించారు. విడిపోయే సమయం మరియు దాని తీవ్రత ఒకేలా ఉండవు, కానీ విభజన జరుగుతుంది. పవిత్రమైన దానిని ఎవరైనా సామాన్య ప్రాపంచిక వ్యక్తి అపవిత్రం చేసినట్లయితే, లేదా అపరిశుభ్రత స్వంత కులం నుండే ఉద్భవించినట్లయితే, లేదా స్వంత కులానికి వెలుపల ఏదైనా సంబంధం కారణంగా అపరిశుభ్రత ఏర్పడినట్లయితే, అప్పుడు ఖచ్చితంగా విభజన జరుగుతుంది. ఒక సాధారణ ప్రాపంచిక వ్యక్తి పవిత్ర వ్యక్తులకు దూరంగా ఉండాలి. బంధువులు, బంధువులు కాని వారికి దూరంగా ఉండాలి. దీన్ని బట్టి ఇనీషియల్ అని తెలుస్తుంది

సమాజంలో అపవిత్రతకు కారణాలు వేరు చేయబడ్డాయి. అపవిత్రత అనే ఆలోచనతో పాటు, ఒక వ్యక్తిని పవిత్రంగా మార్చగల, అపవిత్రతను దూరం చేసే ఆచారాలను కూడా తొలి సమాజం ఊహించింది. మలినాలను తొలగించే సాధనాలు 'నీరు' మరియు 'రక్తం'. అపవిత్రంగా మారిన వ్యక్తి నీరు మరియు రక్తం చిలకరిస్తే, పరిశుద్ధుడు అవుతాడు. శుద్ధి చేసే ఆచారాలలో బట్టలు మార్చుకోవడం, జుట్టు మరియు గోర్లు కత్తిరించడం, చెమట పట్టడం, నిప్పుతో వేడి చేయడం, ధూమపానం చేయడం, సుగంధ పదార్థాలను కాల్చడం మరియు కొమ్మతో భూతవైద్యం వంటివి ఉన్నాయి.

ఇవి కల్మషాన్ని పారద్రోలే సాధనాలు. కానీ ప్రారంభ సమాజానికి అశుద్ధతను నివారించడానికి మరొక మార్గం కూడా తెలుసు. అంటే ఒకరి కల్మషాన్ని మరొకరిపై

రుద్దడం. ఇది ఇప్పటికే నిషేధించబడిన లేదా బహిష్కరించబడిన వేరొకరిపై విధించబడింది.

న్యూజిలాండ్‌లో, ఒక వ్యక్తి మరొకరి తలను తాకినట్లయితే, అది నిషిద్ధంగా పరిగణించబడుతుంది, ఎందుకంటే తల శరీరంలోని పవిత్రమైన భాగం. అప్పుడు అతను తన చేతులను ప్రత్యేక రకం వేరుతో రుద్దడం ద్వారా తనను తాను శుద్ధి చేసుకోవాలి. ఆ రూట్ తల్లి వైపు కుటుంబ పెద్దకు ఆహారం సిద్ధం చేసేది. 'టాంగా'లో, ఎవరైనా 'నిషిద్ధ' ఆహారాన్ని తీసుకుంటే, దాని 'దుష్ప్రభావం' నుండి తప్పించుకోవడానికి ఏకైక మార్గం కుటుంబ పెద్ద యొక్క పాదాలను అతని కడుపుపై ఉంచడం.

ఒకరి స్వచ్ఛత మరొకరికి బదిలీ చేయబడుతుందనే ఆలోచన 'బలి దూడ' రూపంలో వ్యక్తీకరించబడింది. ఉంది. 'ఫిజీలో, నిషేధించబడిన వ్యక్తులలో ఎవరైనా పందిని ముట్టుకుంటే, అది అధినేతకు పవిత్రంగా మారుతుంది. 'ఉగాండా'లో రాజుకు సంతాప దినాలు ముగియగానే, 'బలి దూడ'తో పాటు ఆవు, మేక, కుక్క, కోడి, రాజు ఇంటిలోని కొంత మట్టి, మంటలను 'బలి' సరిహద్దులో దహనం చేస్తారు. నగరం' పంపిణీ చేయబడింది. అక్కడ ఆ జంతువులను కుంటిగా చేసి చనిపోవడానికి వదిలేశారు. ఈ విధంగా రాజు మరియు రాణి యొక్క అన్ని అపవిత్రతలు తొలగిపోతాయని నమ్ముతారు.

ఇవన్నీ తొలి సమాజంలో అపరిశుభ్రత అనే ఆలోచన ఉనికిని రుజువు చేసే అంశాలు. ప్రారంభ సమాజం తర్వాత ప్రాచీన సమాజాన్ని పరిగణనలోకి తీసుకుంటే, ప్రాచీన సమాజంలోని అపరిశుభ్రత యొక్క ఆలోచన ప్రారంభ సమాజంలోని అపరిశుభ్రత యొక్క ఆలోచన నుండి చాలా భిన్నంగా లేదు. అశుద్ధత యొక్క మూలాలు లేదా కారణాలలో తేడా ఉంది. దానిని పవిత్రంగా చేసే ఆచారాలు కూడా భిన్నంగా ఉండవచ్చు. కానీ ఈ తేడాలు కాకుండా, ప్రారంభ సమాజం మరియు ప్రాచీన సమాజంలో అపరిశుభ్రత మరియు స్వచ్ఛత యొక్క రూపం ఒకటే.

ఈజిప్ట్ యొక్క అశుద్ధ వ్యవస్థను ప్రారంభ సమాజంలోని అశుద్ధ వ్యవస్థతో పోల్చినట్లయితే, రెండింటి మధ్య ఉన్న తేడా ఏమిటంటే, ఈజిప్టులో ఇది మరింత విస్తృతంగా మారింది. గ్రీకులలో, రక్తస్రావం, దెయ్యాల ప్రభావం, మరణం, లైంగిక సంపర్కం, పిల్లల పుట్టుక, మలవిసర్జన, పులుసు, వెన్న మరియు వెల్లుల్లి వంటి నిషిద్ధ ఆహారాలు తినడం, పవిత్ర స్థలాల్లోకి అనధికారికంగా ప్రవేశించడం మరియు కొన్ని సమయాల్లో ప్రమాణం చేయడం మరియు పోరాడడం అపవిత్రత

మరియు స్వచ్ఛత అంటే, గ్రీకులు సమిష్టిగా 'కోపోయా' అని పిలిచారు. పవిత్రమైన నీరు, గంధకం, ఉల్లిపాయ, ధూపం, అగ్ని, కొన్ని చెట్ల కొమ్మలు, ఇతర వృక్షాలు, తారు, ఉన్ని, కొన్ని రాళ్లు మరియు తాయెత్తులు, సూర్యుని వేడి, బంగారం వంటి మెరిసే వస్తువులు, బలి జంతువులు, ముఖ్యంగా పందులు మరియు వాటిలో కూడా ఉన్నాయి. రక్తం మరియు మాంసం, ఆ సందర్భాలలో కొన్ని పండుగలు మరియు ఆచారాలు, ముఖ్యంగా శపించటం మరియు 'బలి దూడ'. పవిత్రత యొక్క అసాధారణ మార్గం కూడా అపవిత్రుల తల వెంట్రుకలను కత్తిరించడం మరియు దేవతతో వారి సంబంధాన్ని ఏర్పరచుకోవడం.

అపరిశుభ్రత మరియు స్వచ్ఛత గురించి రోమన్ల ఊహ యొక్క ప్రత్యేకత ప్రాంతీయ (ఆవర్తన) మరియు కుల ఆధారిత అపరిశుభ్రత మరియు స్వచ్ఛత యొక్క ఊహ. ఇల్లు పవిత్రం అయినట్లే, మొత్తం ప్రాంతాన్ని శుద్ధి చేయడానికి ఇదే విధమైన ఆచారం జరిగింది. ప్రాదేశిక స్వచ్ఛత ఆచారం మొత్తం సరిహద్దు చుట్టూ ప్రదక్షిణలు చేయడం మరియు త్యాగం చేయడం. పురాతన కాలంలో, నగర గోడల చుట్టూ ఇలాంటి ప్రదక్షిణలు జరిగేవి. చారిత్రక యుగంలో, రెండవ ప్యూనిక్ యుద్ధం వల్ల సంభవించిన గొప్ప విధ్వంసం వంటి ఏదైనా గొప్ప విపత్తు తర్వాత నగరం యొక్క ప్రత్యేక పవిత్రీకరణ నిర్వహించబడింది. ఈ పశ్చాత్తాపానికి ప్రధాన ఉద్దేశ్యం దేవతల అనుగ్రహం పొందడమే. ఏదైనా కాలనీ ప్రారంభంలో, శుద్ధి కర్మలు జరిగాయి. సరిహద్దులు మరియు మార్కెట్ల రక్షణ దాని అసలు రూపంలో వాటి 'పవిత్రీకరణ' అయి ఉండాలి.

ఇటీవలి వరకు, పూజారుల ప్రత్యేక తరగతి పురాతన రోమ్ సరిహద్దులలో - పెలెరినేట్ యొక్క స్థిరనివాసం. దీనికి ముందు, ప్రారంభ నగరం యొక్క పురాతన సరిహద్దుల వార్షిక ప్రదక్షిణ ఉండేది. ఇందులో 'అర్బల్' అనే పూజారి నాయకత్వం వహించేవాడు. ఈ ప్రదక్షిణను 'అంబర్బలియ' అని పిలిచేవారు. రోమన్ రాజ్య విస్తీర్ణం పెరిగినప్పుడు, 'పవిత్రీకరణ' యొక్క మతకర్మ కూడా నిష్పత్తిలో పెరిగినట్లు అనిపించలేదు. ఈ ప్రదక్షిణలు ఇటలీ లోపల మరియు వెలుపల మరియు గ్రీస్‌లో కూడా జరిగాయి. మంత్రాలను కలిగి ఉన్న ప్రార్థనల యొక్క స్వచ్ఛమైన ఉచ్చారణ మాయా ప్రభావాన్ని కలిగి ఉన్నట్లు అనిపిస్తుంది. వారి ఉచ్ఛారణలో ఏదైనా పొరపాటు జరిగితే పశ్చాత్తాపపడాల్సి వచ్చేది. ఉదాహరణకు, పురాతన రోమ్ యొక్క న్యాయ వ్యవస్థలో, లోహ రూపం యొక్క ఉచ్ఛారణలో ఏదైనా పొరపాటు ఉంటే, వాది తన ఆరోపణను ఉపసంహరించుకోవాలి మరియు

కేసు కూడా ఓడిపోయి ఉండేది. ప్రత్యేకమైన పురాతన ఆచారాల యొక్క కొన్ని ఇతర రూపాలు కూడా దేవతలను సంతోషపెట్టే ఆలోచనతో ముడిపడి ఉన్నాయి.

సాలి అనే పురాతన పూజారి ప్రత్యేక సందర్భాలలో నగరంలోని వివిధ ప్రాంతాలలో తిరుగుతూ ఉండేవాడు. వారు తమ ఆయుధాలు మరియు సంగీత వాయిద్యాలను కూడా శుద్ధి చేశారు, ఇది సైనిక ఆయుధాలను విజయవంతంగా ఉపయోగించడం కోసం, వారు పవిత్రంగా ఉండటం అవసరమని ప్రారంభ ప్రజల నమ్మకానికి మద్దతు ఇస్తుంది. పవిత్రీకరణతో ముగిసే ప్రభుత్వ లెక్కలు

ఇది వాస్తవానికి సైనిక ప్రక్రియ, ఎందుకంటే ఇది సాధారణ దుస్తులలో ఉన్న సైన్యం అయిన సెంట్రల్ కమిటీకి సంబంధించినది. కొన్నిసార్లు సైన్యంలో ఉండే తప్పడు భయాన్ని తొలగించేందుకు సైన్యం యుద్ధభూమికి చేరుకున్న సమయంలోనే ఈ సైనిక పవిత్రీకరణ కూడా జరిగింది. ఇతర సందర్భాల్లో ఇది వ్యాధిని నివారించడానికి మాత్రమే. నౌకాదళాలు కూడా శుద్ధి చేయబడ్డాయి. హీబ్రూలు, అన్ని ప్రారంభ ప్రజల వలె, అపవిత్రత భావనను విశ్వసించారు. వారి అపరిశుభ్రత అనే భావన మురికి జంతువుల వల్ల కలుగుతుందని వారి నమ్మకం ద్వారా వర్గీకరించబడింది. అస్థిపంజరాల స్పర్శ లేదా చనిపోయిన మాంసం లేదా సరీసృపాలు తినడం వల్ల పుట్టి ఎప్పుడూ మురికిగా ఉంటుంది

సజీవ జంతువుల స్పర్శ నుండి. ఈ జంతువులన్నీ చీలిపోయి, ఒకదానితో ఒకటి కలపబడవు, లేదా రుమినెంట్‌లు, వాటి పాదాలపై నడిచేవి మరియు నాలుగు కాళ్లపై నడిచేవి అన్నీ అన్ని రకాల జంతువులు మలినాన్ని కలిగిస్తాయి. అపవిత్రమైన వ్యక్తులను తాకడం కూడా హీబ్రూ ప్రజలకు సంబంధించిన విషయం.

అపరిశుభ్రత ఏర్పడింది. హీబ్రూ ప్రజల అపవిత్రత యొక్క మరో రెండు లక్షణాలను కూడా పేర్కొనవచ్చు.విగ్రహారాధన కూడా ప్రజల అపవిత్రతకు మరియు లైంగిక అపవిత్రతకు కారణమవుతుందని వారు విశ్వసించారు.

దీని కారణంగా రాష్ట్ర భూభాగం అపరిశుభ్రంగా మారుతుంది. ఈ వివరణాత్మక వర్ణన తరువాత, ప్రారంభ సమాజం లేదా పురాతన సమాజంలోని ప్రజలలో అపవిత్రత అనే ఆలోచనను విశ్వసించని వారు ఎవరూ లేరని మేము సారాంశంలో చెప్పగలం

2.

హిందువులలో అంటరానితనం

అపరిశుభ్రతకు సంబంధించినంతవరకు, హిందువులు మరియు ప్రారంభ లేదా ప్రాచీన సమాజాల ప్రజల మధ్య తేడా లేదు. అపవిత్రత అనే భావన హిందువులకు ఆమోదయోగ్యమైనది, ఇది మను స్మృతి నుండి స్పష్టంగా ఉంది. మనువు శారీరక మలినాన్ని, మానసిక అశుద్ధాన్ని అంగీకరించాడు. మనువు జననం, మరణం మరియు రుతుక్రమాన్ని అపవిత్రతకు కారణాలుగా అంగీకరించాడు. మరణం ఫలితంగా ఏర్పడే అపరిశుభ్రత ప్రభావం చాలా వరకు ఉంది. ఇది రక్త సంబంధాన్ని అనుసరించింది. మరణం కారణంగా, సపిండక మరియు సమానోదక అని పిలువబడే మరణించిన వారి కుటుంబ సభ్యులందరూ అపవిత్రులయ్యారు. ఇందులో తల్లి తరపు బంధువులు, మామలు మొదలైనవారు మాత్రమే కాకుండా, దూరపు బంధువులు కూడా ఉన్నారు. ఇది సంబంధం లేని వ్యక్తులను కూడా తాకింది - (1) ఆచార్య, (2) ఆచార్య - కొడుకు, (3) ఆచార్య - భార్య, (4) శిష్యుడు, (5) క్లాస్‌మేట్, (6) శ్రోత్రియ, (7) రాజు, (8) స్నేహితులు, (9) కుటుంబ సభ్యులు, (10) మృతదేహాన్ని మోస్తున్న వారు మరియు (11) మృతదేహాన్ని తాకిన వారు.

అపవిత్రత ప్రభావంలో ఎవరు వచ్చినా దాని నుండి తప్పించుకోలేరు. దానికి కొంత మంది మాత్రమే మినహాయింపు. ఈ క్రింది శ్లోకాలలో, మనువు ఆ మినహాయింపులను పేర్కొన్నాడు మరియు వాటి కారణాలను కూడా చెప్పాడు. (అర్థం-మంత్రం చదవండి.)

"ఏదైనా ఉపవాసం లేదా ఏదైనా యాగం చేయడంలో నిమగ్నమైన రాజు మరియు ప్రజలు అపవిత్రత లేకుండా ఉంటారు, ఎందుకంటే రాజు ఇంద్రాసనంపై కూర్చున్నాడు మరియు మిగిలిన ఇద్దరు బ్రాహ్మణుల వలె ఎల్లప్పడూ స్వచ్ఛంగా ఉంటారు." (5, 93)

“ఒక భారీ సింహాసనంపై కూర్చున్న రాజుకు తక్షణ పవిత్రత కోసం ఒక నిబంధన ఉంది; మరియు దీనికి కారణం ఏమిటంటే, అతను తన ప్రజలను రక్షించడానికి సింహాసనంపై ఉన్నాడు." (5,94)

"ఏదైనా యుద్ధంలో లేదా యుద్ధంలో పనిచేసినవారు లేదా పిడుగుపాటుకు గురై రాజుచే చంపబడినవారు,

లేదా ఆవును లేదా బ్రాహ్మణుడిని రక్షించడం కోసం మరణించారు, వారి బంధువులు మరియు వారి అపవిత్రత ఉన్నప్పటికీ రాజు వారిని పవిత్రంగా చూడాలనుకుంటున్నాడు." (5, 95)

"చంద్రుడు, అగ్ని, సూర్యుడు, వాయు, ఇంద్రుడు, కుబేరుడు, వరుణుడు మరియు యమ - ప్రపంచంలోని ఎనిమిది సంరక్షక దేవతల అవతారం కాబట్టి రాజు పవిత్రుడు." (5,96)

"ఎందుకంటే రాజు ప్రపంచంలోని ఆ సంరక్షక దేవతలతో నిండి ఉన్నాడు, అందుకే కాదు ఈ రకమైన అపవిత్రత వర్తించదు, ఎందుకంటే ప్రపంచంలోని ఈ యజమానులు స్వచ్ఛత మరియు అపవిత్రతకు కారణం." (5, 97)

మతపరమైన యుద్ధాలలో మరణించిన వారి రాజు మరియు బంధువులు మరియు రాజు అపరిశుభ్రతకు మినహాయింపుగా ఉంచాలనుకునే వ్యక్తులు సాధారణ అపరిశుభ్రత నియమాలకు లోబడి ఉండరని దీని నుండి స్పష్టమవుతుంది. "బ్రాహ్మణుడు ఎల్లప్పుడూ పవిత్రుడు" అని మనువు యొక్క ప్రకటన. దానిని దాని సాధారణ అర్థంలో మాత్రమే అంగీకరించాలి, అంటే బ్రాహ్మణుడిని సర్వోన్నతంగా ఉంచడం. బ్రాహ్మణుడు అపవిత్రత లేనివాడని దీని అర్థం కాకూడదు. ఎందుకంటే అతను అలా కాదు. పుట్టుక మరియు మరణం కాకుండా, బ్రాహ్మణులకు వర్తించే అనేక ఇతర అపవిత్ర కారణాలు ఉన్నాయి, అవి బ్రాహ్మణేతరులకు వర్తించవు. మనుస్మృతి బ్రాహ్మణులకు మాత్రమే వర్తించే మరియు వారు అనుసరించాల్సిన నిషేధాలతో నిండి ఉంది. వాటిని పాటించకపోతే అపవిత్రుడు అవుతాడు. మనువు యొక్క అపవిత్రత యొక్క ఆలోచన వాస్తవమైనది, ఊహాత్మకమైనది కాదు. ఎందుకంటే అతను 'అపవిత్రమైన' వ్యక్తులు ఇచ్చే ఆహారాన్ని ఆమోదయోగ్యం కాదని భావిస్తాడు.

మనువు ఈ విషయంలో స్వచ్ఛత యొక్క ఉద్దేశ్యాన్ని మూడు విధాలుగా పరిగణించాడు - (1) శారీరక అశుద్ధం, (2) మానసిక అశుద్ధం, (3) నైతిక అశుద్ధం. మనసులో చెడు ఆలోచనలకు చోటు కల్పించడం వల్ల నైతిక అపరిశుభ్రత పుడుతుంది. దాని శుద్ధీకరణకు సంబంధించిన నియమాలు సలహా లేదా ఆదేశాలు మాత్రమే. కానీ మానసిక, శారీరక మలినాలను తొలగించే 'సంస్కారాలు' ఒకటే. వాటిలో నీరు, మట్టి, గోమూత్రం, కుశ, భస్మం వాడతారు. మట్టి, గోమూత్రం, కుశ మరియు భస్మము నిర్జీవ వస్తువులతో సంబంధము వలన కలిగే భౌతిక మలినాలను తొలగించడానికి ఉపయోగిస్తారు. మానసిక కల్మషాన్ని తొలగించడంలో నీరు ఎక్కువగా ఉపయోగపడుతుంది. ఇది మూడు విధాలుగా ఉపయోగించబడుతుంది

24

- స్నానం చేయడం, స్నానం చేయడం మరియు చల్లడం. తర్వాత మానసిక కల్మషాన్ని దూరం చేయడంలో 'పంచగవ్య' అత్యంత కీలకమైంది. ఇది ఆవు యొక్క ఐదు వస్తువుల నుండి తయారు చేయబడింది: పాలు, ఆవు మూత్రం, ఆవు పేడ, పెరుగు మరియు నెయ్యి. ఒక ఆవును తాకడం, ఆచమనం నీరు సమర్పించడం మరియు సూర్యుని వైపు చూడటం వంటి వాటిని మరొకరిపై విధించడం ద్వారా ఒక వ్యక్తి తన అపవిత్రతను వదిలించుకోవచ్చు అనే నిబంధనను కూడా మనువు చేసాడు. వ్యక్తిగత అశుద్ధంతో పాటు, ప్రాచీన రోమన్లు చేసినట్లుగానే హిందువులు కూడా ప్రాంతీయ మరియు మతపరమైన అశుద్ధతను విశ్వసించారు. ఏటా ప్రతి గ్రామానికి ఒక సందర్శన ఉంటుంది. ఒక జంతువు, సాధారణంగా ఒక గేదె, గ్రామం నుండి కొనుగోలు చేయబడుతుంది. గ్రామంలో ప్రదక్షిణ చేసిన తర్వాత జంతువును బలి ఇస్తారు. అతని రక్తాన్ని గ్రామం చుట్టూ చల్లారు. ప్రతి హిందువు, ప్రతి బ్రాహ్మణుడు, అతడు గొడ్డు మాంసం తినేవాడు కాకపోయినా, మాంసంలో తన వాటాను ఖచ్చితంగా తీసుకుంటాడు. ఇది ఏ మెమరీలో వ్రాయబడలేదు, కానీ ఇది కస్టమ్ ద్వారా అనుమతించబడుతుంది. హిందువులలో, 'ఆచారం' చట్టాన్ని కూడా అణిచివేస్తుంది

దీనికే పరిమితమైతే, హిందువులలో అపరిశుభ్రత అనే భావన తొలి మరియు ప్రాచీన సమాజంలో ఉన్న అపరిశుభ్రత భావనకు ఏ విధంగానూ భిన్నంగా లేదని తేలికగా చెప్పవచ్చు. కానీ మనం ఇక్కడితో ఆగలేము, ఎందుకంటే హిందువులు ఇంకా చెప్పని అంటరానితనం యొక్క మరొక రూపాన్ని విశ్వసిస్తారు. ఇది కొన్ని కులాల వారసత్వ అంటరానితనం. ఈ కులాల సంఖ్య చాలా పెద్దది, ప్రత్యేక సహాయం లేకుండా వారి పూర్తి జాబితాను తయారు చేయడం సాధారణ వ్యక్తికి అంత సులభం కాదు. అదృష్టవశాత్తూ, 1935లో, భారత ప్రభుత్వం అటువంటి జాబితాను సిద్ధం చేసింది. ఇది 1935లోని 'గవర్నమెంట్ ఆఫ్ ఇండియా యాక్ట్' కింద జారీ చేయబడిన 'ఆర్డర్ ఇన్ కౌన్సిల్'తో పాటుగా ఉంది. ఈ సుదీర్ఘ జాబితా 9 భాగాలుగా విభజించబడింది. ఒక భాగం ప్రావిన్స్‌కు సంబంధించినది, దీనిలో ఆ ప్రావిన్స్‌లోని కులాలు, జాతులు, కులాలు లేదా సమూహాలు, మొత్తం ప్రావిన్స్‌లో లేదా దానిలో కొంత భాగం 'అంటరానివారు'గా పరిగణించబడుతున్నాయి, ఈ జాబితా సమగ్రమైనదిగా చెప్పవచ్చు. మరియు ధృవీకరించబడింది. హిందువులు ఎంత పెద్ద సంఖ్యలో కులాలను వంశపారంపర్యంగా 'అంటరానివారు'గా పరిగణిస్తున్నారో స్పష్టం చేయడానికి, ఆ జాబితాను ఇక్కడ 'ఆర్డర్ ఇన్ కౌన్సిల్'లో ఇస్తున్నాను.

25

1. పార్ట్-మద్రాస్

(1) మొత్తం ప్రావిన్స్‌లో ఉన్న షెడ్యూల్డ్ కులాల జాబితా

Aadi Andhra	Chachati	Haddi	Aadi Dravid	Chakkiliyan	Hasal
Aadi Karnataka	Chalwa	Holeya	Ajil	Chamar	Jaggli
Arundhatiya	Chandal	Jambuvulu	Baira	Cheruman	Kalladi
Kankkan	Bandi	Devendra	Kultan	Kodalo	Bariki
Kusa	Bakud	Dandasi	Ghasi	Mala	Mogar
Batad	Godgali	Kodag	Bori	Godari	Kudumban
Bellar	Godda	Kurvan	Vyagari	Gosangi	Madari
Madiga	Panda	Raneyar	Maila	Paki	Relli
Pallan	Samgar	Maladasu	Pambad	Samban	Matangi
Pamidi	Sapari	Pancham	Segman	Mucchi	Paniyan
Toti	Mandal	Paniyanndi	Tiruvallur	Nalkev	Paryan
Valluvan	Nayadi	Parvan	Valmiki	Pagdai	Pulyan
Buttuvan	Paidi	Putiryavnnan			

(2) ప్రావిన్స్‌లోని లెజిస్లేటివ్ అసెంబ్లీలో వెనుకబడిన ప్రాంతాలు మరియు వెనుకబడిన కులాల యొక్క ఒక ప్రతినిధిని ఎన్నుకోవడం కోసం అన్ని ప్రావిన్సులలో లెక్కించబడిన కులాల జాబితా. 1935 భారత ప్రభుత్వ చట్టం ప్రకారం, ఏవైనా ప్రత్యేక నియోజకవర్గాలు ఉంటే, అప్పుడు వారు ఈ నియమానికి మినహాయింపుగా ఉంటారు

Arnadan	Kattu Nayakan	Kurukan	Dombo	Kudiya	Malasar
Kadan	Kuduvi	Mavilan	Karimpalan	Kurichchhan	Pano

2. భాగం - బొంబాయి

(1) మొత్తం ప్రావిన్స్‌లోని షెడ్యూల్డ్ కులాలు

Aasodi	Dhor	Maghwal-Meghwar	Bakad
Garode	Mini-Madig	Bhambi	Hallir
Halsar or Halsar	Mukri	Bhangi	Nadiya
Chakrabad or Dasar	Hulsavar	Shenva or Shindhwa	Chalvadi
Holaya	Shingdav or Shingdaya	Chambhar or Mochi	Khalpa
Sochi Samgar	Kolcha or Kolgha	Timali	Chen Dasaru
Koli-Dhor	Turi	Chuhad or Chuhada	Lingader
Vankar	Dakleru	Madig or Mang	Bitholiya
Dhed	Mahar	Dhetru-Megu	Mang Garudi

(2) మోచి - అహ్మదాబాద్, ఖేడా, బరూచ్, పంచమహల్ మరియు సూరత్ జిల్లాలు మినహా మిగిలిన ప్రావిన్స్‌లో.

(3) కోట్గర్- కెనడా జిల్లాలో. అగ్రియ బాగిడ్ వెల్దార్ బరువా భాటియా భుయ్ మాలి భుయియాన్ భూమిజ్

3. భాగం - బెంగాల్

ప్రావిన్స్ అంతటా షెడ్యూల్డ్ కులాలు

Aagariya	Baheliya	Bavari	Bagadi
Baiti	Badiya	Veldar	Kadar
Mallah	Baruva	Kala Pahadiya	Maachh
Bhatiya	Kaan	Mehtar	Bhuin Maali
Kaandh	Muaahi	Bhuinya	Kandara
Minda	Bhumij	Kavra	Musavar
Bind	Kapuriya	Nagasaya	Bijhiya
Karega	Naamshudra	Chamar	Kastha
Nat	Dhenuwar	Kaur	Nuniya

Dhoba	Khaira	Aaravm	Doaayi
Khatik	Paaliya	Dom	Kosh
Paan	Dusadh	Konai	Paasi
Paasi	Garo	Konavar	Patani
Ghaasi	Kor	Pod	Gohari
Kotal	Rabha	Haadi	Lalbegi
Rajbanshi	Hajang	Lodha	Rajvar
Halalkhor	Lahor	Santal	Haadi
Mahali	Sunari	Ho	Maal
Tiyaar	Jaliyan Kaivart	Mahar	Turi
Jhalomalo or Malo			

4. భాగం - యునైటెడ్ ప్రావిన్స్

ప్రావిన్స్ అంతటా షెడ్యూల్డ్ కులాలు

Agariya	Aheriya Bajaniya	Badi	Badhik
Baheliya	Bajaniya	Bajgi	Chamaar
Chero	Dabgar	Dhangad	Dhanuk
Dharkaar	Dhobi	Dom	Domar
Gharami	Balhaar	Balmiki	Banmanus
Bansfod	Barvar	Basor	Bavariya
Kapadiya	Karwal	Kharot	Kharvar
Khatik	Kol	Korva	Lalbegi
Majhvar	Nat	Beldar	Bangali
Bediya	Bhantu	Bhudya	Bhuinyaar
Voriya	Turaihya	Haadi	Hela
Kairha	Kalabaaj	Kanjar	Shilpkaar
Patari	Raut	Sahariya	Ghasiya
Pankha	Sanhaudiya	Uwal	Parahiya
Sansiya	Habuda	Paasi	Tharu

ఆగ్రా, మీరట్ మరియు రోహిల్ఖండ్ కమిషనరేట్లను మినహాయించి, మిగిలిన ప్రావిన్స్‌లు ఖాళీగా ఉన్నాయి.

5. భాగం - పంజాబ్

ప్రావిన్స్ అంతటా షెడ్యూల్డ్ కులాలు

Adi Dharmi	Marija	Khatik	Bavariya
Bangali	Kori	Chamar	Barar
Nat	Chuhada or Balmiki	Baajigar	Paasi
Baagi and Koli	Bhanjara	Damna	Chanal
Sanpela	Od	Dhanak	Sirkiband
Saansi	Gagad	Megh	Saradhe
Gandhil	Ramdasi		

6. భాగం - బీహార్

(1) ప్రావిన్స్ అంతటా షెడ్యూల్డ్ కులాలు

Chamar	Dhobi	Dom	Chaupal
Dusadh	Halalkhor	Hadi	Lalbegi
Nat	Kanjar	Mochi	Paasi
Kurariyar	Mushar		

(2) పాట్నా మరియు తిర్హుట్ కమిషనరేట్లలో మరియు భాగల్పూర్, ముంగేర్, పలమావు మరియు పూర్నియా జిల్లాలలో.

బౌరి	గడ్డి	భూమిజ్	తురి
రాజ్వర్	భూన్య	బాధపడతాడు	పాన్

(3) మన్‌భూమి జిల్లాలోని ధన్‌బాద్ తహసీల్, మధ్య మన్‌భూమి మరియు పరూలియా సాధారణ గ్రామీణ నియోజకవర్గం. ఇక రఘునాథ్ మున్సిపాలిటీలో

బావోరి	గడ్డి	పాన్	తురి మరియు భున్య
రాజ్వర్	బాధపడతాడు	లేదా గన్వొడర్	గండ

7. భాగం- సెంట్రల్ ప్రావిన్స్ మరియు బెరార్

(1) ప్రావిన్స్ అంతటా షెడ్యూల్డ్ కులాలు బాసోర్ లేదా బారుడ్

గన్పొడర్	గోపురం	చెప్పలు కుట్టేవాడు	చెప్పలు కుట్టేవాడు
గండ	డిమాండ్	చెప్పలు కుట్టేవాడు	సనాతని

(2) నిర్దిష్ట ప్రదేశాలలో షెడ్యూల్డ్ కులాలు

ఒథెలియా	బిలాస్‌పూర్ జిల్లాలో.
ప్రవాహం	అమరావతి జిల్లాలో.. బలాహి లేదా బలాయ్ బేరార్ కమిషనరేట్‌లో మరియు బాలాఘాట్, భండారా, బేతుల్, చందా, చింద్వారా, హోషంగాబాద్, జబల్‌పూర్, మాండ్లా, నాగ్‌పూర్, నిమాద్, సాగర్ మరియు వార్ధా జిల్లాల్లో.
బెహర్	అకోలా, అమరావతి, బుల్దానా జిల్లాల్లో
షీట్	భండారా మరియు సాగర్ జిల్లాల్లో.
చౌహాన్	దుర్గ్ జిల్లాలో.
ప్రపంచంలో	సాగర్ జిల్లాలోని దామోహ్ తహసీల్‌లో.
దేవద్	బిలాస్‌పూర్, దుర్గ్ మరియు రాయ్‌పూర్ జిల్లాల్లో.
ధనుక్	దామో తహసీల్ మినహా సాగర్ జిల్లాలో విశ్రాంతి తీసుకోండి.
ధోమర్	భండారా జిల్లాలో.
భండారా,	బిలాస్‌పూర్, రాయ్‌పూర్ మరియు సాగర్ జిల్లాల్లో మరియు హోషంగాబాద్ జిల్లాలోని సియోని. మాల్వా తహసీల్‌లలో.
దోహార్	బెరార్ కమిషనరేట్ మరియు బాలాఘాట్, భండారా, చందా, నాగ్‌పూర్ మరియు వార్ధా జిల్లాల్లో
ఘూసియాబ్రార్	మిషనరేట్ మరియు బాలాఘాట్, భండారా,బిలాస్‌పూర్, చందా, దుర్గ్, రాయ్‌పూర్ మరియు వార్ధా జిల్లాల్లో
హోలియా	బాలాఘాట్ మరియు భండారా జిల్లాల్లో
కదిలే	భండారా జిల్లాల్లో.

కాకారి	బెరార్ కమిషనరేట్‌లో మరియు భండారా, చందా, బెరార్ మరియు వార్ధా జిల్లాల్లో.
కాత్య	బెరార్ కమిషనరేట్‌లో, బాలాఘాట్, బేతుల్, భండారా, బిలాస్‌పూర్, చందా, దుర్గ్, నాగ్‌పూర్, నిమాద్, రాయ్‌పూర్ మరియు వార్ధా జిల్లాల్లో. హోషంగాబాద్ జిల్లాలోని హోషంగాబాద్ మరియు సియోని మాల్వా తహసీల్‌లలో. సియోని తహసీల్ మినహా చింద్వారా జిల్లాలో విశ్రాంతి తీసుకోండి. దామో తహసీల్ మినహా సాగర్ జిల్లాలో విశ్రాంతి తీసుకోండి
ఖంగార్	భండారా, బుల్దానా, సాగర్ జిల్లాలు మరియు హోషంగాబాద్ జిల్లా మరియు సియోని-మావ్లా తహసీల్‌లలో
ఖతిక్	బేరార్ కమిషనరేట్‌లో, బాలాఘాట్, భండారా, చందా, నాగ్‌పూర్ మరియు వార్ధా జిల్లాల్లో. భండారా మరియు చందా జిల్లాల్లో
కోలి	అమరావతి, బాలాఘాట్, బేతుల్, భండారా, బుల్దానా, చింద్వారా, బల్పూర్, మాండ్లా, నిమాద్, రాయ్‌పూర్ మరియు సాగర్ జిల్లాల్లో మరియు హర్దా మరియు సోహగ్‌పూర్ తహసీల్‌లు మినహా మిగిలిన హోషంగాబాద్ జిల్లాలో
ఖాళీ	భండారా మరియు సాగర్ జిల్లాల్లో మరియు హోషంగాబాద్ జిల్లాలోని సియోని మాల్వా తహసీల్‌లో. బెరార్ కమిషనరేట్, బాలాఘాట్, భండారా, చందా, నాగ్‌పూర్ మరియు వార్ధాలో
కుల్వార్	భండారా మరియు సాగర్ జిల్లాల్లో మరియు హోషంగాబాద్ జిల్లాలోని సియోని మాల్వా తహసీల్‌లో. బెరార్
మదుగి	కమిషనరేట్, బాలాఘాట్, భండారా, చందా, నాగ్‌పూర్ మరియు వార్ధాలో.
దండ	బాలాఘాట్, బేతుల్, చింద్వారా, హోషంగాబాద్, జబల్‌పూర్, మాండ్లా, నిమార్ మరియు సాగర్ జిల్లాల్లో మెహ్రా
మరియుమహర్	హోషంగాబాద్ జిల్లాలోని హర్దా మరియు సోహగ్‌పూర్ తహసీల్‌లు మినహా మిగిలిన ప్రావిన్స్‌లో. బాలాఘాట్, భండారా, చింద్వారా, మాండ్లా, నాగ్‌పూర్ మరియు రాయ్‌పూర్ జిల్లాల్లో. బాలాఘాట్, భండారా, మండల జిల్లాలు మరియు హోషంగాబాద్ జిల్లాలోని హోషంగాబాద్ తహసీల్‌లో.

ద్రమ్మర్	బాలాఘాట్, భండారా, చింద్వారా, మాండ్లా, నాగ్‌పూర్ మరియు రాయ్‌పూర్ జిల్లాల్లో
భూతవైద్యుడు	బాలాఘాట్, భండారా, మండల జిల్లాలు మరియు హోషంగాబాద్ జిల్లాలోని హోషంగాబాద్ తహసీల్‌లో.
పంకా	బరార్ కమిషనరేట్‌లో, బాలాఘాట్, భండారా, బిలాస్‌పూర్, చందా దుర్గ్, నాగ్‌పూర్, రాయ్‌పూర్, సాగర్ మరియు వార్ధా జిల్లాలు మరియు సియోని తహసిల్ మినహా మిగిలిన చింద్వారా జిల్లాలలో.
పార్ధి	హోషంగాబాద్ జిల్లాల నర్సింగపూర్ తహసీల్‌లో.
ప్రధాన	బెరార్ కమిషనరేట్‌లో, భండారా, చందా, నాగ్‌పూర్, నిమార్, రాయ్‌పూర్ మరియు వార్ధా జిల్లాలు మరియు సియోని తహసీల్ మినహా మిగిలిన చింద్వారా జిల్లాలో.
రుజార్	హోషంగాబాద్ జిల్లా సోహగ్‌పూర్ తహసీల్‌లో.

8. భాగం -అస్సాం

(1) అస్సాం లోయలో

Namah Shudra	Baniya or Vrittiyal Baniya	Mehtar	Bhangi	Kaivart
Heera	Baansfod			

(2) సుర్మా వ్యాలీలో

Maali or Bhai-Maali	Sutradhar	Kaivart or Jaliya
Dhuvi or Dhobi	Muchi	Lalbegi
Dagla or Dholi	Patni	Mehtar or Bhangi
Jhalo and Maalo	Naamshudra	Bansfod
Mehra		

9. భాగం -ఒరిస్సా

(1) ప్రావిన్స్ అంతటా షెడ్యూల్డ్ కులాలు

Aadi Andhra	Devar	Irika
Audheliya	Dhoba or Dhobi	Jaggli
Baarik	Gandha	Kandra
Basor	Burud	Ghusuriya
Katiya	Badri	Godgali
Chachati	Godri	Kodalo
Chamaar	Godas	Madari
Chandal	Gokha	Maadig
Dandasi	Haddi or Hadi	Mahuriya
Mala	Pancham	Paidi
Maang	Panka	Painda
Mangan	Relli	Pamidi
Mehra, Mahar	Supri	Balmiki
Mehtar, Bhangi	Satnami	Siyar
Moochi, Muchi		

(2) పాన్ లేదా పనో: ఖేద్మల్ జిల్లా మినహా మిగిలిన ప్రావిన్స్‌లో, సంబల్‌పూర్ జిల్లాలో, మద్రాస్ ప్రెసిడెన్సీలోని విశాఖపట్నం మరియు గంజాం ఏజెన్సీల నుండి 1936లో ఒరిస్సాకు ఇచ్చిన భూభాగంలో.

(3) డోమ్ లేదా ఇంబో: ఖోద్మల్ జిల్లా మినహా మొత్తం ప్రావిన్స్ మరియు ఒరిస్సాకు ఇవ్వబడిన భూభాగం.

(4) భూయా తురి: సంబల్పూర్ జిల్లా మినహా అన్ని ప్రావిన్సులలో. భూయియాన్, భూమిజ్, ఘూసి, ఘూసియా, తురి భుయా

(5) కోరి: సంబల్‌పూర్ జిల్లాలోని నవ్‌పాడ తహసీల్‌లో.

ఇది భయంకరమైన జాబితా. ఇందులో 429 (నాలుగు వందల ఇరవై తొమ్మిది) కులాలు ఉన్నాయి. వారి ఉంటే సంఖ్యలు కలిపితే, ఈ రోజు దేశంలో 5-6 కోట్ల

మంది ఉన్నారని అర్థం, వారి స్పర్శ మాత్రమే హిందువులను అపవిత్రం చేస్తుంది. నిశ్చయంగా, భారతదేశంలోని కోట్లాది మంది ప్రజల వంశపారంపర్య అంటరానితనంతో పోల్చితే తొలి మరియు ప్రాచీన సమాజంలో ఉన్న అంటరానితనం చాలా తక్కువ. హిందువుల ఈ అంటరానితనం ఒక అద్భుతం. ప్రపంచ చరిత్రలో దీనికి పోలిక లేదు. ఆసియా మరియు ఐరోపాలోని అనేక కులాల కంటే ఎక్కువ జనాభాలో 'అస్పృశ్యత' వ్యాప్తి కొన్ని కారణాల వల్ల సాటిలేనిది కాదు, కానీ ఇతర కారణాల వల్ల కూడా ఇది సాటిలేనిది. ఈ 429 కులాలను 'అంటరానివారు'గా మార్చే హిందూ 'అంటరానితనం' వ్యవస్థలో అనేకం ఉన్నాయి హిందూయేతర కులాల అంటరానితనంలో అంతర్లీనంగా ఉన్న అలాంటి లక్షణాలు ఉన్నాయి, అవి ప్రారంభమైనా లేదా ప్రాచీనమైనా. దొరకలేదు. అపవిత్రతను నివారించడానికి హిందూయేతర సమాజం అనుసరించే విభజన నియమాలు వారు తార్కికంగా పరిగణించబడకపోయినా, అవి ఇప్పటికీ అర్థమయ్యేలా ఉన్నాయి. ఈ వేరు జన్మ, ఇది వివాహం, మరణం మొదలైన ప్రత్యేక సందర్భాలలో జరుగుతుంది. కానీ హిందూ సమాజం యొక్క ఈ విభజన అనగా. ఈ అంటరానితనం స్పష్టంగా నిరాధారమైనది. తొలి సమాజం విశ్వసించిన అపరిశుభ్రత, ఆమె కొద్దికాలం జీవించింది మరియు తినడం మరియు త్రాగడం వంటి సహజ కార్యకలాపాలే కాకుండా, జీవితంలో పుట్టుకతో సహా,

ఆమె మరణం, రుతుక్రమం మొదలైన అసాధారణ సందర్భాలలో జన్మించింది. అపవిత్రత కాలం గడిచిపోయి, వారిని పవిత్రంగా మార్చే కర్మలు జరిగాయి, ప్రజల కల్మషం నశించి మళ్లీ పరిశుద్ధుడై సమాజంలో కలిసిపోవడానికి తగినవాడు అవుతాడు. కానీ ఈ ఐదు-ఆరు కోట్ల మంది ప్రజలు పుట్టుక, మరణం మొదలైన విషయాలలో అంటరానితనం నుండి ఎల్లప్పుడూ విముక్తులవుతారు.

భిన్నమైనది. ఇది శాశ్వతమైనది. వాటిని తాకిన హిందువులు స్నానాలు చేయడం ద్వారా పవిత్రులవుతారు. చేయగలదు, కానీ అంటరానివారిని పవిత్రంగా మార్చగలిగేది ఏదీ లేదు. వారు అపవిత్రంగా జన్మించారు ఓహ్, వారు తమ జీవితమంతా అపవిత్రంగా ఉంటారు. వారు అపవిత్రంగా ఉండి మరణిస్తారు, మరియు ఆ పిల్లలు పిల్లలు కూడా వారి నుదిటిపై అపరిశుభ్రత గుర్తుతో పుడతారు. ఇది శాశ్వతమైనది

వంశపారంపర్య కళంకం ఉంది, ఇది ఏ విధంగానూ కొట్టుకుపోదు. ఇక మూడో విషయం ఏమిటంటే హిందువులు కాని వారు అపరిశుభ్రత, ఆ వ్యక్తులు లేదా వారికి దగ్గరగా ఉన్నవారి నుండి ఉత్పన్నమయ్యే విభజనగా

పరిగణించబడుతుంది వారు పరిచయాలు ఉన్నవారిని మాత్రమే వేరు చేసేవారు, కానీ హిందువుల ఈ అంటరానితనం ఒక వర్గాన్ని సృష్టించింది

ఐదు-ఆరు కోట్ల జనాభా ఉన్న ఒక తరగతి మొత్తం అంటరానిదిగా మార్చబడింది.

నాల్గవ విషయం ఏమిటంటే, హిందువేతరులు కొంత కాలంగా అపవిత్రత బారిన పడిన వారిని ఒంటరిగా ఉంచేవారు. వారు వాటిని పూర్తిగా విడిగా పరిష్కరించలేదు. అంటరాని వారందరూ విడివిడిగా జీవించాలనేది హిందూ సమాజం యొక్క ఆజ్ఞ. హిందువులు అంటరానివారి పరిసరాల్లో నివసించరు మరియు అంటరానివారిని వారి పరిసరాల్లో నివసించడానికి అనుమతించరు. హిందువులు విశ్వసించే అంటరానితనంలో ఇది ఒక ముఖ్యమైన భాగం. ఇది కేవలం సాంఘిక బహిష్కరణ లేదా కొద్ది కాలం పాటు సామాజిక ప్రవర్తనను నిలిపివేయడం. కాదు, ఇది ప్రాంతీయ విభజనకు ఉదాహరణ, అంటరానివారిని ముళ్ల తీగ ఆవరణలో, పంజరంలో బంధించడం. ప్రతి హిందూ గ్రామంలో, యూదు ప్రజలను విడిగా ఉంచడానికి ఒక స్థలం వంటి స్థలం సృష్టించబడింది. హిందువులు గ్రామంలో నివసిస్తున్నారు, అంటరానివారు గ్రామం వెలుపల ఒకే స్థలంలో నివసిస్తున్నారు.

'హిందూ అంటరానితనం' వ్యవస్థ అలాంటిది. హిందువులు కానివారిలో కనిపించే దానికంటే ఇది ఎల్లప్పుడూ భిన్నంగా ఉంటుందని ఎవరు కాదనగలరు? హిందువుల అంటరానితనం ఒక విచిత్రమైన అమానుష వ్యవస్థ అన్నది నిర్వివాదాంశం. హిందూయేతర సమాజంలో కూడా, ప్రజలు అపవిత్రంగా పరిగణించబడ్డారు మరియు వారి అపరిశుభ్రత స్వల్పకాలికమైనది, ఇది కొన్ని 'చర్య' ద్వారా నాశనం చేయబడింది. 'ఒకసారి అపవిత్రం', ఎల్లప్పుడూ 'అశుద్ధం' అనే సూత్రం ఆధారంగా, ఈ రకమైన శాశ్వత అపరిశుభ్రత ఎక్కడా కనిపించలేదు. హిందూయేతర సమాజంలో, ప్రజలు అపవిత్రంగా పరిగణించబడ్డారు మరియు వారి సామాజిక ప్రవర్తన కూడా ఆగిపోయింది. కానీ ఒక తరగతిని శాశ్వతంగా పక్కన పెట్టడం ఎప్పుడూ జరగలేదు. హిందువులు కానివారు పెద్ద సమాజాన్ని అపవిత్రులుగా భావించి, వారితో వ్యవహరించారు, కానీ వారు అపరిచితుల వలె బయట, రక్త సంబంధాల వలయం వెలుపల ఉన్నారు. తరతరాలుగా, శాశ్వతంగా సొంత మనుషులను ఎవరైనా అపవిత్రంగా ఉంచడం ఎప్పుడూ జరగలేదు!

ఈ విధంగా, హిందువుల అంటరానితనం ఒక విచిత్రమైన వ్యవస్థ. ప్రపంచంలోని మరే ఇతర ప్రాంతంలోనూ మానవాళి ఈ అనుభవాన్ని అనుభవించలేదు. మరే ఇతర సమాజంలోనూ అలాంటిదేమీ లేదు - తొలి సమాజంలోనూ, ప్రాచీన సమాజంలోనూ, ప్రస్తుత సమాజంలోనూ లేదు. అంటరానితనాన్ని అధ్యయనం చేయడం వల్ల అనేక సమస్యలు తలెత్తుతాయి. మరియు పరిష్కరించాల్సినవి ఈ రెండు ప్రశ్నలలో చేర్చబడ్డాయి.

(1) అంటరానివారు గ్రామం వెలుపల ఎందుకు నివసిస్తున్నారు? (2) వారి అపరిశుభ్రత ఎలా శాశ్వతంగా మరియు చెరగనిదిగా మారింది? క్రింది పేజీలలో ఈ రెండు ప్రశ్నలకు సమాధానమిచ్చే ప్రయత్నం జరిగింది.

భాగం - 2 సహజ నివాస సమస్య

3.
అంటరానివారు గ్రామం వెలుపల ఎందుకు నివసిస్తున్నారు?

అంటరానివారు గ్రామం వెలుపల ఎందుకు నివసిస్తున్నారు? ఆయన గురించి అంతగా తెలియని వ్యక్తులకు కూడా ఈ విషయం తెలిసి ఉండడం ఖండించదగ్గ వాస్తవం. ఇవన్నీ ఉన్నప్పటికీ, ఇది చాలా తీవ్రమైన ప్రశ్న అని ఎవరూ ఎప్పుడూ అనుకోలేదు, దీనికి సంతృప్తికరమైన సమాధానం కనుగొనాలి. అంటరానివారు గ్రామం వెలుపల నివసించడం ఎలా జరిగింది? వారిని మొదట 'అంటరానివారు'గా ప్రకటించి, ఆ తర్వాత ఊరి బయట బతకాలని ఒత్తిడి చేశారా? లేదా వారు ఇప్పటికే గ్రామం వెలుపల నివసించి 'అంటరానివారు'గా ప్రకటించబడ్డారా? అతను అప్పటికే గ్రామం వెలుపల నివసించాడని మా సమాధానం అయితే, తదుపరి ప్రశ్న తలెత్తుతుంది దీనికి కారణం ఏమిటి?

ఊరి వెలుపల నివసించే అంటరానివారి ప్రశ్న గురించి ఎవరూ ఆలోచించలేదు, కాబట్టి సహజంగా ఎవరికీ దాని గురించి ఎటువంటి సిద్ధాంతం లేదు. అవును, ఖచ్చితంగా హిందూ గ్రంథాల వీక్షణ ఉంది. ఎవరైనా దానికి సూత్రప్రాయ హోదా ఇవ్వాలనుకుంటే, అతను అలా చేయవచ్చు. అంత్యజాతులు గ్రామం వెలుపల నివసించాలని, వారి నివాసం గ్రామం వెలుపల ఉండాలని శాస్త్రాలు చెబుతున్నాయి. ఉదాహరణకు మను ప్రకటన ఇది-

చండాల, చపాచలు బయటివారికి ఆశ్రయం.
వారి సంపద మరియు గాడిద అనర్హ్యమైనదిగా చేయాలి (10.51)

चाण्डालश्वपचानान्तु बहिर्गामातू प्रतिश्रयः।
अपपात्राश्च कर्तव्या धनमेषां गर्दभम्॥ (10,51)

బట్టలు, చనిపోయిన శిష్యులు, వివిధ కంటైనర్లలో ఆహారం.

కష్ణ మరియు పవృజ్య ప్రతిదినమునకు సమానమైన ఆభరణములు. (10, 52)

वासांसि मृतचेलानि भिन्नभाण्डेषु भोजनम्।

काष्र्णाय समलंकारः पव्रिज्या च नित्यशः।। (10, 52)

ధర్మాన్ని పాటించే వ్యక్తి వారి సమయాన్ని వెతకకూడదు వారు ఒకరితో ఒకరు వ్యవహరించారు మరియు ఇలాంటి వ్యక్తులతో వివాహం చేసుకున్నారు. (10, 53)

न तैः समय मन्विच्छेत् पुरुषो धर्ममाचरन्।

व्यवहारो मिथस्तेषां विवाहः सदृशैः सह।। (10, 53)

వారి ఆహారాన్ని వేరే పాత్రలో ఇతరులకు ఇవ్వాలి. వారు రాత్రిపూట గ్రామాలలో లేదా పట్టణాలలో తిరగకూడదు (10,54)

अन्नमेषां पराधीनं देयं स्याद् भिन्नभाजने।

रात्रौ न विचरेयुस्ते ग्रामेषु नगरेषु च।। (10,54)

వారు పగటిపూట తిరుగుతూ ఉండాలి, రాజాజ్ఞలచే పని కోసం గుర్తించబడాలి. వారు సంబంధం లేని మరియు శవాన్ని తొలగించాలి అని స్థానం. (10.55)

दिवा चरेयुः कार्यार्थ चिहिता राजशासनैः।

अबान्धवं शवं चैव निहरेयुरिति स्थितिः।। (10,55)

వారు ఎల్లప్పుడూ రాజు ఆజ్ఞ ప్రకారం ఖైదీలను లేఖనాల ప్రకారం చంపాలి వారు స్నానపు బట్టలు మరియు ఆభరణాలు తీసుకోవాలి (10, 56)

बध्यांश्च हन्युः सततं यथा शास्त्रं नृपाज्ञया।

बध्यवासांसि गृहणोयुः शय्याश्चाभरणानि च।। (10, 56)

అర్థం: 'చండాల మరియు ఖపచల నివాసం గ్రామం వెలుపల ఉంటుంది. వారిని అనర్హులుగా మార్చాల్సి ఉంటుంది.

వారి ఆస్తి కుక్కలు మరియు గాడిదలు కావాలి. ' (10, 51)

'వారు చనిపోయిన వ్యక్తుల బట్టలు ధరించాలి, విరిగిన పాత్రలలో ఆహారం తినాలి, నగలు నల్ల ఇనుముతో ఉంటాయి మరియు వారు ఎల్లప్పుడూ

ఒక ప్రదేశం నుండి మరొక ప్రదేశానికి తిరుగుతూ ఉండాలి. ' (10, 52)

'ఏ మతపరమైన కార్యకలాపాలలో నిమగ్నమైన ఎవరికీ వారితో ఎలాంటి సంబంధం ఉండదు. వారు తమ వ్యవహారాలన్నింటినీ తమ మధ్యే ఉంచుకుంటారు

మరియు వారి వివాహాలు కూడా సమాన హోదా కలిగిన వ్యక్తులతో ఉంటాయి.చేయండి.' (10, 53) '

ఎవరో సేవకుడు మొదలైన వారి ఆహారాన్ని విరిగిన పాత్రలో వారికి ఇస్తారు. రాత్రి పూట పల్లెల్లో, నగరంలో తిరగడానికి వీల్లేదు. (10, 54)

'పగటిపూట వారు తమ పనికి వెళ్లవచ్చు; కానీ అవి రాజ శాసనం ద్వారా ఆమోదించబడాలి. అవును, ఈ నియమం ఖచ్చితంగా బంధువులు లేని వ్యక్తుల మృతదేహాలను తీసుకువెళ్లాలి. ' (10, 55)

'రాజు ఆదేశాలతో, వారు శిక్షా విధానం ప్రకారం నేరస్థులను ఎల్లప్పుడూ చంపవలసి ఉంటుంది మరియు వారు ఆ నేరస్థుల బట్టలు, పరుపులు మరియు నగలు తీసుకోగలరు.' (10, 53)

అయితే లేఖనాల ఈ ప్రకటనల అర్థం ఏమిటి? వీటికి రెండు అర్థాలు ఉండవచ్చు. అంటరానివారు గ్రామం వెలుపల నివసించాలని గ్రంథాలు చెప్పినప్పుడు, అంటరానివారు ఊరి వెలుపల ఎక్కడ నివసించాలో మాత్రమే అర్థం చేసుకోవచ్చు, ఇది ఒక అర్థం. మరొక ఏర్పాటు ఏమిటంటే, 'అంటరానివారు' అని ప్రకటించబడిన వారిని గ్రామం లోపల నివసించడానికి అనుమతించకూడదు, బదులుగా వారు గ్రామం వెలుపలికి వెళ్లి గ్రామం వెలుపల నివసించడానికి బలవంతం చేయాలి. గ్రంథాల యొక్క ఈ రెండు వివరణల నుండి రెండు అవకాశాలు ఉత్పన్నమవుతాయి. ఒక విషయం ఏమిటంటే, అంటరానివారు గ్రామం నుండి వెళ్లి అక్కడ నివసించడానికి 'అంటరానితనం'తో సంబంధం లేదు. మొదటి నుంచి ఊరి బయటే ఉంటున్నాడు. దీని తరువాత, అతని నుదిటిపై 'అంటరానితనం' గుర్తు వేయడంతో, అతను గ్రామానికి రావడం మానేశాడు. రెండవ అవకాశం ఏమిటంటే, 'అంటరానితనం' అంటరానివారు గ్రామం నుండి వెళ్లి అక్కడ నివసించడానికి ప్రతీదీ కలిగి ఉంటుంది. మరో మాటలో చెప్పాలంటే, అంటరానివారు మొదట గ్రామంలో నివసించారు, తరువాత వారి నుదిటిపై 'అంటరానితనం' గుర్తు వేయడంతో, వారు గ్రామాన్ని ఖాళీ చేసి గ్రామాన్ని విడిచిపెట్టారు.

బలవంతంగా బయటికి వెళ్లి బతకాల్సి వచ్చింది. ఈ రెండింటిలో ఏది ఎక్కువ చెల్లుబాటు అవుతుంది? ఈ రెండవ అవకాశం స్పష్టంగా అర్థరహితమైన మరియు నిరాధారమైన ఊహాగానాలు. ఒక్క వాదం చాలు దాని లొంగనితనం. మేము ఏమి పరిశీలిస్తున్నాము అవును, ఇది ఏ గ్రామానికి లేదా ఏ ప్రాంతానికి సంబంధించినది కాదు. ఇది భారతదేశం అంతటా ప్రబలంగా ఉంది. అంటరానివారిని ఊరి నుండి

తొలగించి బయట స్థిరపరచడం పెద్ద విషయం. ఇంత పెద్ద విషయం ఎవరు, ఎలా చెప్పారు? చక్రవర్తి రాజు అనుమతి లేకుండా ఇది జరిగేది కాదు. వారు కూడా ఇలా ఒకచోటి నుంచి మరోచోటికి మారడం సాధ్యం కాలేదు. సాధ్యమైనా, అసాధ్యమైనా, ఇది చక్రవర్తి రాజు చేసిన పని మాత్రమే కావచ్చు. ఈ పనికి ఏ చక్రవర్తి రాజుకు క్రెడిట్ లేదా క్రెడిట్ ఇవ్వవచ్చు? భారతదేశంలో ఈ పని చేసిన రాజు లేడనేది స్పష్టం. భారతదేశంలో అలాంటి రాజులేకపోతే, ఈ రెండవ అవకాశం వదిలివేయాలి.

ఇప్పుడు పరిగణించదగినది ఏమిటంటే, అంటరానివారు అని పిలవబడటానికి ముందు కూడా, వారు మొదటి నుండి గ్రామం వెలుపల నివసిస్తున్నారు మరియు తరువాత 'అంటరానివారు'గా మార్చబడిన తర్వాత అతను బయటే ఉంటున్నాడు. కానీ ఇది చాలా కష్టమైన ప్రశ్నను లేవనెత్తుతుంది. ఊరి బయట ఎందుకు నివసించారు? ఇలా చేయమని వారిని బలవంతం చేసింది ఎవరు? దీనికి సమాధానం ఏమిటంటే, ప్రపంచంలోని ప్రారంభ సమాజం యొక్క ప్రస్తుత రూపం ఏర్పడటం గురించి సామాజిక శాస్త్ర విద్యార్థికి ఏమి తెలుసు అని పరిశీలిస్తే, 'అంటరానివారు' మొదటి నుండి గ్రామాల వెలుపల నివసిస్తున్నారని నమ్మడం సహజంగా అనిపిస్తుంది.

ప్రారంభ సమాజం ప్రస్తుత రూపాన్ని సంతరించుకోవడానికి కారణమైన విషయాల గురించి కొంత వివరణ ఇస్తే తప్ప, పై ఆలోచన ఎందుకు సహజమో చాలా మందికి అర్థం కాకపోవచ్చు. ఆ విషయాన్ని బాగా అర్థం చేసుకోవాలంటే, ప్రస్తుత సమాజం రెండు విషయాల్లో మొదటి నుండి భిన్నంగా ఉందని గుర్తుంచుకోవాలి. ప్రారంభ సమాజం 'సంచార' మరియు ప్రస్తుత సమాజం 'సెట్-టెయిల్డ్' కులాల సమూహం, రెండవ ప్రారంభ సమాజం రక్త సంబంధాలపై ఆధారపడిన కుటుంబ-కులాల సమూహం, ప్రస్తుత సమాజం ప్రాంతీయ సమూహం ఉంది. స్థానిక కులాలు. మరో మాటలో చెప్పాలంటే, ప్రారంభ సమాజం దాని ప్రస్తుత రూపాన్ని చేరుకోవడానికి రెండు మార్గాల్లో అభివృద్ధి చెందింది. అభివృద్ధి ప్రవాహం ప్రారంభ సమాజాన్ని (రక్తంపై ఆధారపడిన) కుటుంబ-కుల స్థితి నుండి ప్రాంతీయ కుల స్థితికి తీసుకువెళ్లింది. అలాంటి మార్పు వచ్చిందనడంలో సందేహం లేదు. రాజుల అధికారిక బిరుదులలో అటువంటి మార్పు యొక్క స్పష్టమైన సంకేతాలు కనిపిస్తాయి. ఇంగ్లీష్ రాజుల బిరుదులను తీసుకోండి, అతను తనను తాను ఇంగ్లాండ్ రాజు అని పిలిచే మొదటి రాజు. అతని పూర్వీకులు సామాన్యులు

మరియు తమను తాము బ్రిటీష్ రాజులుగా పిలిచేవారు. మొదటి ప్రకటన ప్రాంతీయ కులాన్ని సూచిస్తుంది, రెండవది కుటుంబ-కులాన్ని సూచిస్తుంది. ఇంగ్లాండ్ ఒకప్పుడు ఒక దేశం. బ్రిటిష్ వారు కూడా నివసించిన చోట. ఇప్పుడు ఆంగ్లేయులు ఇంగ్లండ్‌లో నివసిస్తున్నారు. ఫ్రెంచ్ చక్రవర్తుల బిరుదులలో ఇదే విధమైన మార్పు సంభవించింది.

లో కూడా కనిపిస్తుంది. అతను ఒకప్పుడు 'కింగ్ ఆఫ్ ది ఫ్రెంచ్' అని పిలువబడ్డాడు, కానీ తరువాత 'కింగ్ ఆఫ్ ఫ్రాన్స్' అని పిలువబడ్డాడు. అభివృద్ధి యొక్క రెండవ స్రవంతి ప్రారంభ సమాజాన్ని 'సంచార సమాజం' నుండి 'స్థిరపడిన సమాజం'గా మార్చింది. ఇక్కడ కూడా ఈ మార్పు చాలా ఖచ్చితమైనది మరియు ప్రభావవంతమైనది, దాని వాస్తవికతను ఒప్పించడానికి ఎటువంటి ఉదాహరణ అవసరం లేదు.

ఈ సమయంలో, అభివృద్ధి యొక్క రెండవ ప్రవాహాన్ని పరిగణనలోకి తీసుకుంటే సరిపోతుంది. తొలి సమాజం 'సంచార సమాజం'గా నిలిచిపోయి 'స్థిర సమాజం'గా ఎలా మారింది? తొలినాళ్ల సమాజం సంచార సమాజంగా నిలిచిపోయి స్థిరపడిన సమాజంగా ఎలా మారిందన్న కథ ఒక అధ్యాయానికి సరిపోయేంత పెద్దది. రెండు విషయాలపై మాత్రమే శ్రద్ధ వహిస్తే సరిపోతుంది. మొదటగా అర్థం చేసుకోవలసిన విషయం ఏమిటంటే, తొలి సమాజాన్ని సంచార జీవితం నుండి విముక్తం చేసింది ఏది? సంచార జీవితం నుండి స్థిరపడిన జీవితానికి వెళ్ళేటప్పుడు అతను ఏ దశలను దాటవలసి వచ్చింది?

నిస్సందేహంగా ప్రారంభ సమాజం 'సంచార సమాజం'. కానీ అతని సంచారం యొక్క ప్రత్యేక స్వభావం కారణంగా అతను సంచారకుడు కాదు. దీనికి కారణం ప్రారంభ సమాజంలోని సంపద జంతువులు, మరియు జంతువులు కొత్త పచ్చిక బయళ్లను వెతుక్కుంటూ తిరిగేవి. ప్రారంభ సమాజం, జంతువులపై ఉన్న ప్రేమ కారణంగా, తమ జంతువులను వారు ఎక్కడికి తీసుకెళ్లినా అనుసరించేవారు. ప్రారంభ సమాజం యొక్క నివాసం స్థిరంగా మారినప్పుడు అంటే అది ఒకే చోట స్థిరపడినప్పుడు, అది కొత్త రకమైన సంపదను కనుగొంది. ఈ కొత్త రకం డబ్బు 'భూమి'. ప్రారంభ సమాజం వ్యవసాయం మరియు పొలాలను పండించడం నేర్చుకున్నప్పుడు మరియు దాని సంపద జంతువుల నుండి 'భూమి'కి మారినప్పుడు, అది ఒకే చోట స్థిరంగా మారినప్పుడు ఇది జరిగింది. ఈ మార్పుతో పాటు, ప్రారంభ సమాజం కూడా స్థిరంగా మారింది మరియు ఒకే చోట స్థిరపడింది.

ప్రారంభ సమాజం ఒకప్పుడు సంచార సమాజంగా ఎందుకు ఉండేది మరియు అది ఒకే చోట స్థిరంగా జీవించడం ఎందుకు నేర్చుకుందో దీన్ని బట్టి స్పష్టమవుతుంది?

రెండవది గమనించదగ్గ విషయం ఏమిటంటే, తొలితరం సమాజం సంచార జీవితాన్ని విడిచిపెట్టే దిశగా అడుగులు వేస్తున్నప్పుడు, ఆ సమయంలో ఎలాంటి సంఘటనలు జరిగాయి? సంచార జీవితాన్ని విడిచిపెట్టి, స్థిరమైన జీవితాన్ని అవలంబిస్తున్నప్పుడు, ప్రధానంగా రెండు సమస్యలు ప్రారంభ సమాజాన్ని ఎదుర్కొన్నాయి. ఒకటి ఒక చోట స్థిరపడిన ప్రజలను సెటిల్ చేయడం, మరొకటి చెల్లాచెదురైన ఓడిపోయిన ప్రజలను సెటిల్ చేయడం. ఒకే చోట స్థిరపడిన గిరిజనులు ఎదుర్కొంటున్న సమస్య ఇతర సంచార జాతుల నుంచి తమను తాము ఎలా రక్షించుకోవాలి? మరియు విచ్ఛిన్నమైన ఓడిపోయిన కులాల సమస్య ఎక్కడో ఆశ్రయం పొందడం. ఈ సమస్యలు ఎందుకు మరియు ఎలా ఉత్పన్నమయ్యాయో మరింత వివరించడం అవసరం కావచ్చు?

ఒకే చోట స్థిరపడిన కులాలు ఎదుర్కొంటున్న సమస్యను అర్థం చేసుకోవాలంటే ఈ క్రింది విషయాలపై దృష్టి పెట్టాలి. అన్ని సంచార సమూహాలు లేదా కులాలు ఒకే సమయంలో స్థిరంగా మారలేదు. కొందరు స్థిరంగా మారారు, కొందరు సంచారజీవులుగా మిగిలిపోయారు. గుర్తుంచుకోవలసిన రెండవ విషయం ఏమిటంటే, ఈ సమూహాలు లేదా కులాలు తమ మధ్య ఎప్పుడూ శాంతియుతంగా జీవించలేదు. తమ మధ్య ఎప్పుడూ గొడవలు జరుగుతుండేవి. అన్ని సమూహాలు లేదా కులాలు సంచార స్థితిలో ఉన్నప్పుడు, వారి పరస్పర యుద్ధాలకు ప్రధాన కారణాలు (1) జంతువుల దొంగతనం, (2) స్త్రీల దొంగతనం, (3) ఇతర సమూహాలు లేదా కులాల పచ్చిక బయళ్లలో జంతువులను బలవంతంగా దొంగిలించడం. కొన్ని సమూహాలు లేదా కులాలు స్థిరంగా మరియు స్థిరపడినప్పుడు, ఇప్పటికీ సంచార జీవితాన్ని గడుపుతున్న సమూహాలు లేదా కులాలు ఒకే చోట స్థిరపడిన ప్రజలతో పోరాడటం మరియు ఘర్షణ పడటం సులభం అవుతుంది. రెండవది, సంచార ప్రజలతో పోరాడటం కంటే ఇది చాలా లాభదాయకం. స్థిరపడిన కులాలకు రెట్టింపు సంపద ఉందని సంచార జాతులు అర్థం చేసుకున్నారు. సంచార సమూహాల మాదిరిగా, జంతువులను మాత్రమే కాకుండా, వారి వద్ద డబ్బు కూడా ఉంది, వాటిని చూసి సంచార ప్రజలు చులకనయ్యారు. సంచార సమూహాలు స్థిరపడిన గిరిజనులపై నిరంతర

వ్యవస్థీకృత దాడులు చేసేవారు, తద్వారా వారు వారి సంపదను దొంగిలించవచ్చు. మూడవ విషయం ఏమిటంటే,

స్థిరపడిన కులాలు ఈ సంచార సమూహాల నుండి తమను తాము రక్షించుకునే విషయంలో చాలా ప్రతికూలంగా ఉన్నాయి, ఎందుకంటే వారు ఎక్కువ లాభదాయకమైన వ్యాపారంలో నిమగ్నమై ఉన్నారు, అందువల్ల వారు తమ సమూహాలకు అన్ని వేళలా కత్తులు కట్టలేరు. ఆమె తన ఇంటిని వదిలి ఈ సంచార సమూహాలను మాత్రమే అనుసరించగలదు. ఇందులో ఆశ్చర్యం ఏమీ లేదు. నాగరికత ఉన్నప్పటికీ, తమను తాము రక్షించుకునే స్తోమత లేని వ్యక్తులు ఇతర అనాగరిక వ్యక్తులతో పోటీ పడలేరని చరిత్ర చెబుతోంది. దీన్ని బట్టి చూస్తే సంచార కులాలు స్థిరపడి ఒకే చోట స్థిరపడడం ప్రారంభించినప్పుడు వారి ముందు ఆత్మరక్షణ సమస్య ఎందుకు, ఎలా తలెత్తిందో స్పష్టమవుతుంది.

మరియు ఓడిపోయిన మరియు చెల్లాచెదురుగా ఉన్న మానవుల సమస్య ఎలా తలెత్తింది? ఇది అర్థం చేసుకోవడం కష్టం కాదు. ఇది సమాజంలోని ఆ ప్రారంభ దశలో ఆ పార్టీలు లేదా కులాల మధ్య ఒక సాధారణ విషయం అయిన వారి మధ్య నిరంతర పోరాట ఫలితం. ఈ పార్టీ యుద్ధాలలో, దాదాపు ఎల్లప్పుడూ ఒక పార్టీ తొలగించబడలేదు కానీ అది ఓడిపోయి విచ్ఛిన్నమైంది. తరచుగా ఓడిపోయిన జట్టు ముక్కలైంది. తత్ఫలితంగా, సమాజ అభివృద్ధి ప్రారంభ దశలో, చాలా మంది ప్రజలు, అలా ఓడిపోయి, అక్కడక్కడ తిరుగుతూనే ఉన్నారు. చెదరగొట్టబడిన వ్యక్తుల సమస్య ఎందుకు తలెత్తిందో అర్థం చేసుకోవడానికి, ప్రారంభ సామాజిక సంస్థ పక్షపాతంగా ఉండటం అవసరం. పక్షపాతం అనే సంస్థకు రెండు అర్థాలు ఉన్నాయి. మొదటిది, ప్రారంభ సమాజంలో ప్రతి వ్యక్తి ఏదో ఒక సమూహానికి చెందినవాడు. అంతేకాదు ఏదో ఒక పార్టీలో చేరాల్సి వచ్చింది

సమూహం వెలుపల ఏ వ్యక్తి ఉనికి లేదు, అది ఉనికిలో లేదు. ఇతర పార్టీ సంస్థకు రక్త సంబంధమే ప్రాతిపదికగా ఉండటం వల్ల, ఒక పార్టీలో జన్మించిన ఏ వ్యక్తి, ఇతర పార్టీలో చేరి, దాని సభ్యుడు కాలేరు. అందువల్ల, ఈ చెల్లాచెదురైన ప్రజలు వ్యక్తిగత సామర్థ్యంతో మాత్రమే జీవించవలసి వచ్చింది. కానీ తొలి సమాజంలో, ఒక వర్గం మరో వర్గంతో యుద్ధం చేస్తున్నప్పుడు, ఈ అసంఘటిత సమూహాలపై కూడా దాడి జరుగుతుందనే భయం ఎప్పుడూ ఉండేది. ఎక్కడ ఆశ్రయం పొందాలో వారికి తెలియదు. తమపై ఎవరు దాడి చేస్తారో, ఎవరు రక్షిస్తారో వారికి తెలియదా? అందువల్ల, చెదరగొట్టబడిన ఈ ప్రజలకు ఆశ్రయం కనుగొనడం మరియు సురక్షితంగా ఉండడం సమస్యగా మారింది.

43

ప్రారంభ సమాజం యొక్క అభివృద్ధి గురించి పైన సారాంశంలో ఏది చెప్పబడినా, ప్రారంభ సమాజ జీవితంలో ఒక సమయం ఉందని, అది రెండు గ్రూపులుగా విభజించబడిందని స్పష్టమవుతుంది. ఒక చోట శాశ్వతంగా స్థిరపడిన వ్యక్తుల సమూహం ఉంది. సంచార ఆక్రమణదారులకు వ్యతిరేకంగా తమ కాపలాదారులుగా వ్యవహరించగల వ్యక్తులను కనుగొనడం వారి సమస్య. రెండవ సమూహం చెల్లాచెదురుగా ఉన్న ఓడిపోయిన వ్యక్తులు, వారికి ఆహారం మరియు ఆశ్రయం కల్పించే పోషకుడిని కనుగొనడంలో సమస్యను ఎదుర్కొన్నారు.

ఈ రెండు వర్గాలు తమ సమస్యను ఎలా పరిష్కరించుకున్నారనేది రెండో ప్రశ్న. ప్రాచీన కాలానికి సంబంధించిన లెక్కలేవీ మనకు లేకపోయినా, వాటి ఆధారంగా ఇద్దరి మధ్య ఎలాంటి ఒడంబడిక లేదా ఒప్పందం కుదిరిందో మనం ఖచ్చితంగా చెప్పగలం, అయితే వారిద్దరూ తమ మధ్య ఒక ఒప్పందం చేసుకున్నారని మనం చెప్పగలం, దాని ప్రకారం ఇవి చెల్లాచెదురైన - వేర్వేరుగా ఓడిపోయిన ప్రజలు శాశ్వతంగా స్థిరపడిన కులాలను ఒక చోట కాపలాగా లేదా కాపలాగా ఉంచడానికి అంగీకరించారు మరియు మరోవైపు, శాశ్వతంగా స్థిరపడిన కులాలు వారికి ఆహారం మరియు ఆశ్రయం కల్పించడానికి అంగీకరించారు. వాస్తవానికి, అలాంటి పరస్పర ఏర్పాట్లు చేయకపోతే చాలా అసహజంగా ఉండేది, ఎందుకంటే వారి వారి ప్రయోజనాలను నెరవేర్చడానికి ఇద్దరికీ పరస్పర సహకారం అవసరం.

ఈ డీల్‌ను పరిష్కరించడంలో ఇబ్బంది తప్పదు. ఆశ్రయం కనుగొనడంలో ఇబ్బంది. ఈ చెల్లాచెదురైన ప్రజలు ఎక్కడ నివసించాలి? స్థిరపడిన జనాభా మధ్య లేదా వెలుపల? ఈ సమస్యను నిర్ణయించడంలో రెండు విషయాలు నిర్ణయాత్మకంగా నిరూపించబడ్డాయి - ఒకటి రక్త సంబంధం మరియు మరొకటి యుద్ధ విధానం. ప్రారంభ ప్రజల నమ్మకాల ప్రకారం, రక్త బంధువులు మాత్రమే కలిసి జీవించగలరు. ఏదైనా నిర్దిష్ట పార్టీకి అధికారం ఉన్న ప్రాంతంలోకి బయటి వ్యక్తి ఎవరూ ప్రవేశించలేరు. ఈ చెదరగొట్టబడిన వ్యక్తులు 'బయటి వ్యక్తులు'. వారు శాశ్వతంగా స్థిరపడిన వ్యక్తుల సమూహానికి భిన్నమైన సమూహానికి చెందినవారు. ఇది అలా ఉన్నప్పుడు, వారు స్థిరపడిన ప్రజల మధ్య జీవించలేకపోయారు. ఇచ్చి ఉండొచ్చు. యుద్ధ విధాన దృక్కోణంలో, ఈ విరిగిన వ్యక్తులు గ్రామ శివార్లలో ఉండాల్సిన అవసరం ఉంది, తద్వారా వారు ఆక్రమణదారులతో పోరాడవచ్చు. ఈ రెండు విషయాలను కలిపి, ఆ ప్రజలు గ్రామం వెలుపల, గ్రామ సరిహద్దులో నివసించాలని నిర్ణయించారు.

ఇప్పుడు మనం ప్రధాన ప్రశ్నకు తిరిగి వస్తాము. అంటరానివారు గ్రామం వెలుపల ఎందుకు నివసిస్తున్నారు? పైన ఇచ్చిన మార్గదర్శకాలను అనుసరించి, ఈ ప్రశ్నకు సమాధానమివ్వడానికి కొన్ని ప్రయత్నాలు చేయవచ్చు. హిందూ సమాజం సంచార జీవితాన్ని విడిచిపెట్టి స్థిరమైన జీవితం వైపు పయనిస్తున్నప్పుడు మరెక్కడా అదే జరిగింది భారతదేశంలో కూడా. ప్రారంభ సమాజంలో, శాశ్వతంగా స్థిరపడిన మరియు చెదరగొట్టబడిన వ్యక్తులు ఇద్దరూ ఉండేవారు. శాశ్వతంగా స్థిరపడిన వారు గ్రామానికి పునాది వేసి గ్రామంలో స్థిరపడ్డారు; విడిపోయిన ఓడిపోయిన ప్రజలు గ్రామం వెలుపల స్థిరపడ్డారు, ఎందుకంటే వారు వేరే వర్గానికి చెందినవారు మరియు వివిధ రక్తం. కాంక్రీట్ భాషలో చెప్పాలంటే, నేటి 'అంటరానివారు' కొంతకాలం విడిపోయిన ఓడిపోయిన ప్రజలు మాత్రమే, మరియు వారు విడిపోయిన ఓడిపోయిన ప్రజలు కాబట్టి, వారు గ్రామాల వెలుపల స్థిరపడ్డారు.

'అంటరానివాళ్ళు' పుట్టినప్పటి నుండి ఊరి బయటే జీవిస్తున్నారని, 'అంటరానివాళ్ళు' ఊరి బయట నివసించే వారితో సంబంధం లేదని నమ్మడం ఎందుకు సహజమో దీన్నిబట్టి స్పష్టమవుతోంది. ఈ సిద్ధాంతం చాలా కొత్తది, విమర్శకులు వారి తదుపరి ప్రశ్నలకు సమాధానాలు పొందకుండా సంతృప్తి చెందలేరు. అని వారు అడగవచ్చు.

(1) 'అంటరానివారు' నిర్వాసితులైన మరియు ఓడిపోయిన ప్రజలు అని ఏదైనా రుజువు ఉందా?

(2) పైన చర్చించిన శాశ్వత పరిష్కార ప్రక్రియ ఏదైనా దేశంలో జరిగినట్లు ఆధారాలు ఉన్నాయా?

(3) చెదరగొట్టబడిన ప్రజలు గ్రామాల వెలుపల నివసించడం విస్తృతమైన దృగ్విషయం అయితే, గ్రామాల వెలుపల ఉన్న నివాసాలు ఇతర దేశాలలో లేవు మరియు భారతదేశంలో మాత్రమే ఎలా ఉన్నాయి

4.
అంటరానివారు కులాంతర-వేరు చేయబడిన ప్రజలా?

'అంటరానివారు' ప్రాథమికంగా విడిపోయిన ఓడిపోయిన వ్యక్తులేనా అని ఈ ప్రశ్న అడిగితే, నా సమాధానం 'అవును'. మీరు అవును అని చెప్పినప్పుడు, మీరు మీ ప్రకటనను నిరూపించాలి. ఈ సంబంధం యొక్క నిజమైన సాక్ష్యం కనుగొనవచ్చు; హిందూ గ్రామాలలోని 'స్పర్శించదగిన' మరియు 'అంటరాని' ప్రజల సాంప్రదాయ కుల చిహ్నాలను ఎవరైనా అధ్యయనం చేసి ఉంటే. దురదృష్టవశాత్తు, ఇన్‌స్టిట్యూట్‌లోని ఆంత్రోపాలజీ విద్యార్థులు హిందువులు మరియు అంటరానివారి కుల లక్షణాలను అధ్యయనం చేయడం కూడా ప్రారంభించలేదు. అటువంటి విషయాలను సేకరించినప్పుడు, ఈ అధ్యాయంలో లేవనెత్తిన ప్రశ్నలపై మేము నిర్ణయాత్మక అభిప్రాయాన్ని ఇవ్వగలుగుతాము. ఇప్పటివరకు, నేను చేసిన చిన్న పరిశోధన నుండి, ఒక నిర్దిష్ట గ్రామంలోని 'అంటరానివారి' పరస్పర కుల లక్షణాలు అదే గ్రామంలోని 'హిందువుల' పరస్పర కుల లక్షణాల నుండి భిన్నంగా ఉన్నాయని నేను సంతృప్తి చెందాను.

హిందువులు మరియు అంటరానివారి పరస్పర కుల లక్షణాలలో ఉన్న వ్యత్యాసం అంటరానివారు విచ్ఛిన్నమైన ఓడిపోయిన ప్రజలు మరియు వారు గ్రామాలలో నివసించే కులానికి చెందిన భిన్నమైన వర్గానికి చెందినవారని వాస్తవానికి ఉత్తమ రుజువు. కానీ ఈ రకమైన పదార్థం ఇంకా సేకరించాల్సిన అవసరం ఉందని అంగీకరించాలి. కానీ విధ్వంసం నుండి తప్పించుకున్న కొన్ని విషయాలు ఉన్నాయి, ఇవి మార్గదర్శకత్వం చేస్తాయి మరియు 'అంటరానివారు' విచ్ఛిన్నమైన, ఓడిపోయిన ప్రజలు అని నిర్ధారణకు రావచ్చు. అటువంటి సాక్ష్యాలను అందించే రెండు రకాల విషయాలు ఉన్నాయి. ముందుగా, హిందూ గ్రంథాలు కొన్ని కులాలకు ఇచ్చిన 'అంత్య', 'అంత్యజ్' మరియు 'అంత్యేవాసిన్' పేర్లు ఉన్నాయి. అవి పురాతన కాలం నుండి ఉన్నాయి.

నిర్దిష్ట వ్యక్తుల కోసం ఈ పేర్లు ఎందుకు ఉపయోగించబడ్డాయి? ఈ మాటల్లో ఏదో అర్థం దాగి ఉన్నట్లుంది. ఇవి 'ఎండ్' అనే పదం కలయికతో తయారు

చేయబడ్డాయి. 'ముగింపు' అనే పదానికి అర్థం ఏమిటి? 'చీమ' అనే పదానికి 'చివరలో పుట్టడం' అని అర్థం అంటున్నారు పండితులు. ఎందుకంటే ఈ సిద్ధాంతం ప్రకారం చివర్లో 'శూద్రుడు' పుట్టారు. అంటరానిది బ్రహ్మ సృష్టికి వెలుపల ఉన్న జీవి. శూద్రుడు మొదటి మరియు చివరి అనే సూత్రం అంటరానివారికి వర్తించదు. నా అవగాహన ప్రకారం, 'అంత్య' అంటే విశ్వం అంతం కాదు, గ్రామం అంతం. ఇది గ్రామ సరిహద్దులో నివసించే ప్రజలకు పెట్టబడిన పేరు. అంత్య అనే పదానికి చారిత్రక ప్రాధాన్యత ఉంది. ఒకప్పుడు గ్రామంలో కొంతమంది నివసించేవారని చెబుతుంది

గ్రామం వెలుపల, గ్రామంలోని 'అంత్య'లో నివసించే కొంతమందిని 'అంత్యాజ్' అని పిలిచేవారు. ఊరి పొలిమేరలో కొద్దిమంది మాత్రమే ఎందుకు నివసించారు? ఇది కాకుండా ఇంకేమైనా ఉందా?

కారణం, వీరు విచ్ఛిన్నమైన ఓడిపోయిన వ్యక్తులు, మరియు వారు గ్రామంలో నివసించే 'పార్టీ' వెలుపల ఉన్నవారు కావచ్చు? ఇది ప్రధాన కారణం, ఈ వ్యక్తుల కోసం ఉపయోగించిన పదాల వాడకం నుండి కూడా ఇది స్పష్టమవుతుంది. ఇలా 'అంత్య', 'అంత్యాజ్', 'అంత్యే వాసిన్' అనే పదాల వాడకానికి ద్వంద్వ అర్థం వస్తుంది. మొదటిది, గ్రామం వెలుపల విడివిడిగా జీవించడం అనేది ఒక ప్రత్యేకమైన విషయం, దాని కోసం కొత్త పదాలను రూపొందించవలసి ఉంటుందని ఇది చూపిస్తుంది. రెండవది, ఉపయోగించిన కొత్త పదాలు అవి ఎవరి కోసం ఉపయోగించబడ్డాయో వారి తక్షణ స్థితిని ఖచ్చితంగా వర్ణిస్తాయి, అంటే వారు 'అపరిచితుల' అని చూపిస్తుంది.

రెండవది, 'అంటరానివారు' కేవలం ఒంటరిగా ఓడిపోయిన వ్యక్తులు అని చెప్పే వారు 'మహర్' అనే కులానికి చెందినవారు. మహారాష్ట్రలో 'మహర్' ప్రధాన అంటరాని కులం. ఇది మహారాష్ట్రలోని ఏకైక అతిపెద్ద ప్రధాన అంటరాని కులం. మహర్‌లు మరియు ఇతర హిందువుల మధ్య పరస్పర సంబంధాన్ని స్పష్టం చేసే క్రింది ముఖ్యమైన విషయాలు గమనించదగినవి. (1) ప్రతి గ్రామంలో మహర్లు కనిపిస్తారు. (2) మహారాష్ట్రలోని ప్రతి గ్రామానికి ఒక గోడ ఉంటుంది మరియు మహర్‌లు ఆ గోడ వెలుపల నివసిస్తున్నారు. (3) మహర్‌లు వంతులవారీగా గ్రామాన్ని కాపాడుతున్నారు. (4) మహర్లు హిందువుల నుండి ప్రత్యేకంగా పొందిన వారి 52 హక్కుల గురించి చర్చిస్తారు. ఈ 52 హక్కులలో ముఖ్యమైనవి.

(1) గ్రామ ప్రజల నుండి ఆహారాన్ని సేకరించే హక్కు.

(2) పంట చేతికొచ్చే సమయంలో ప్రతి గ్రామం నుండి వరిని సేకరించే హక్కు.

(3) గ్రామంలో చనిపోయిన ఏ జంతువు యొక్క మృతదేహాన్ని ఉపయోగించుకునే హక్కు. మహర్ష్లల పరిస్థితి నిరూపిస్తున్నది కేవలం మహారాష్ట్రకే పరిమితమైందనడంలో సందేహం లేదు. భారతదేశంలోని ఇతర ప్రావిన్స్‌లలో ఇలాంటి పరిస్థితి ఉందా లేదా అనేది కనుగొనవలసి ఉంది. అయితే భారతదేశమంతటా అంటరానివారి స్థితికి మహర్ష్లల పరిస్థితిని ఉదాహరణగా పరిగణిస్తే, భారతదేశ చరిత్రలో చెల్లాచెదురైన ఇతర పార్టీలలో ఓడిపోయిన ప్రజలు శాశ్వతంగా ప్రజలతో చేరిన సందర్భం వచ్చిందని అంగీకరించాలి. అతను వారి వద్దకు వచ్చి వారితో ఒక రకమైన ఒప్పందం కుదుర్చుకున్నాడు, దీని ద్వారా విచ్ఛిన్నమైన ఓడిపోయిన ప్రజలు గ్రామాల సరిహద్దుల్లో స్థిరపడేందుకు అనుమతించారు. వారు కొన్ని విధులు నిర్వహించవలసి వచ్చింది మరియు ప్రతిఫలంగా వారికి కొన్ని హక్కులు కూడా లభించాయి. మహర్‌ల సంప్రదాయం వారి 52 హక్కులు వారు బేరార్ ముస్లిం రాజుల నుండి పొందారు. ఈ హక్కులు పురాతనమైనవి అని మాత్రమే దీని అర్థం, కానీ వాటిని బేరార్ రాజులు కొత్తగా గుర్తించి ఉండాలి. ఈ వాస్తవాలు చాలా చిన్నవి అయినప్పటికీ, వారు దీనిని కొంత వరకు రుజువు చేస్తారు. 'అంటరానివారు' మొదటి నుంచి ఊరి బయటే నివసిస్తున్నారని. వారు అంటరానివారు అని జరగలేదు

నిర్మించారు, ఆపై వారు గ్రామం వెలుపల నివసించవలసి వచ్చింది. వారు మొదటి నుండి వారు గ్రామంలో నివసించే ఇతర వంశాల నుండి వేరు చేయబడినందున వారు గ్రామం వెలుపల నివసిస్తున్నారు.

దీనిని అంగీకరించడంలో అతి పెద్ద కష్టం ఏమిటంటే, అంటరానివారు ఎప్పుడూ 'అంటరానివారు' అనే ఊహ. నేటి 'అంటరానివారి' పూర్వీకులు 'అంటరానివారు' కాదని ఒకసారి అర్థమైతే ఈ కష్టం వెంటనే తొలగిపోతుంది. వారు కేవలం చెల్లాచెదురుగా ఓడిపోయిన ప్రజలు, ఎక్కువ మరియు తక్కువ ఏమీ లేదు. వారికి మరియు ఇతర వ్యక్తులకు మధ్య ఏదైనా తేడా ఉంటే, వారు వేర్వేరు 'సమూహాలు' లేదా 'వంశాలకు' చెందినవారు మాత్రమే.

5.
ఇలా ఎక్కడైనా జరిగిందా?

ఇలాంటి ఓడిపోయిన ప్రజలు తమ గ్రామాల వెలుపల మరెక్కడా స్థిరపడినట్లు చరిత్రకు తెలుసా? ఈ ప్రశ్నకు 'అవును' అని సమాధానం ఇవ్వవచ్చు. అదృష్టవశాత్తూ, భారతదేశంలో ప్రత్యేకంగా జరిగిందని చెప్పబడినవి ఇతర చోట్ల కూడా జరిగాయని నిరూపించే ఉదాహరణలు మనకు ఉన్నాయి. సరిగ్గా ఇలాంటివి జరిగినట్లు చెప్పబడుతున్న దేశాల పేర్లు ఐర్లాండ్ మరియు వేల్స్.

ఐర్లాండ్ యొక్క గ్రామ సంస్థ ప్రారంభ కాలంలో ఎలా ఉండేదో బ్రెహన్ యొక్క ఐర్లాండ్ చట్టాల నుండి తెలుసుకోవచ్చు. సర్ హెన్రీమాన్ ఇచ్చిన ఈ క్రింది సారాంశం నుండి ఈ చట్టాల నుండి ఏమి కనిపిస్తుంది అనే దాని గురించి కొంత ఆలోచనను పొందవచ్చు. సర్ హెన్రీమాన్ చెప్పారు:

'పార్టీ' లేదా 'వంశం' ఒకే చోట స్థిరపడకముందే చాలా కాలం గడిచిన తర్వాత 'బ్రెహన్ చట్టం మనకు ఆ సమాజ వ్యవస్థను పరిచయం చేస్తుంది. ఇది ఒక రాజకీయ 'అస్తిత్వం'గా రూపొందించడానికి తగినంత పరిమాణం మరియు ప్రాముఖ్యతను కలిగి ఉండాలి మరియు ఐరిష్ రచనలలో 'రాజులు'గా సూచించబడే అనేక మంది ముఖ్యులలో ఒకరు బహుశా నాయకత్వం వహించి ఉండవచ్చు. అంగీకరించబడిన ప్రాథమిక విషయం ఏమిటంటే, ఏ పార్టీ భూభాగంలో ఉన్నా, అది అన్ని పార్టీలకు చెందినది, కానీ వాస్తవానికి పార్టీల చిన్న వంశాలు దానిలోని పెద్ద భాగాలపై శాశ్వత నియంత్రణను కలిగి ఉంటాయి. దానిలో

ఒక భాగం అధిపతికి మరియు మరొక భాగం అతని వారసుల కోసం ప్రత్యేక వారసత్వ నియమం ప్రకారం నిర్ణయించబడింది మరియు ఇతర భాగాలు 'బ్యాండ్‌ల' ఆధీనంలో ఉన్నాయి, వాటిలో కొన్ని తక్కువ నాయకులకు లోబడి ఉంటాయి; మరియు వీరిలో కొందరు ఉన్నారు, ఏ చీఫ్‌కు ప్రత్యక్ష అధికారం లేనప్పటికీ, ఎలైట్ క్లాస్‌లోని కొందరు వ్యక్తులు వారికి ప్రాతినిధ్యం వహిస్తున్నారు. ఎవరూ స్వాధీనం చేసుకోని మొత్తం భూమిపై పార్టీకి ప్రత్యేక హక్కులు ఉన్నాయని, సూత్రప్రాయంగా, ఏదైనా భాగంపై తాత్కాలిక హక్కులు ఉన్నవారు తమను తాము

'పార్టీ వ్యక్తులు' అని చెప్పకునే 'పార్టీ వ్యక్తుల' సమూహాలు , కానీ వాస్తవానికి వారు కలిసి వచ్చి ప్రధానంగా జంతువులను మేపడం కోసం ఒక ఒప్పందాన్ని ఏర్పరచుకున్నారు. పార్టీ భూమిలో ఎక్కువ భాగంపై ఎవరికీ హక్కు లేదు, అది పార్టీకి చెందిన 'పోడు' భూమి. అయినప్పటికీ, ఈ భూమి నిరంతరం నడవడం లేదా పశువులను పార్టీ వ్యక్తులు శాశ్వతంగా మేపడం మరియు దానిపై వ్యవసాయం చేయడం.

చేసేవారు మరియు దుష్టులు ఉండడానికి అనుమతించబడతారు, ముఖ్యంగా సరిహద్దు వైపు. ఇది చీఫ్ యొక్క అధికారం విస్తరించిన భూమిలో ఒక భాగం, మరియు అతను తన 'ఫుధీర్లు' లేదా అపరిచితులను స్థిరపరుస్తాడు, వీరు రైతులలో గణనీయమైన విభాగాన్ని కలిగి ఉన్నారు. ఇతర పార్టీల అక్రమార్కులు మరియు ఓడిపోయిన వ్యక్తులు రక్షణ కోసం అతని వద్దకు వస్తారు, వారు తమ కొత్త పార్టీకి దాని నాయకుడితో ఉన్నంత దగ్గరి సంబంధం కలిగి ఉంటారు, వారి బాధ్యతను స్వయంగా తీసుకుంటారు."

ఈ 'ఫుదాహిర్లు' ఎవరు? సర్ హెన్రీ గెయిన్ ప్రకారం, కమాండర్లు -

"అసలు పార్టీ బంధాన్ని తెంచుకున్న ఇతర ప్రాంతాల నుంచి వస్తున్న 'అపరిచితులు' లేదా శరణార్థులు, వారి 'కులంలో' వారికి చోటు కల్పించిన బంధం మరియు కొత్త స్థానంలో పార్టీలో స్థానం కోసం ప్రయత్నిస్తున్నారు. సమాజం పూర్తిగా ఫలితంగా దేశం మొత్తం నిర్వాసితులైన వ్యక్తులతో నిండిపోయింది, రైతులుగా మారడం మాత్రమే నివాసం మరియు భద్రత.

ఫుధీర్ 'పార్టీ' వ్యక్తి కాదు. రక్త సంబంధాలతో ఒకరికొకరు ముడిపడి ఉన్న అనేక సమాజాలలో అతను 'అపరిచితుడు'. తన సమాజంతో సంబంధాలు తెగిపోయిన ఏ వ్యక్తికైనా ఇది గొప్ప దుస్థితి. దాని సహజ ప్రదేశం ఎప్పుడూ పోయింది, వాటికి మరెక్కడా చోటు లేదు."ఇప్పుడు వేల్స్ గురించి మాట్లాడుకుందాం. శ్రీ సీభోమ్ ప్రారంభ కాలపు వెల్ష్ గ్రామాల సంస్థను వివరించారు. సిబోమ్ అభిప్రాయం ప్రకారం, వెల్స్ గ్రామం ఇళ్ళ సమూహం. ఇండ్లు రెండు భాగాలుగా విభజించబడ్డాయి, స్వతంత్ర రైతుల ఇళ్ళు మరియు సబార్డినేట్ రైతుల ఇళ్ళు. వెల్ష్‌లోని తొలినాళ్ల గ్రామాల్లో ఈ ప్రత్యేక నివాసం సాధారణ విషయమని శ్రీ సీభోమ్ చెప్పారు. ఈ పరధీన్ రైతులు విడివిడిగా మరియు దూరంగా ఎందుకు స్థిరపడ్డారు? ఈ వ్యత్యాసానికి కారణాన్ని శ్రీ సిభోమ్ ఈ విధంగా వివరించారు-

"ఒక చూపులో, వేల్స్ యొక్క పురాతన చట్టాలలో పేర్కొన్న పక్షపాత మరియు పక్షపాతరహిత మానవ తరగతుల మధ్య భారీ గందరగోళం కనిపిస్తుంది.

ఆ పార్టీ సమాజం యొక్క సంస్థ యొక్క ప్రాథమిక నియమాలను అర్థం చేసుకున్నప్పుడు మాత్రమే ఈ గందరగోళం అదృశ్యమవుతుంది. ఈ సూత్రం పడుతుంది. ఇది విదేశీ చట్టం, ఆచారాలు మరియు నామకరణం యొక్క చిక్కుల నుండి విముక్తి పొందినట్లయితే చాలా సులభమైన రూపంలో, సంబంధం లేని ఎవరూ 'పార్టీ'కి చెందినవారు కాదు వేల్స్ పార్టీలోని తరగతులు - వెల్ష్ రక్తం మరియు విదేశీ రక్తం.

ఇది ఉల్లంఘించలేనిదిగా పరిగణించబడినప్పటికీ, ఈ రెండు పార్టీల మధ్య చాలా లోతైన అగాధం ఉంది, ఇది ఎల్లప్పుడూ గెలుపు విషయంలో ఆందోళన చెందదు. ఇది రక్తం యొక్క రహస్యం, మరియు ఈ రహస్యాన్ని కాపాడిన దృఢత్వం పార్టీ వ్యవస్థ యొక్క ప్రత్యేక లక్షణం మరియు దాని శక్తి యొక్క రహస్య రహస్యం అని త్వరలో స్పష్టమవుతుంది."

ప్రారంభ కాలంలో ఐర్లాండ్ మరియు వేల్స్ యొక్క గ్రామ సంస్థల యొక్క ఈ వివరణ భారతదేశంలోని 'అంటరానివారు' గ్రామం వెలుపల నివసించే వారు మాత్రమే కాదని స్పష్టం చేస్తుంది. ఇది సర్వసాధారణమైన దృగ్విషయం మరియు ఈ క్రింది లక్షణాలను కలిగి ఉందని ఇది రుజువు చేస్తుంది -

(1) ప్రారంభ కాలంలో, గ్రామ నివాసాలను రెండు భాగాలుగా విభజించారు. ఒక భాగంలో ఒక 'పార్టీ'కి చెందిన వారు, మరో భాగంలో వివిధ పార్టీల వారు జీవించారు.

(2) 'దళ్' ప్రజలు నివసించే సెటిల్మెంట్‌లోని ఆ భాగాన్ని 'గ్రామం' అని పిలుస్తారు. చెల్లాచెదురైన ప్రజలు ఊరి బయట ఉన్నారు.

(3) చెదరగొట్టబడిన ప్రజలు గ్రామం వెలుపల ఉండటానికి కారణం వారు 'అపరిచితులు' మరియు ఆ 'పార్టీ'తో ఆయనకు ఎలాంటి సంబంధం లేదు.

భారతదేశంలోని అంటరానివారి సారూప్యత మరియు ఐర్లాండ్‌లోని 'ఫుద్ధిహార్' మరియు వేల్స్‌లోని 'అల్టర్డ్' సారూప్యతలో పూర్తి సారూప్యత ఉంది. ఐర్లాండ్‌లోని 'ఫుద్ధిహార్' ప్రజలు మరియు వేల్స్‌లోని 'అల్ట్యూర్డ్' ప్రజలు గ్రామాల వెలుపల నివసించవలసి వచ్చింది, అదే కారణంతో భారతదేశంలోని 'అంటరానివారు' గ్రామాల వెలుపల నివసిస్తున్నారు. గ్రామం వెలుపల నివసించే అంటరానివారి గురించి ఏది చెప్పబడినా, ఇతర చోట్ల కూడా అలాంటి ఉదాహరణలు ఉన్నాయని దీన్ని బట్టి స్పష్టమవుతుంది

6.
ఈ నివాసాలు మరెక్కడా అంతరించిపోయాయి?

ఐర్లాండ్‌లోని 'ఫ్రూదార్‌లు' మరియు వేల్స్‌లోని 'ఉట్లర్స్' చెదరగొట్టబడిన ప్రజలు అన్నది నిజం. వారు విడివిడిగా నివాసం ఉంటున్నారనేది కూడా నిజం. అదే సమయంలో ఆ చెల్లాచెదురైన ప్రజల నివాసాలు కనుమరుగై శాశ్వతంగా స్థిరపడిన కులాల్లో భాగమై వారితో కలసిపోయారన్నది కూడా నిజం. ఇది కాస్త ప్రత్యేకమైనది. ఇప్పటివరకు ప్రతిపాదించబడిన సిద్ధాంతం ప్రకారం, వారు వేరే 'సమూహం' మరియు వేరే 'రక్త'కు చెందినవారు కాబట్టి ఆ ప్రజలు గ్రామం వెలుపల పునరావాసం పొందారు. ఆ తర్వాత 'పార్టీ'లో విలీనం కావడం ఎలా జరిగింది? భారతదేశంలో కూడా అలాంటివి ఎందుకు జరగలేదు? ఇవి కొన్ని సహజమైన ప్రశ్నలు మరియు వాటికి సమాధానాలు అవసరం.

ఈ ప్రశ్న ప్రారంభ సమాజం దాని ప్రస్తుత రూపాన్ని తీసుకున్న అభివృద్ధి ప్రక్రియకు దగ్గరి సంబంధం కలిగి ఉంది. ఇంతకు ముందు చెప్పినట్లుగా, ఈ అభివృద్ధి రెండు దిశలలో జరిగింది. మొదటిది, ప్రారంభ సమాజం 'సంచార' స్థితి నుండి స్థిరత్వ స్థితికి మారింది, రెండవది, ప్రారంభ సమాజం పార్టీ రాష్ట్రం నుండి ప్రాంతీయ రాష్ట్రానికి మారింది. ప్రస్తుతం మనల్ని కలవరపెడుతున్న ప్రశ్న అభివృద్ధి యొక్క రెండవ స్రవంతికి సంబంధించినది. రక్తం యొక్క సారూప్యతకు బదులుగా భూభాగం యొక్క సారూప్యత ఐక్యత యొక్క బంధంగా మారుతుంది కాబట్టి, అసమాన వ్యక్తుల యొక్క ప్రత్యేక నివాసాలు నాశనం కావడానికి ఇది కారణం. రక్త సమానత్వానికి బదులుగా భూభాగ సమానత్వాన్ని ఐక్యత బంధంగా తొలి సమాజం ఎందుకు అంగీకరించింది? ఇది సంతృప్తికరమైన సమాధానం లేని ప్రశ్న. మార్పుకు మూల కారణం తెలియదు. అవును, ఈ మార్పు ఎలా జరిగిందో స్పష్టంగా ఉంది?

ఒక నిర్దిష్ట దశకు చేరుకున్నప్పుడు, ప్రారంభ సమాజంలో ఒక నియమం ఏర్పడింది, దాని ప్రకారం పార్టీకి వెలుపల ఉన్న వ్యక్తులు దాని బంధువులుగా మారవచ్చు. ఈ నియమాన్ని 'రూల్ ఆఫ్ నోబిలిటీ' అని పిలిచేవారు. పార్టీకి వెలుపలి

నుండి ఎవరైనా నిర్దిష్ట తరాల పాటు పార్టీకి సన్నిహితంగా ఉంటే లేదా పార్టీలో వివాహం చేసుకున్నట్లయితే, అతను వారి బంధువు కావచ్చు అనే అదే నియమం. శ్రీ సీభోమ్ వేల్స్ గ్రామ వ్యవస్థలో బయటి వ్యక్తి పార్టీలో సభ్యత్వం పొందేందుకు నియమాలను ఈ క్రింది విధంగా ఇచ్చారు -

(1) సౌత్ వెల్ష్ సంప్రదాయం ప్రకారం, సిమ్రు (వెల్ష్)లో నివసించడం వల్ల 'విదేశీయుడు' చివరికి 'సైమ్రు' అవుతాడు, కానీ అతను కనీసం 9 తరాలు జీవించి ఉంటే మాత్రమే.

(2) సిమ్రే ప్రకారం, తరతరాలుగా జరుగుతున్న వివాహాల కారణంగా, నాల్గవ తరంలో 'అపరిచితుడు' వారసుడు 'సైమ్రు'గా మారతాడు. ఇంకా చెప్పాలంటే, అసలు అపరిచితుడి మునిమనవడు, కనీసం రక్తంలో కొంత భాగాన్ని సిమ్రుగా మార్చాడు. 'పార్టీ'కి మరింత అర్హుడు అవుతాడు.

ఇది భారతదేశంలో జరగకూడదా? ఇది కలిగి ఉండవచ్చు - నిజానికి అది కలిగి ఉండాలి. ఎందుకంటే భారతదేశంలో కూడా ఐర్లాండ్ మరియు వేల్స్ తరహాలో ఒక నియమం ఉంది. మను ఈ విషయాన్ని ప్రస్తావించారు. పదవ అధ్యాయంలోని 64 నుండి 67 శ్లోకాలలో, శూద్రుడు ఏడు తరాల వరకు బ్రాహ్మణ కులంలో వివాహం చేసుకుంటే, అతను బ్రాహ్మణుడు కాగలడని మనువు చెప్పాడు. శూద్రుడు ఎప్పటికీ బ్రాహ్మణుడు కాలేడన్నది చాతుర్వర్ణ్య సాధారణ నియమం. అతను శూద్రుడిగా పుట్టి శూద్రుడిగా మరణించాడు. అతను ఎన్నటికీ బ్రాహ్మణుడు కాలేడు. కానీ ఈ పురాతన నియమం చాలా బలంగా ఉంది,

మనువు దానిని శూద్రులకు వర్తించవలసి వచ్చింది. భారతదేశంలో ఈ పాలన కొనసాగి ఉంటే, భారతదేశంలోని చెల్లాచెదురైన ప్రజలు గ్రామ నివాసాలలో కలిసిపోయేవారు మరియు వారి ప్రత్యేక నివాసాలు మిగిలి ఉండేవి కావు. ఇది ఎందుకు జరగలేదు? దీనికి సమాధానం ఏమిటంటే, 'అంటరానితనం' ఆలోచన పైచేయి సాధించింది మరియు అది మరొక రూపంలో సంబంధిత మరియు సంబంధం లేని పార్టీలు మరియు 'పార్టీ-బయటి వ్యక్తి' అంటే 'స్పర్శించదగిన' మరియు 'అంటరాని' మధ్య వ్యత్యాసాన్ని శాశ్వతం చేసింది. ఇది భారతదేశంలో ఐర్లాండ్ మరియు వేల్స్ వంటి సమన్వయాన్ని అనుమతించని కొత్త విషయం. ఫలితంగా నేడు ప్రతి గ్రామంలో ఒక ప్రత్యేక స్థావరం ఉండటం భారతీయ గ్రామంలో ముఖ్యమైన భాగంగా మారింది

భాగం - 3 అంటరానితనం యొక్క మూలం యొక్క పురాతన సిద్ధాంతాలు

7.

అంటరానితనానికి మూల కారణం: జాతుల తేడా

అంటరానితనం యొక్క మూలం ఏమిటి, అది ఎలా పుట్టింది? ఇంతకు ముందు చెప్పినట్లుగా, ఈ అంశం ఇంకా వివరంగా పరిశోధించబడలేదు. ఏ సామాజిక శాస్త్ర పరిశోధకుడి దృష్టి ఇంకా దీనివైపు ఆకర్షించబడలేదు. భారతదేశం మరియు దాని ప్రజల గురించి వ్రాసిన రచయితలు, సామాజిక శాస్త్రవేత్తలు కాకుండా, 'అంటరానితనం' యొక్క మూలాన్ని ఎక్కువ లేదా తక్కువ ఖండిస్తూ వివరించడానికి ప్రయత్నించారు. రచయిత శ్రీ స్టాన్లీ రైస్

“అస్పృశ్యులు ఓడిపోయిన వారి వారసులయ్యే అవకాశం ఉంది. కులంగా మరియు వృత్తులు కలపడం ప్రారంభించడంతో, వారు డోమ్, చమర్ మొదలైన కులాల మధ్య లెక్కించబడటం ప్రారంభించారు. ప్రారంభ సమయాలు వారిని 'బానిసలు' చేసి ఈ కులాల్లోకి నెట్టారు. ఇవి ఆయాలు జయించిన జాతులు కావు.

పరయన్లు ఇక్కడ అసలు నివాసులు, వారు ద్రావిడులచే జయించబడ్డారు మరియు వారు వేరే జాతి కాబట్టి వారికి చెందిన వారు, అదే కుల నియమాలలో చేర్చబడలేదు. దీని కారణంగా వివాహం సంభోగం అనివార్యంగా ఉండేది, ఆపై స్వేచ్ఛగా కలిసిపోవడం జాతి ముగింపుకు దారితీసింది. కానీ ఇది నిషేధం పూర్తి కాదు. ప్రతిదానికీ మినహాయింపులు ఉన్నాయి. నాలుగు వేల సంవత్సరాల కాలం-కాలక్రమేణా ఒక జాతికి మరియు మరొక జాతికి మధ్య అనివార్యమైన రక్తసంబంధం ఏర్పడింది, ఇది ఆదివాసీ ప్రజల నాశనం మరియు ప్రాచీన ద్రావిడుల మధ్య భేదాభిప్రాయాలు తొలగిపోయేవి. ఈ వ్యక్తులకు హిందూ మతంలో ఒక రకమైన తక్కువ హోదా ఉంది.

ఇవ్వడం ద్వారా చేర్చబడ్డాయి. ఇంతకాలం ఒకే వాతావరణంలో జీవిస్తున్నారు. హిందూమతం కలిసి ఇది చాలా సహనం మరియు అసహనం మతం. ఇక్కడ మభ్యపెట్టడం లేదు. మీరు మార్గం మీరు ముస్లిం కావచ్చు, అదే విధంగా మీరు హిందువులు కాలేరు. మతానికి చెందినది అక్కడ నివసిస్తున్నారు, వారిపై కఠినమైన ఆంక్షలు విధించబడతాయి. కానీ అది ఆ ఆదిమ నివాసులను స్వాగతించింది

ఈ నియమాలు మరియు నిబంధనలను అనుసరించడానికి సిద్ధంగా ఉన్నవారు ఎల్లప్పుడూ చేయడానికి సిద్ధంగా ఉన్నారు ఇందులో వారికి చాలా తక్కువ హోదా కల్పించి, దూరంగా ఉంచి, దేవాలయాలకు వెళ్లనీయకుండా చేశారు. ఇచ్చారు. అందువల్ల ఎథ్నోగ్రఫీ యొక్క వాదనలు నిశ్చయాత్మకమైనవిగా పరిగణించబడవని అనిపిస్తుంది, వారి ప్రాథమిక జాతి స్వభావాన్ని ప్రభావితం చేసే ఈ విషయాలను మేము పరిశీలిస్తాము మరియు ఇది వారి దృక్కోణాన్ని మార్చింది. ఈ విధంగా ద్రావిడులు స్వీకరించారు

ఓడిపోయిన వారి పట్ల పాలకులు ఏవిధంగా వ్యవహరించారో ప్రజల పట్ల కూడా అలాగే వ్యవహరించారు. వారిని 'బానిసలు' అని పిలిచారు. వారు అతనికి నాయకుడి హోదాను ఇచ్చారు మరియు అతని గౌరవానికి విరుద్ధంగా భావించే పనులను అతనికి అప్పగించారు. వివాహం మాత్రమే పరిగణించవలసిన సమస్య కాదు, పర్యాన్ ప్రజలపై విధించిన ఆంక్షలు కూడా 'నిషిద్ధం' యొక్క నకిలీ లక్షణాల కారణంగా ఉన్నాయి. ఒకే విధమైన చిహ్నాలను కలిగి ఉన్న వ్యక్తులను ఒకరి కుటుంబంలో చేర్చుకోవడం సాంఘిక అలంకారానికి విరుద్ధం మాత్రమే కాదు, ఆ కుటుంబంపై ఒకరి స్వంత దేవత యొక్క కోపాన్ని కూడా తగ్గించవచ్చు మరియు వారు ఆలయ పవిత్ర సరిహద్దుల్లోని దేవతను ఆరాధించకపోతే. ఇచ్చినట్లయితే, అప్పుడు ఆకాశం నుండి కురుస్తున్న ప్రళయ అగ్ని వారిని దహించగలదు. అవును, వారు ఆరాధనలో పాల్గొనలేరు;

కానీ పవిత్రమైన భవనాలను అపవిత్రం చేస్తారనే భయం లేని వారు అలాంటి నీచమైన పనులు చేయగలరు. క్రైస్తవ మతం భాషలో చెప్పాలంటే, ఒక పర్యాయుడు 'బలిపీఠం' ఎక్కలేకపోయినా, 'అర్చన' చేయలేకపోయినా, అతను ఒక షరతుపై గంట మోగించగలడని చెప్పాలి. అతను తనను తాను సంగత్‌లో చేర్చుకోలేకపోయాడు, వాస్తవానికి అతను 'సంగత్' వెలుపల ఉన్నాడు. ఈ స్థితిలో అతను కర్మగా అపవిత్రుడు. నిషేధ ప్రక్రియ కారణంగా అతనిపై విధించిన ఆ మరకను నీటితో లేదా పశ్చాత్తాపంతో కడిగివేయలేదు. దానిని తాకడం మరియు దూరం

నుండి కాకుండా దానితో ఏ విధమైన పరస్పర చర్య చేయడం అనేది ఒక రకమైన మాయాజాలం వలె అపవిత్రంగా మారడం. మీరు అతనిని మీ పొలాన్ని దున్నేలా చేయవచ్చు, ఎందుకంటే అతనికి ఆదేశాలు ఇవ్వడం తప్ప మీరు అతనితో ఏమీ చేయవలసిన అవసరం లేదు. 'అపవిత్రం' అనే ముద్ర ఆమె తలపై ఉంది మరియు ఆమె సిరల్లో రక్తం వలె జన్మించింది. అందువలన, భారతీయ సమాజం అతన్ని 'అపవిత్ర' మరియు 'అధోకరణం'గా భావించింది; అతనికి మిగిలిపోయిన వృత్తుల కారణంగా, అతను మరింత దిగజారాడు మరియు ఇతరులను అపవిత్రం చేశాడు. ,

మిస్టర్ రైస్ ద్వారా ఈ ఆలోచనకు వాస్తవానికి రెండు భాగాలు ఉన్నాయి. అతని అభిప్రాయం ప్రకారం, 'అస్పృశ్యత' అనేది రెండు విషయాల నుండి ఉద్భవించింది - 'జాతి' మరియు వృత్తి. ఈ రెండు విషయాలను ప్రత్యేకంగా పరిగణించాల్సి ఉంటుందని స్పష్టం చేసింది. అంటరానితనానికి మూలకారణం జాతి అనే ఆయన అభిప్రాయాలను ఈ అధ్యాయంలో పరిశీలిస్తాము.

రైస్ జాతి సిద్ధాంతానికి రెండు అంశాలు ఉన్నాయి -

(1) అంటరానివారు ఆర్యులు కానివారు, ఆద్రవిడులు, స్థానికులు.

(2) వారు ద్రావిడులచే ఓడిపోయి లొంగదీసుకున్నారు.

దీని గురించి ఆలోచిస్తూ కూర్చున్నప్పుడు, భారతదేశంపై విదేశీ ఆక్రమణదారుల దాడి, వారి ఆక్రమణ మరియు దాని నుండి ఉద్భవించిన సామాజిక మరియు సాంస్కృతిక సంస్థల గురించి అన్ని ప్రశ్నలు తెరపైకి వస్తాయి. మిస్టర్ రైస్ ప్రకారం, భారతదేశంపై రెండు దాడులు జరిగాయి. మొదటి దాడి ద్రావిడుల నుండి. వారు నేటి అంటరానివారి పూర్వీకులైన అద్రావిడ్ స్థానికులను జయించి, వారిని 'అంటరానివారు'గా మార్చారు. రెండవ దాడి భారతదేశంపై ఆర్యుల దాడి. ఆర్యులు ద్రావిడులను జయించారు. అది కాదు

జయించిన ఆర్యులు జయించిన ద్రావిడులను ఎలా ప్రవర్తించారో వివరించండి? సమాధానం చెప్పమని బలవంతం చేస్తే, ఆర్యులు తమను 'శూద్రులు'గా మార్చారని వారు అనవచ్చు. ఇది రెడీమేడ్ సిరీస్. ద్రావిడులు దాడి చేసి స్థానికులను 'అంటరానివారు' చేశారు. ఈ ఆలోచన ఒక యంత్ర అభిప్రాయం, కేవలం ఊహ మాత్రమే, ఇది శూద్రులు మరియు అంటరానివారి మూలానికి సంబంధించి అసంఖ్యాక సంక్లిష్టమైన ప్రశ్నలను వదిలివేసి పరిష్కరించలేని విధంగా పిల్లతనం.

పురాతన చరిత్ర పరిశోధకులు గతంలోకి ప్రవేశించినప్పుడు, వారు తరచుగా నాలుగు పేర్లను చూస్తారు. ఆర్యులు, ద్రావిడులు, దాసులు మరియు నాగులు. ఈ పేర్లకు అర్థం ఏమిటి? ఈ ప్రశ్న ఎప్పుడూ పరిగణించబడలేదు. ఈ ఆర్య, ద్రావిడ్, దాస్ మరియు నాగ్ నాలుగు వేర్వేరు జాతుల పేర్లా లేదా ఒకే జాతికి చెందిన నాలుగు పేర్లా? ఇవి నాలుగు వేర్వేరు జాతులు లేదా ఒకటి అనే సాధారణ నమ్మకం Mr. రైస్ ఆలోచనకు సమానమైన ఆలోచనలపై ఆధారపడి ఉంటుంది. ఈ ఆలోచన హిందూ సమాజ నిర్మాణాన్ని, ముఖ్యంగా దాని వర్గ ప్రాతిపదికను వివరించే ప్రయత్నం. ఈ రకమైన ఆలోచనను అంగీకరించే ముందు, దాని ఆధారాన్ని పరిశీలించవలసి ఉంటుంది. మనం 'ఆర్యులు'తో మొదలుపెడితే, వారు ఒకే జాతి ప్రజలు కాదన్నది నిర్వివాదాంశం. అవి రెండు భాగాలుగా విభజించబడ్డాయి అనేది వివాదాస్పదమైనది. ఇద్దరికీ రెండు భిన్నమైన సంస్కృతులు ఉండేవన్నది నిర్వివాదాంశం. ఈ రెండింటిలో మనం ఒకరిని ఋగ్వేద ఆర్య అని, మరొకరిని అథర్వవేదిని ఆర్య అని పిలుచుకోవచ్చు. వారి మధ్య సాంస్కృతిక అంతరం పూర్తిగా కనిపిస్తుంది. ఋగ్వేద ఆర్యులు యాగాలను నమ్మేవారు, అథర్వ వైదికులు మాయాజాలాన్ని విశ్వసించారు. వారి పురాణాలు భిన్నంగా ఉండేవి. ఋగ్వేద ఆర్యులు విధ్వంసం మరియు మనువు నుండి సృష్టి యొక్క మూలాన్ని విశ్వసించారు. అథర్వ వైదిక ఆర్యులు 'ప్రళయ'ను విశ్వసించలేదు. తమ జాతి బ్రహ్మ లేదా ప్రజాపతి నుండి ఉద్భవించిందని వారు విశ్వసించారు. అతని సాహిత్య వికాసానికి కూడా భిన్నమైన మార్గాలు ఉన్నాయి.

ఋగ్వేద ఆర్యులు బ్రాహ్మణ సూత్రాలు మరియు ఆరణ్యకాలను రచించారు. అథర్వవేదులు ఉపనిషత్తులను రచించారు. ఈ సాహిత్య సంఘర్షణ ఎంత పెద్దదంటే, చాలా కాలంగా ఋగ్వేద అయ్యులు అథర్వవేదాన్ని గానీ, ఉపనిషత్తులను గానీ పవిత్ర సాహిత్యంగా పరిగణించలేదు. ఉపనిషత్తులను కూడా అంగీకరించినప్పుడు దానిని 'వేదాంత' అని పిలిచాడు. ఈ రోజుల్లో 'వేదాంత' అనే పదానికి 'వేదం' సారాంశం అని అర్థం. కానీ దాని పురాతన అర్థం 'వేదం చివర', 'వేదం యొక్క పరిమితులు వెలుపల', వేదం వలె పవిత్రమైనది కాదు. వారు దాని అధ్యయనాన్ని అననుకూల అధ్యయనంగా పరిగణించారు. ఆర్యుల ఈ మూడు విభాగాలు రెండు వేర్వేరు జాతులు కాదా అని మనకు తెలియదా? 'ఆర్య' అనేది ఏ జాతి పేరు అని కూడా మనకు తెలియదా? అందువలన చరిత్రకారుడు ఎవరు ఆర్యులు ప్రత్యేక 'జాతి' అని భావించడం వారి పొరపాటు.

అంతకంటే పెద్ద తప్పు ఏమిటంటే, 'బానిసలను' 'పాముల' నుండి వేరు చేయడం. 'దాస్', 'నాగ్' కూడా అంతే. దాస్ అనేది నాగుల యొక్క మరొక నామమాత్రపు పేరు మాత్రమే. వైదిక వాఙ్మయంలో అర్థం చేసుకోవడం కష్టం కాదు పాములకు 'దాస్' అని ఎందుకు పేరు పెట్టారు? 'దాస్' అనేది ఇండో-ఇరానియన్ పదం 'దహక్' యొక్క సంస్కృత రూపం. పాముల రాజు పేరు 'దహకా', అందుకే ఆర్యులు పాముల రాజు పేరు మీద సాధారణంగా అన్ని పాములను 'బానిసలు' అని పిలవడం ప్రారంభించారు.

సర్పాలు ఎవరు? నిస్సందేహంగా అతడు ఆర్యయేతరుడు. వేద శాస్త్రాలను జాగ్రత్తగా గమనిస్తే, రెండు రకాల సంస్కృతులు మరియు రెండు భావజాలాల మధ్య వ్యతిరేకత మరియు ద్వంద్వ భావన మరియు గందరగోళ భావన స్పష్టంగా కనిపిస్తుంది. ఋగ్వేదంలో మనకు ఆర్యన్ దేవుడు ఇంద్రుని శత్రువు అయిన అహిపుత్ర (సర్ప దేవుడు) పరిచయం చేయబడింది. తరువాత ఈ నాగదేవత నాగ అనే పేరుతో మరింత ప్రసిద్ధి చెందాడు, అయితే 'నాగ' అనేది ప్రారంభ వేద సాహిత్యంలో కనిపించదు మరియు శతపథ బ్రాహ్మణంలో (11, 2, 7, 12) మొదటిసారి కనిపించినప్పుడు అది కాదు. నాగ అంటే పెద్ద 'పాము' లేదా పెద్ద 'ఏనుగు' అని అర్థం కానీ ఇది అహి-వృత్ర రూపాన్ని కవర్ చేయదు, ఎందుకంటే ఋగ్వేదంలో అతని రూపం ఎల్లప్పుడూ నీటిలో లేదా ఆకాశ జలాల మీద సమానంగా ఉంటుంది. మరియు భూమి ఆవహించిన సర్పానికి చెందినది.

అహి-వృత్రానికి సంబంధించిన వేదమంత్రాలను బట్టి ఆర్యులు వారిని పూజించలేదని స్పష్టమవుతుంది. వారు అతన్ని రాక్షస స్వభావం యొక్క శక్తివంతమైన దేవతగా భావించారు, అతను ఓడించవలసి వచ్చింది. ఋగ్వేదంలో సర్పాల ప్రస్తావనను బట్టి, సర్పాలు చాలా ప్రాచీనమైన కులమని స్పష్టమైంది. నాగాలు గిరిజనులేనని లేదా అనాగరికులు కాదని కూడా గుర్తుంచుకోవాలి. నాగాలు మరియు రాజ కుటుంబాల మధ్య సన్నిహిత వైవాహిక సంబంధాలకు చరిత్ర కూడా సాక్ష్యంగా ఉంది.

కదంబ రాజు కృష్ణ వర్మ యొక్క దేవగిరి శిలా శాసనం ప్రకారం, కదంబ వంశం యొక్క మూలం సర్పాలకు సంబంధించినది. తొమ్మిదవ శతాబ్దపు రాజ్‌కోట్ విరాళ పత్రంలో అశ్వత్థామ పాము బాలికతో వివాహం గురించి ప్రస్తావించబడింది. అతని కుమారుడు స్కంద శిష్యుడు పల్లవ వంశాన్ని స్థాపించాడు. తొమ్మిదవ శతాబ్దానికి చెందిన మరొక పల్లవ శాసనం ప్రకారం వీరకూర్చ పల్లవ వంశానికి చెందిన రాజు.

అదే శాసనంలో అతను పాము అమ్మాయిని వివాహం చేసుకున్నాడని మరియు ఆమె నుండి రాజ చిహ్నాన్ని పొందాడని వ్రాయబడింది. వాకాటక రాజు ప్రవర్సేన్ కొడుకు గౌతమి –

శివుడితో కొడుకు భారం - భవనాగ్ రాజు కుమార్తె వివాహం ఒక చారిత్రక ఘట్టం. అదే విధంగా, చంద్రగుప్తుడు II, నాగ్కులానికి చెందిన కుబేనాగ్ అనే కుమారిని వివాహం చేసుకున్నాడు. కొక్కిలి అనే పురాతన చోళ రాజు నాగకుమారిని వివాహం చేసుకున్నాడని ఒక తమిళ కవి చెప్పాడు. రాజేంద్ర చోళుడు తన తేజస్సు కారణంగా పాము అమ్మాయిని వివాహం చేసుకున్న ఘనత కూడా ఉంది. 'నవసహంక-చరిత'లో, పర్మార్ రాజు సింధూరాజ్ (పదో శతాబ్దపు మొదటి అర్ధభాగంలో పరిపాలించి ఉండవచ్చు) మరియు శశిప్రభ అనే పాము బాలికల వివాహం చాలా వివరంగా మరియు చాలా ఖచ్చితత్వంతో వివరించబడింది. కొంత అర్థం -కాదు- కొంత చారిత్రక ఆధారం ఉండాలి. 1030-973 (క్రీ.శ.) నాటి హర్ష శాసనం ఆ విషయాన్ని తెలియజేస్తుంది

గువ్వక I 'నాగాలు మరియు కుమారుల సమావేశాలలో అతని ధైర్యసాహసాలకు ప్రసిద్ధి చెందాడు.' ఈ రాజు తొమ్మిదవ శతాబ్దం మధ్యలో పాలించే విగ్రరాజా చాహమనా పైన ఉన్నాడు. ఒరిస్సా భూమన వంశానికి చెందిన శాంతికర్ కాలం క్రీ.శ.921 నాటిదని అర్థం చేసుకోవాలి.

నాగాలు సాంస్కృతిక అభివృద్ధిలో ఉన్నత దశలో ఉన్నారు, వారు దేశంలోని పెద్ద ప్రాంతాన్ని పాలించినట్లు చరిత్ర నుండి కూడా తెలుసు. మహారాష్ట్ర మొత్తం పాములకు నిలయం. ఇక్కడి ప్రజలు, ఇక్కడి రాజు పాములు. క్రీస్తు తొలి శతాబ్దాలలో ఆంధ్ర దేశం మరియు దాని పొరుగు ప్రాంతాలు నాగుల ఆధీనంలో ఉండేవని అనేక ఆధారాలు సూచిస్తున్నాయి. శాతవాహనులు మరియు వారి బుతుకుల శాతకర్ణి వారసుల రక్తం పాము రక్తం. డా. హెచ్. సి. రాయ్ చౌదరి సూచనల మేరకు శాతవాహన వంశానికి చెందిన పౌరాణిక ప్రతినిధి శాలిహరన్‌ను పూనియా శతపుకలిలా బ్రాహ్మణుడు మరియు సర్ప కలయిక నుండి జన్మించినట్లు అంగీకరించారు. వారి వంశావళిలో కనిపించే 'పాముల' ఉదాహరణల ద్వారా ఇది బాగా నిరూపించబడింది.

శాతవాహనుల రాజ్యం చివరి రోజుల్లో సర్పాలు చాలా శక్తివంతంగా మారాయని అనేక సంఘటనలు రుజువు చేస్తున్నాయి. శాతవాహన వంశానికి చెందిన ప్రధాన ఆశాకు చివరి రాజు పులుమావి పాలనలో స్కంద అనే రాజు

పరిపాలించాడు. రెండవది, చుటు రాజు కుమార్తె నాగ ములానిక గురించి ప్రస్తావించబడింది, ఆమె శివ కంద్ నాగ్-శ్రీ అనే తన కొడుకుతో కలిసి పామును బహుమతిగా ఇచ్చిందని, రాజవంశంలోని తెలిసిన రాజులందరి పేర్లు ఒకటే. ఇది పాములతో సన్నిహిత సంబంధాన్ని రుజువు చేస్తుంది. మూడవది, సోరింగోయి రాజధాని ఉరగ్‌పూర్ పేరు, ఇది ఏ నాగ రాజుకు చెందిన ప్రత్యేక రాజ్యం కాదని, ఇది చాలా కాలంగా స్థిరపడిన ప్రాంతంలో నాగాల కాలనీ అని చూపిస్తుంది.

కరాచీకి సమీపంలో 'మజెరిక్' అనే నాగా ప్రాంతం ఉండేదని సింహళ మరియు సియామీ బౌద్ధ గ్రంథాల ద్వారా కూడా మనకు తెలుసు.

నాల్గవ శతాబ్దపు మూడవ మరియు ప్రారంభ భాగంలో ఉత్తర భారతదేశాన్ని కూడా అనేక మంది నాగా రాజులు పరిపాలించారు. ఇది పురాణాలు, పురాతన నాణేలు మరియు పురాతన రచనల ద్వారా రుజువు చేయబడింది. విదిష (ప్రస్తుత భిల్సా) మూడు స్వతంత్ర రాష్ట్రాలు - చంపావతి, పద్మావతి మరియు మధుర వాటి ప్రాముఖ్యత గురించి ఎటువంటి సందేహం లేని విధంగా స్పష్టంగా పేర్కొనబడ్డాయి. భర్షివ్ వంశానికి చెందిన ఏకైక రాజు భావనాగ్ పేరు కూడా పాములకు సంబంధించినది. రెండవ సమూహం యొక్క నాణేల గురించి మనం వివాదంలోకి ప్రవేశించడం లేదా అలహాబాద్ స్తంభంలోని అచ్యుత గణపతి సర్పం మరియు ఈ పురాణ రాజులతో పాటు నాగసేన్‌లను కనుగొనడం ఇక్కడ సాధ్యం కాదు. ప్రాచీన భారతీయ చరిత్రలో పేర్కొన్న అన్ని సర్పములలో, నాల్గవ శతాబ్దానికి చెందిన సర్ప కుటుంబాలు అత్యంత ముఖ్యమైనవి మరియు చారిత్రక ఆధారితమైనవి. మాకు తెలియజేయండి

లాహోర్ రాగి నాణేనికి చెందిన నాగ్-భట్ మరియు అతని కుమారుడు మహారాజ్ మౌహేశ్వర్ నాగ్ పైన పేర్కొన్న మూడు కుటుంబాలలో దేనికైనా చెందినవా లేదా మరొక ప్రత్యేక నాగ్-కుటుంబానికి చెందినవా అని కాదు. కానీ అన్నింటికంటే ఎక్కువగా డాక్టర్ సి.సి. ఉత్తర భారతదేశంలోని నాల్గవ శతాబ్దపు కుషాన్ రాష్ట్రాలు నియో-నాగాలచే జయించబడినప్పుడు అంతరించిపోయాయనే రాయ్ నిర్ధారణకు ఇది మద్దతు ఇస్తుంది. ఈ పాములు ఉత్తరాయణంలోని వివిధ ప్రాంతాలలో పాలించి ఉండాలి. తరువాత, వారు కూడా సముద్రగుప్తుని దళాలచే ఓడిపోయారు.

ఏది ఏమైనప్పటికీ, స్కందగుప్తుని కాలం నాటికి, మనకు అంతర్వేది గవర్నర్‌గా ఒక సర్వనాగుడు కనిపిస్తాడు. సౌరాష్ట్ర చుట్టూ నాగాల తిరుగుబాటు, ప్రత్యేకించి

భరుక్చాలో ఆరవ శతాబ్దం నాటికి అణచివేయబడింది. క్రీ.శ.570లో దత్త ప్రథమ్ గుర్జర్ నాగులను నిర్మూలించాడు. వారిని త్రిహుల్లక్ లేదా భరూచ్ పాలించిన అడవి ప్రజలుగా పరిగణిస్తారు. క్రీ.శ. 645 నాటి ధృవసేన II యొక్క విరాళ లేఖలో ప్రభాత్ శ్రీనాగ్ దూతగా పేర్కొనబడ్డాడు.

తొమ్మిదవ శతాబ్దంలో, పాములు రెండవసారి ప్రాముఖ్యతను సంతరించుకున్నాయి, ముఖ్యంగా మధ్య భారతదేశంలో. 1800 ADలో, కౌశల్ ఆధారిత శ్రీపూర్‌కు చెందిన మహారాజ్ ఆప్తదేవ్ నాగ రాజవంశాన్ని ఓడించాడు. కొంతకాలం తర్వాత, బెంగాల్ రాతి శాసనాలలో కూడా పాముల గురించి రెండు ప్రస్తావనలు మనకు కనిపిస్తాయి. రాజ్‌గంజ్‌లోని మహామండలిక్ ఈశ్వర్ ఘోష్ ఖాతా అధికారి ఘోష్‌నాగ్ కుటుంబాన్ని మాకు పరిచయం చేశారు.

ఇది పదకొండవ శతాబ్దానికి చెందినదని భావిస్తున్నారు. పన్నెండవ శతాబ్దానికి చెందిన హరివామ్‌దేవ్ మంత్రి అయిన భట్ భవదేవ్ యొక్క భువనేశ్వర్-ప్రశస్తిలో కూడా అతనిచే సర్పాలను నాశనం చేయడం గురించి ప్రస్తావించబడింది. రాంపాల్ ద్వారా భవభూషణ్-సంతాతి రాజ్యం ఉత్కల్ విజయం గురించి కూడా రామచరిత్ర మానస్ ప్రస్తావిస్తుంది. అయితే ఇక్కడ అతను పామునా లేక చంద్రుడా అనే విషయంపై స్పష్టత లేదు. ఇవి ఎక్కువ ప్రసిద్ధి చెందినవి కాబట్టి ఇవి సర్పాలుగా ఉండే అవకాశం ఉంది.

పదవ నుండి పన్నెండవ శతాబ్దం వరకు, సెంట్రాక్, సింధ్ లేదా చిందాక్ కుటుంబానికి చెందిన వివిధ శాఖలు క్రమంగా మధ్య భారతదేశంలోని వివిధ ప్రాంతాలకు, ముఖ్యంగా బస్తర్‌కు వ్యాపించాయి. పదవ శతాబ్దపు శాసనాలు బేగూర్ యొక్క నాగరక్షలను కూడా వివరిస్తాయి. అతను పశ్చిమ గంగ రాజు అరియప్ప తరపున వీర్ మహేంద్రతో పోరాడాడు మరియు యుద్ధంలో కీర్తిని పొందాడు. 'భావసాహసంక్ - చరిత్ర' యొక్క సాక్ష్యాన్ని సరిగ్గా అంగీకరించినట్లయితే, సింధూరాజ్ పర్మర్ రాణి తండ్రి సర్పరాజు ఈ సమయంలో నర్మదా తీరంలో రత్నావతిలో పాలించి ఉండాలి.

ద్రవిడ్ ఎవరు? అవి పాములకు భిన్నంగా ఉన్నాయా? లేక ఈ ఇద్దరి పేర్లు ఒకే జాతికి చెందిన వ్యక్తులా? ద్రావిడులు మరియు నాగులు రెండు వేర్వేరు జాతులు అని ప్రజాదరణ పొందిన నమ్మకం లేదా ఆలోచన. ఈ ఆలోచన ప్రజలకు వింతగా అనిపిస్తుంది, కానీ ఇప్పటికీ ద్రవిడ్ మరియు నాగ్ రెండు వేర్వేరు పేర్లు, జాతి ఒకటే.

ద్రావిడ్ మరియు నాగ్ ఒకే జాతికి చెందిన రెండు వేర్వేరు పేర్లని చాలా కొద్ది మంది మాత్రమే అంగీకరించగలరు మరియు ద్రావిడులను 'నాగాలు' అని

అంగీకరించే వారు తక్కువ. దక్షిణ భారతదేశంపై మాత్రమే కానీ ఉత్తర మరియు దక్షిణ భారతదేశంపై అధికారం ఉంది. అయితే ఇది చారిత్రక సత్యం. ఈ సమయంలో పండితుల అభిప్రాయాలు ఏమిటి? ప్రముఖ పండిట్ శ్రీ దీక్షితార్ తన వ్యాసంలో 'సౌత్ ఇండియా ఇన్ రామాయణం' అని రాశారు -

"నాగాలు - మరొక సమూహం, ఇది అర్ధ-అతీంద్రియమైనది, మరియు జాతి చిహ్నం పాము, వాయువ్యంలో తక్షిలా నుండి ఈశాన్యంలో అస్సాం వరకు మరియు సింహళం మరియు దక్షిణ భారతదేశంలో కూడా ఒక సమయంలో భారతదేశం అంతటా వ్యాపించింది. వారు సింహళం మాత్రమే కాకుండా ప్రాచీన మలబార్ ప్రాంతాలలో కూడా ఆధిపత్యం చెలాయించారు నాగులు వారి అందానికి ప్రసిద్ధి చెందారు, వారు మొదటి శతాబ్దంలో శక్తి మరియు కీర్తిని పొందారు." ఓల్డ్‌హామ్ ఈ విషయంపై లోతైన అధ్యయనం చేశారు. అతని కింది ప్రకటన ఈ అంశంపై మరింత వెలుగునిస్తుంది.

"ప్రాచీన కాలం నుండి, ద్రావిడ ప్రజలు మూడు భాగాలుగా విభజించబడ్డారు - చెరు, చోళ మరియు పాండి. చెర్ లేదా సైర్ (ప్రాచీన తమిళంలో సారె) 'నాగ్'కి సమానం. చైర్మన్‌డల్, నాగదీప్ మరియు నాగప్రదేశ్. ఇది స్పష్టంగా చూపిస్తుంది. దక్షిణ ద్రావిడులు అసురుల నుండి ఉద్భవించారు, వారు తమను తాము చెరు లేదా సియోరి అని పిలుచుకునే వారు చాలా పురాతనమైన జాతి అని చెప్పకుంటారు నాగులు గంగా లోయలో ఎక్కువ భాగంపై నియంత్రణ కలిగి ఉన్నారని మరియు ముస్లింల దండయాత్ర యొక్క కల్లోలభరిత రోజులలో వారి హక్కులను కోల్పోయారని వారు నమ్ముతారు మరియు వారికి ఎటువంటి భూమి లేదు వారి ద్రావిడ సోదరుల.

చేరులకు అనేక ప్రత్యేక ఆచారాలు ఉన్నాయి. వారిలో నేపాల్‌లోని లిచ్చావిస్ మరియు నెవార్స్‌తో వారిని అనుసంధానించే విధంగా ఒకటి ఉంది. అంటే ఐదు లేదా ఆరు ఇండ్ల నుండి 'రాజు'ని ఎన్నుకోవడం, తిలకం తదితరాలతో పట్టాభిషేకం చేయడం. లిచ్చవిస్ మరియు నెవారిస్ ఇద్దరూ దక్షిణాది ద్రావిడుల మాదిరిగానే అనేక ఆచారాలు మరియు సంప్రదాయాలను కలిగి ఉన్నారు. అందరూ పాములను పూజిస్తారు. కాశ్మీర్‌లోని నీల్ కోబ్రాకు నేపాల్‌లో కర్కోటక్ కోబ్రాకు అదే స్థానం ఉంది. లిచ్చవిస్ యొక్క

రాజధాని వైశాలికి పాము రక్షక దేవత కూడా. లిచ్చావిస్ మరియు నెవార్ల వివాహ సంబంధాలు తమిళ ప్రజలతో సమానంగా ఉంటాయి మరియు వారి

సాధారణ మూలం విషయంలో చాలా బరువు కలిగి ఉంటాయి. నెవార్లలో, ఒకప్పుడు పంజాబ్‌లోని ఆరాట్‌లు, బహిక్స్ మరియు తఖాస్‌లో ఉన్నట్లుగా, మాతృ రేఖ ప్రకారం ఆస్తిపై హక్కు ఉంది. అతని స్వంత కొడుకు మరియు అతని వారసుడు కాదు

అతని సోదరి కుమారుడు వారసుడు. ఇది ఇప్పటికీ ద్రావిడ సంప్రదాయం. కొంచెం లోమనం చెప్పవలసి వస్తే, అదే యుగానికి చెందిన ద్రావిడ రచయిత శ్రీ బాలకృష్ణ నయ్యర్ గారు. ప్రజలు దాదాపు ప్రతి ముఖ్యమైన విషయంలోనూ నెవారి బంధువులుగా కనిపిస్తారు. ఇవి కాకుండా, దక్షిణాదిలోని నాగాలను ఉత్తరాది ప్రజలతో కలిపే ఇతర లింకులు కూడా ఉన్నాయి. చంబల్ నదికి సమీపంలోని కన్వాలో కల్నల్ టాడ్ కనుగొన్న శాసనం ప్రకారం, సరాయ్ తెగకు చెందిన తఖ్యాను 'శైలేంద్ర' అనే రాజు పాలించాడు. ఈ 'పార్టీ' శక్తిమంతులలో ప్రసిద్ధి చెందింది. ఈ తఖ్యా లేదా తఖ్ హ్యుయెన్ త్సాంగ్ వచ్చాడు మరియు ఇంతకు ముందు ప్రస్తావించబడిన పంజాబ్ రాష్ట్రం. దీనిని బట్టి తార్‌లోని 'నాగ్' ప్రజలను 'సారయ్' అని కూడా పిలిచినట్లు తెలుస్తోంది.

అప్పుడు బయటి హిమాలయాలలో, సట్లేజ్ మరియు వ్యాస్ లోయల మధ్య, సరాజ్ లేదా సురేజ్ అనే ప్రాంతం ఉంది. ఇందులో నాగదేవతలకు ప్రత్యేక పూజలు ఉన్నాయి. ఎగువ చీనాబ్ లోయలో మరొక 'స్యూరాజ్' ఉంది. అక్కడ కూడా పాములను పూజించే వారు మాత్రమే ఉంటారు.'సరజ్' లేదా 'స్యూరజ్' అనేది కల్నల్ టాడ్ శాసనంలోని 'సారయ్' అని తెలుస్తోంది. 'తప్పకుండా' అనేది గంగా లోయలోని 'చెరు' ప్రజల మరొక పేరు. చెర్ లేదా నాగా ప్రజల పాత తమిళ పేరు 'సారే' కూడా అదే ధ్వనిస్తుంది. అందువల్ల 'సరే' లేదా 'తఖ్య' అనేది సట్లెజ్ లోయలోని 'సరజ్', గంగానది 'సరజ్' అని స్పష్టమవుతుంది. దక్షిణాదిలోని సయోరి లేదా చెరు మరియు చేరాస్, సెరెర్స్ మరియు కేరళలు అన్నీ పాములను ఆరాధించే వ్యక్తుల యొక్క విభిన్న శాఖలు. హిమాలయ ప్రాంతంలోని కొన్ని మాండలికాలలో, 'కిర్' లేదా 'కిరి' అంటే పాము అని కూడా గమనించవచ్చు. ఈ పదం నుండి 'కిరాత్' అనే పదం వచ్చింది. 'రాజతరంగిణి'లో ఈ పదాన్ని హిమాలయాల ప్రజలకు ఎక్కువగా వాడారు. ఈ పదం కాశ్మీర్ లేదా చుట్టుపక్కల ప్రజలను సూచించడానికి వచ్చింది. బరహమిహిర్ 'కీరో' గురించి కూడా ప్రస్తావించాడు. ప్రో. కీల్ హార్న్ ప్రచురించిన రాగి ఫలకంలో కూడా ఇది ప్రస్తావించబడింది.

బైజ్నాథ్ ఆలయం కాంగ్రా లోయలో ఉంది. అక్కడ ఒక శాసనంలో ఆ ప్రదేశం పేరు 'కిర్గ్రామ్'. స్థానిక మాండలికంలో అంటే పాముల గ్రామం. నాగ్ ప్రస్తుతం బైజ్‌నాథ్ మరియు చుట్టుపక్కల ప్రాంతమంతటికి ప్రసిద్ధి చెందిన దేవత కాబట్టి కిరా (పురుగు) అనే పదం నాగ్‌కి పర్యాయపదంగా ఉంది. అందువల్ల, హిమాలయాలలోని పాములను ఆరాధించే కిరాస్ దక్షిణాదిలోని ద్రావిడ కేర్, చేరా లేదా కేరళకు సంబంధించినవారని ఎటువంటి సందేహం లేదు.

పేర్ల సారూప్యత ఎల్లప్పుడూ నమ్మదగినది కాదు, కానీ మనకు వేరే ఏదో ఉంది. ఒకే పేరు ఉన్న వీళ్లంతా సూర్యవంశీ. మనియార్లందరూ పాములను నమ్ముతారు మరియు అన్ని నాగదేవతలను తమ పూర్వీకులుగా పూజిస్తారు.

పై ప్రకటన నుండి దక్షిణాది ద్రావిడులు ఉత్తరాదిలోని నాగులు మరియు అసురుల సంప్రదాయానికి చెందినవారని దాదాపుగా ఖచ్చితమైంది. దీన్ని బట్టి నాగ్, ద్రవిడ్ ఒకే కులానికి చెందిన వారని స్పష్టమవుతోంది. ఇన్ని ఆధారాలు ఉన్నప్పటికీ, ప్రజలు ఈ ఆలోచనను అంగీకరించకపోవచ్చు. ఈ ఆలోచనను అంగీకరించడంలో అతిపెద్ద కష్టం దక్షిణాది ప్రజల ద్రావిడ పేరు. దక్షిణాది ప్రజలు 'నాగాలు' అయితే, వారిని మాత్రమే 'ద్రవిడులు' అని ఎందుకు పిలుస్తారు అని వారు అడగడం సహజం. 'ద్రావిడులు', 'నాగులు' ఒకటే అయితే, దక్షిణాది ప్రజలకు కూడా 'నాగ్' అనే పదాన్ని ఎందుకు ఉపయోగించలేదు అని విమర్శకులు ఖచ్చితంగా అడుగుతారు. ఇది మిస్టరీ అనడంలో సందేహం లేదు. అయితే ఇది ఛేదించలేని రహస్యం కాదు. కొన్ని విషయాలను దృష్టిలో ఉంచుకుంటే దీనిని పరిష్కరించవచ్చు.

మొదట గమనించవలసినది భాషా పరిస్థితి. నేడు దక్షిణాది భాష, ఉత్తరాది భాష వేరు. ఇది ఎప్పుడూ ఇలాగే ఉందా? ఈ ప్రశ్నపై ఓల్డ్‌హామ్ అభిప్రాయాలు దృష్టికి అర్హమైనవి. ప్రాచీన సంస్కృత వ్యాకరణవేత్తలు ద్రావిడ ప్రాంతాల భాషని ఉత్తరాది మాండలికాలకి సంబంధించినదిగా భావించారని మరియు వారి అభిప్రాయం ప్రకారం, మనం చూసినట్లుగా, వారసులుగా కనిపించే ప్రజల భాషతో దీనికి ప్రత్యేక సంబంధం ఉందని స్పష్టమవుతుంది. అసురుల. అదేవిధంగా పాండ్య, కేకే, బహులిక, సహ్యా, నేపాల్ పైశాచి దేశాల్లో పైశాచి భాష వాడుకలో ఉంటుందని సహస్త్రచంద్రికలో లక్ష్మీధర్ చెప్పారు. కుంతల్, సుదేష్, భోట్, గాంధర్, హవే మరియు కనోజన్ అనేవి రాక్షస దేశాలు. అన్ని మాండలికాలలో పైసాచిలో సంస్కృతం చాలా తక్కువగా ఉంది.

"అసురులు మొదట్లో ఆర్యుల భాషకు భిన్నమైన భాషను మాట్లాడారని స్పష్టమైంది. ప్రొ. ముయిర్ ఋగ్వేదం నుండి అనేక భాగాలను ఉటంకించారు, ఇందులో 'గృహవద్' అనే పదాన్ని అసురుల భాష అయిన 'మృహవాద్'కు ఉపయోగించారు. నా ఉద్దేశ్యం 'లాస్ట్ స్పీచ్' అంటే, నాలుక నాశనమైన వారి మాటే, ఆర్యులు అసురుల భాషను అర్థం చేసుకోలేరనడంలో సందేహం లేదు. లేదా ఋగ్వేదంలోని రెండవ పేరాకు కూడా అదే వివరణ వర్తిస్తుంది, అందులో ఇంద్రుడిని ప్రసన్నం చేసుకోవడం ద్వారా మనల్ని దుర్వినియోగం చేసేవారిని జయించాలని చెప్పబడింది.

సత్పత్ బ్రాహ్మణంలో "రాక్షసులకు మాటలు లేనందున, వారు ఎక్కడా లేరు. వారు 'హేలవ్' అని అరిచారు. వారి ప్రసంగం చాలా అర్థం చేసుకోలేనిది. మరియు ఇలా మాట్లాడేవాడు, ఇది మ్లేచ్ఛ. కాబట్టి ఏ బ్రాహ్మణుడు అనాగరికమైన భాష మాట్లాడకూడదు, ఎందుకంటే అది రాక్షసుల భాష.

బ్రహ్మ యొక్క నోరు, చేతులు, తొడలు మరియు కాళ్ళ నుండి పుట్టిన తరగతులకు వెలుపల ఉన్నవారు, వారు మ్లేచ్ఛ భాష లేదా ఆర్య భాష మాట్లాడినా, వారు దస్యులు అని మనువు రాశాడు. మనువు కాలంలో ఆర్య భాషతో పాటు మ్లేచ్ఛ లేదా అసురుల భాష కూడా మాట్లాడేవారని దీన్ని బట్టి స్పష్టమవుతోంది. అయినప్పటికీ, మహాభారతంలో ప్రస్తావించబడిన సమయానికి, ఆర్యన్-మాట్లాడే జాతులలో అసుర భాష దాదాపుగా అంతరించిపోయేది. యుధిష్ఠిరుని ఉద్దేశించి విదుర్ మ్లేచ్ఛ భాషను ఉపయోగించాడు, అది యుధిష్ఠిరునికి తప్ప ఎవరికీ అర్థం కాలేదు.తరువాతి కాలంలో, రామ్ తార్క్ వాగీష్ వ్యాకరణవేత్త 'నాగ్ భాషలు' మాట్లాడే ప్రజలను ప్రస్తావించారు. దీని నుండి మారని అసురులు వారి మారిన సోదరులు చాలా కాలం తర్వాత వారి మతాన్ని మరియు వారి సాంప్రదాయ ఆచారాలను కాపాడుకున్నారని అంచనా వేయబడింది. ఈ మారని కులాల్లో మాత్రమే పైసాచి మాండలికాలు వాడారు, మనం ఇప్పుడే చూసినట్లుగా, ద్రావిడ-పాండ్యులు ఆ కులాలలో ఉన్నారు.

"తమిళం మరియు ఇతర సంబంధిత మాండలికాలకి ఆధారం ప్రాచీన అసుర్ భాష. సింధ్ సరిహద్దులో నివసించే 'బ్రాయి' అనే కులం వారి భాష వారి భాషకు చాలా దగ్గరగా ఉందని నిరూపించబడిన వాస్తవం కూడా దీనికి మద్దతు ఇస్తుంది. డా. కాల్డ్‌వెల్ 'బ్రూహై' అనే జాతికి చెందిన భాష కారణంగా, సింధ్ మీదుగా మధ్య ఆసియాకు దక్షిణంగా ఉన్న ద్రావిడ జాతి జాడలను మనం గుర్తించగలమని

చెప్పారు." ఈ ప్రాంతం రాక్షసులు లేదా సర్పాలకు నిలయంగా ఉండేది. ద్రావిడ రాష్ట్రాల స్థాపకులు ఈ జాతికి చెందినవారే అయి ఉండాలి. "మేము సేకరించిన అన్ని ఆధారాలను పరిశీలిస్తే, దక్షిణాది ద్రావిడులు మరియు ఉత్తరాదిలోని అసురులు లేదా నాగులు ఒకే సంప్రదాయానికి చెందిన వ్యక్తులు అని మాత్రమే నిర్ధారణ అవుతుంది."

గమనించదగ్గ రెండో విషయం ఏమిటంటే 'ద్రావిడ్' అసలు పదం కాదు. ఇది 'తమిళం' అనే పదానికి సంస్కృత రూపం. అసలు 'తమిళం' అనే పదం సంస్కృతంలోకి వచ్చినప్పుడు అది 'దమిల్'గా మారి 'దమిల్' అనేది 'ద్రావిడియన్' అయింది. 'ద్రావిడ' అనే పదం ప్రజల భాషకు పేరు. దాని నుండి 'జాతి' అనే భావన లేదు.

గుర్తుంచుకోవలసిన మూడవ విషయం ఏమిటంటే, 'తమిళం' లేదా 'ద్రావిడియన్' అనేది దక్షిణ భారతదేశ భాష మాత్రమే కాదు, ఆర్యులు రాకముందు, ఇది మొత్తం భారతదేశ భాష, మరియు కాశ్మీర్ నుండి రామేశ్వరం వరకు మాట్లాడేవారు. ఆర్యులు మరియు నాగుల మధ్య ఉన్న సంబంధం మరియు అది నాగులు మరియు వారి భాషపై చూపిన ప్రభావం తరువాత గమనించవలసిన విషయం. ఇది వింతగా అనిపించవచ్చు, కానీ ఉత్తరాది నాగులపై ఈ సంబంధం యొక్క ప్రభావం దక్షిణ భారతదేశంలోని నాగాలపై పూర్తిగా భిన్నంగా ఉంది. ఉత్తరాది నాగులు తమ మాతృభాష 'తమిళం'ను వదిలి సంస్కృతాన్ని స్వీకరించారు. దక్షిణాదిలోని నాగులు తమ మాతృభాష తమిళం మరియు ఆర్యులను అంటిపెట్టుకుని ఉన్నారు

సంస్కృత భాషను స్వీకరించలేదు. ఈ వ్యత్యాసం తమిళంపై దృష్టి కేంద్రీకరించినట్లయితే, 'ద్రవిడియన్' అనే పేరు దక్షిణ భారతదేశంలోని ప్రజలకు మాత్రమే ఎందుకు వర్తించబడిందో అర్థం చేసుకోవడంలో సహాయపడుతుంది? ఉత్తర భారతదేశంలోని నాగులను 'ద్రావిడ' పేరుతో సంబోధించాల్సిన అవసరం లేదు, ఎందుకంటే వారు ద్రావిడ భాష మాట్లాడటం మర్చిపోయారు. కానీ దక్షిణాది నాగుల విషయానికి వస్తే, వారిని 'ద్రవిడియన్' అని పిలవడానికి రెండు కారణాల వల్ల సమర్థన మిగిలిపోయింది. మొదటిది, వారు 'ద్రావిడ' భాషకు అతుక్కుపోయారు, రెండవది, ఉత్తరాది నాగులు దానిని విడిచిపెట్టిన తర్వాత, 'ద్రావిడ' భాషలు మాట్లాడే వారు మాత్రమే మిగిలారు. దక్షిణాది ప్రజలను 'ద్రావిడులు' అని పిలవడానికి అసలు కారణం ఇక్కడ ఉంది. 'ద్రావిడ్' అనే పదాన్ని దక్షిణాది

ప్రజలకు ప్రత్యేకంగా ఉపయోగించడం వల్ల 'నాగ్' మరియు 'ద్రవిడ్' ఒకే వ్యక్తులు అని అదృశ్యం కాకూడదు. వారు ఒకే సంఘానికి చెందిన రెండు వేర్వేరు పేర్లు. నాగ అనేది వారి కుల-సాంస్కృతిక పేరు, మరియు 'ద్రావిడ భాష- గాట్.

ఈ విధంగా, 'దాస్' అంటే నాగులు మరియు నాగులు 'ద్రవిడులు'. మరో మాటలో చెప్పాలంటే, ఆర్య మరియు నాగ అనే రెండు జాతులు మాత్రమే ఉన్నాయని మనం భారతదేశంలోని జాతుల గురించి మాత్రమే చెప్పగలం. మిస్టర్ రైస్ ఆలోచన నిరాధారమైనదని రుజువైంది. ఈ ఆలోచన భారతదేశంలో మూడు జాతులను అంగీకరిస్తుంది, అయితే వాస్తవానికి రెండు జాతులు మాత్రమే ఉన్నాయి.

ద్రావిడుల రాకకు ముందు భారతదేశంలో మూడవ గిరిజన కులం నివసించిందని అంగీకరించినప్పటికీ, ఈ ద్రావిడ పూర్వ ఆదివాసీలు నేటి 'అంటరానివారి' పూర్వీకులు అని చెప్పగలరా? నిజం తెలుసుకోవడానికి, మనకు రెండు ఆధారాలు ఉన్నాయి - ఒకటి 'మానవశాస్త్ర' మరియు మరొకటి 'జాతిశాస్త్ర'.

మానవ అనాటమీ దృక్కోణం నుండి భారతీయ ప్రజలను పరిగణనలోకి తీసుకుంటే, ప్రొ. ఘురే తన 'క్యాస్ట్ అండ్ రేస్ ఇన్ ఇండియా' అనే పుస్తకంలో కొన్ని దృష్టిని ఆకర్షించే విషయాలు చెప్పారు. ఇలా - "యునైటెడ్ ప్రావిన్స్‌లోని బ్రాహ్మణుడిని ప్రాచీన ఆర్యుల మాదిరి ప్రతినిధిగా పరిగణించి, అతనితో పోల్చడం ప్రారంభిస్తాము. నాసికా ప్రమాణాలను దృష్టిలో ఉంచుకుంటే, యునైటెడ్ ప్రావిన్సెస్‌లోని క్షత్రియుడు తప్ప, అతను పంజాబ్‌లోని చుహ్రా, చుహ్రా మరియు ఖత్రీల మధ్య పరిమాణంలో ఉన్న తేడా, భౌతిక కోణంలో కాకుండా, ఒక బ్రాహ్మణుడి కంటే కొంచెం తక్కువగా ఉంటుంది అగ్రవర్ణాలు, యునైటెడ్ ప్రావిన్స్‌లోని బ్రాహ్మణులు మరియు ఇతర రాష్ట్రాల ఖత్రీల మధ్య పోలికలను పరిశీలిస్తే, యునైటెడ్ ప్రావిన్స్‌లోని బ్రాహ్మణులు మరియు బ్రాహ్మణుల కొలతలను పరిశీలిస్తే, పంజాబ్‌లోని చుహ్రాస్ మరియు ఖత్రీల సామీప్యత మరింత స్పష్టంగా కనిపిస్తుంది బీహార్‌లో, అది చాలా పోలి ఉండవచ్చు.

అవసరం అయితే యునైటెడ్ ప్రావిన్స్‌లోని బ్రాహ్మణులకు మరియు పంజాబ్‌లోని చుహ్రాలకు ఉన్నంత వ్యత్యాసం వారి మధ్య ఉంది. లో చారిత్రక ప్రాతిపదికన మేము బీహార్ యునైటెడ్ ప్రావిన్స్ చుట్టూ ఉండాలని అర్థం చేసుకున్నాము. కానీ ఇండెక్స్‌ని చూస్తే కుర్మీ బ్రాహ్మణుడికి దగ్గరగా ఉన్నట్లు కనిపిస్తుంది చమర్ మరియు డోమ్ చాలా దూరంలో ఉన్నారు. కానీ ఇక్కడ చమర్

బ్రాహ్మణుడికి ఉమ్మడిగా దూరంగా లేడు యునైటెడ్ ప్రావిన్స్ యొక్క బ్రాహ్మణ నుండి ప్రావిన్స్ యొక్క చమర్. బెంగాల్ సూచీని పరిశీలిస్తే స్పష్టమవుతుంది

చండాలుడు సామాజిక నిచ్చెన యొక్క దిగువ ఆరవ స్థాయిలో ఉన్నాడని, అతని స్పర్శ ఒక వ్యక్తిని అపవిత్రుడిని చేస్తుంది.

అతనికి బ్రాహ్మణునికి పెద్దగా తేడా లేదు. రెండో తరగతిలో ఉన్న కాయస్థ వారికి నామమాత్రపు ప్రాముఖ్యత. తేడా ఉంది. బొంబాయిలో ఒక దేశస్థ బ్రాహ్మణుడు చిత్పవన్ బ్రాహ్మణునికి మత్స్యకారుని వలె సన్నిహితంగా ఉంటాడు. కులం కొడుకు-కోలి. మరాఠా ప్రాంతంలోని అంటరాని కులమైన మహర్‌ల కుంబీ అని రైతు కులం. తో రెండవ సంఖ్య. ఆ తర్వాత షెన్వీ బ్రాహ్మణులు, అగ్రవర్ణ మరాఠాలు వస్తారు. అది ఫలితాలు కొంత కాలం చెల్లినవి. సాధారణంగా చెప్పాలంటే, దీని అర్థం సామాజికం

ఎత్తు మరియు ఎత్తు మరియు భౌతిక వ్యత్యాసం మధ్య అనురూప్యం లేదు.

చివరగా మద్రాసు తీసుకుందాం. ఇక్కడ మనం వేర్వేరు భాషా ప్రాంతాలను విడిగా పరిగణించాలి, ఎందుకంటే వివిధ ప్రాంతాలలో సామాజిక అసమానత స్థాయి భిన్నంగా ఉంటుంది. మిస్టర్ రిస్లీ మరియు ఇ. థర్స్టన్ గణించిన కులాల సగటు క్రమం క్రింది విధంగా ఉంది - కాపు, సేల్, మాల గొల్ల, మాదిగ్, ఫోగత మరియు కోమటి.

వారి సామాజిక స్థితిని బట్టి వారి క్రమం క్రింది విధంగా ఉంటుంది. బ్రాహ్మణులు, కోమటి, గొల్ల, కాపు మరియు ఇతరులు మరియు సాలె, ఫాగోట మరియు ఇతరులు.మాల, మాదిగులు తెలుగు ప్రాంతానికి చెందిన వారు కాబట్టే అత్యల్ప హోదాలో ఉన్నారు. కన్నడ

రాష్ట్రంలో నాసికా కొలత ప్రకారం ఇది క్రమం.

కన్నడ స్మార్త, బ్రాహ్మణ, బంటు, బిల్లివ, మండే, బ్రాహ్మణ, బొక్కలింగ, గ్నిగలి, బంజిగ్, పంచల్, కుర్హా, హోలియా, దేశస్థ, బ్రాహ్మణ, సోరెప్య మరియు బీదర్.

సామాజిక సోపానక్రమం ప్రకారం, కులాల క్రమం క్రింది విధంగా ఉంటుంది - బ్రాహ్మణ, బంట్, బొక్కలింగ, తోరేపియు మొదలైనవి, కురుబ మరియు గణిక, బడిగ మరియు కుంభ్, సెల్గా, కాట్లీవా, బేడ, హోలే. మనం చూసినప్పుడు ఈ పోలిక ప్రాముఖ్యత మరింత పెరుగుతుంది. కన్నడ అంటరానివారి నాసికా కొలత 75.1 మరియు అత్యధిక బ్రాహ్మణుడిది 71.5, మరియు హిందువులుగా మారిన తర్వాత వారు పొందిన అడవిలోని కుంభం మరియు సోల్గా యొక్క నాసికా కుహరం ఆ ప్రదేశంలో ఉంది. - కొలతలు 86.1 మరియు 85.1.

వారి నాసికా కొలతల ప్రకారం తమిళ కులాల క్రమం క్రింది విధంగా ఉంటుంది:- అంబట్టన్, వెల్లై, ఇడియన్, అగముడైయాన్, తమిళ బ్రాహ్మణ, పల్లి, మలయాళీ, షానన్ మరియు పారాయణ మాదిరి యొక్క నాలుగు మలయాళ కులాల నాసికా క్రమం క్రింది విధంగా ఉంది - తియాన్ 75, నంబూద్రి 75.5, నయ్యర్ 76.7, చారుమాన్ 77.21. నంబూద్రి, నయ్యర్, థియాన్, చారుమాన్, ట్రావెన్కోర్ల ఆటవిక కులమైన కనికర్ల ముక్కు - 84.6. ఆ విధంగా చారుమాన్ (అంటరానివాడు) కణికర్ కంటే బ్రాహ్మణ జాతికి చెందినవాడు.

పైన పేర్కొన్న ఉదాహరణలలో ఇతర కులాల గురించి చెప్పిన వాటిని పక్కనబెట్టి, అంటరానివారి గురించి చెప్పిన వాటిపై మాత్రమే శ్రద్ధ వహిస్తే, పంజాబ్‌లోని చుహ్రాల నాసికా కొలతలు యుక్త్‌లోని బ్రాహ్మణుల మాదిరిగానే ఉన్నాయని స్పష్టమవుతుంది ప్రావిన్స్. బీహార్‌కు చెందిన చెప్పులు కుట్టే వ్యక్తి ముక్కు పరిమాణం తమిళనాడు బ్రాహ్మణుడి జాతికి చెందినది. మానవ శరీర నిర్మాణ శాస్త్రం ఏదైనా కులానికి చెందిన జాతిని నిర్ణయించడానికి నమ్మదగిన శాస్త్రం అయితే, ఈ శాస్త్రాన్ని హిందూ సమాజానికి వర్తింపజేయడం వల్ల అంటరానివారు 'ఆర్యులు' మరియు 'ద్రవిడులు' వేర్వేరు జాతులు అని రుజువు చేయరు. ఈ నాసికా కొలతలు ఖచ్చితంగా బ్రాహ్మణులు మరియు అంటరానివారు

ఒకే జాతికి చెందినవని రుజువు చేస్తాయి. అనుసరించే ఏకైక ఫలితం ఏమిటంటే, బ్రాహ్మణులు ఆర్యులైతే, అంటరానివారు కూడా ఆర్యులే; బ్రాహ్మణులు 'ద్రావిడులు' అయితే, అంటరానివారు కూడా ద్రావిడులే, మరియు బ్రాహ్మణులు నాగులైతే, అంటరానివారు కూడా నాగే, ఈ పరిస్థితిలో మిస్టర్ రైస్ సిద్ధాంతం నిరాధారమని రుజువైంది. అంటరానితనానికి ఆధారమైన జాతి అనే సిద్ధాంతం మానవ శరీరధర్మ శాస్త్రానికి విరుద్ధంగా ఉండటమే కాకుండా, భారతదేశ జాతుల గురించి మనకు ఉన్న సమాచారం నుండి ఎటువంటి మద్దతును పొందదు.

భారతదేశ ప్రజలు ఒకప్పుడు 'పార్టీల' ప్రాతిపదికన వ్యవస్థీకృతమై ఉండేవారని, ఇప్పుడు 'పార్టీలు' 'కులాల' రూపాన్ని తీసుకున్నప్పటికీ, పార్టీల సంస్థ ఇప్పటికీ సురక్షితంగా ఉందని అందరికీ తెలుసు. ప్రతి సమూహాన్ని సమూహాలుగా విభజించారు మరియు సమూహాలను కుటుంబాల సమూహాలుగా రూపొందించారు. ప్రతి కుటుంబ సమూహానికి దాని స్వంత చిహ్నం ఉంటుంది, అది యానిమేట్ అయినా లేదా నిర్జీవమైన వస్తువు అయినా. తమలో తాము ఒకే విధమైన సాధారణ సంకేతాలను కలిగి ఉన్నవారు, వారు వివాహేతర క్రమం యొక్క

సమూహంగా నిర్వహించబడ్డారు, దీనిని మనం 'గోత్ర' లేదా 'కుల్' అని పిలుస్తాము. ఒకే గోత్రాన్ని కలిగి ఉన్న కుటుంబాలు వివాహం చేసుకోవడానికి అనుమతించబడవు ఎందుకంటే వారు ఒకే పూర్వీకుల నుండి వచ్చిన వారని మరియు వారి సిరల్లో అదే రక్తం నడుస్తుందని నమ్ముతారు. దీన్ని దృష్టిలో ఉంచుకుని, వివిధ కులాల గుర్తులను అధ్యయనం చేస్తే, జాతిని నిర్ణయించడంలో అవి ముక్కు యొక్క కొలతగా మంచి ప్రమాణంగా ఉపయోగపడతాయి.

దురదృష్టవశాత్తు, సామాజిక శాస్త్ర పరిశోధకులు ఈ చిహ్నాలకు మరియు వివిధ కులాలుగా విభజించడానికి ఎటువంటి శ్రద్ధ చూపలేదు. ఈ నిర్లక్ష్యానికి ప్రధాన కారణం హిందూ సామాజిక వ్యవస్థ యొక్క నిజమైన యూనిట్ మరియు హిందూ సమాజానికి పునాది 'ఉప-కులం' అని జనాభా గణన కమిషన్లు వ్యాపింపజేసిన ఆలోచన, ఆ ఉపకులానికి వెలుపల ఎవరూ వివాహం చేసుకోకూడదనే నియమం. ఇంతకంటే పెద్ద తప్పు మరొకటి ఉండదు. హిందూ సమాజం యొక్క యూనిట్

ఇది 'ఉపకులం' కాదు, వివాహేతర నియమం ఆధారంగా ఏర్పడిన కుటుంబం. ఈ కోణంలో, హిందూ కుటుంబం యొక్క పార్టీ సంస్థ ఉపకులం ఆధారంగా సామాజిక సంస్థ కాదు. హిందూ కుటుంబంలో, వివాహంలో, వంశం మరియు గోత్రానికి మాత్రమే ప్రాథమిక ప్రాముఖ్యత ఇవ్వబడుతుంది, 'కులం' మరియు 'ఉప-కులం' అనే ఆలోచన ద్వితీయ స్థానంలో ఉంటుంది. హిందూ సమాజంలోని వంశం మరియు గోత్రం ప్రారంభ సమాజంలోని పార్టీ చిహ్నాల మాదిరిగానే ఉంటాయి. హిందూ సమాజం ఇప్పటికీ దాని సంస్థ పరంగా పార్టీ ఆధారితంగా ఉందని ఇది చూపిస్తుంది. కుటుంబమే అతని పునాది. అతను బాహ్య వివాహ క్రమాన్ని అనుసరించాలి. 'కులం' మరియు 'ఉపకులం' అనేవి సామాజిక సంస్థలు, ఇవి పార్టీ సంస్థపై పై నుండి విధించబడ్డాయి. వారు అమలు చేసే చట్టవిరుద్ధ వివాహ నియమాలు పార్టీ అంతర్గత సంస్థపై ప్రభావం చూపుతాయి.

వంశం మరియు వంశం ఆధారంగా బాహ్య వివాహ నిషేధం యొక్క నియమం నిషేధించబడలేదు. 'ఉపకులం' కంటే 'కుటుంబం' ముఖ్యమనే వాస్తవాన్ని అంగీకరించడం యొక్క ప్రాముఖ్యత స్పష్టంగా ఉంది. ఇది హిందూ కుటుంబాలలో ప్రబలంగా ఉన్న వంశాలు మరియు గోత్రాల పేర్లను అధ్యయనం చేస్తుంది. ఈ రకమైన అధ్యయనం భారతదేశ ప్రజల జాతి ఆకృతిని అధ్యయనం చేయడంలో గొప్ప సహాయం చేస్తుంది. ఒకే వంశం, గోత్రం వివిధ కులాల్లో కనిపిస్తే సామాజిక

కోణంలో కులాలు వేరైనప్పటికీ జాతి కోణంలో మాత్రం ఒకటేనని చెప్పవచ్చు. అలాంటి రెండు అధ్యయనాలు జరిగాయి. ఒకటి మహారాష్ట్రలో మిస్టర్ రిజ్లే మరియు పంజాబ్‌లో ఒకటి హురోజ్ ద్వారా. రెండు అధ్యయనాల ఫలితాలు అయాస్ లేదా ద్రావిడుల నుండి అంటరానివారు ప్రత్యేక జాతి అనే సిద్ధాంతాన్ని పూర్తిగా ఖండించాయి. మహారాష్ట్రలోని ప్రధాన జనాభా మరాఠాలు. మహర్లు మహారాష్ట్ర అంటరానివారు. ఈ ఇద్దరి జాతి అధ్యయనంలో ఇద్దరూ ఒకే వంశానికి చెందినవారని తేలింది. వాస్తవానికి, ఏకరూపత చాలా ఎక్కువగా ఉంది, మరాఠాలలో మహర్‌లలో లేని ఒకే వంశం లేదు మరియు మహర్‌లలో మరాఠాలలో లేని వంశం కూడా లేదు. అదేవిధంగా పంజాబ్‌లో జాట్‌ల జనాభా ఎక్కువ. మతపరమైన సిక్కులను 'అంటరానివారు'గా పరిగణిస్తారు. వీరిలో ఎక్కువ మంది చెప్పులు కుట్టే వారు. ఇద్దరికీ ఒకే గోత్రం ఉందని జాతి పరిశోధనలు వెల్లడిస్తున్నాయి. ఈ విషయాలన్నీ నిజమైతే అంటరానివారు వేరే 'జాతి'కి చెందినవారు అని ఎలా చెప్పాలి. నేను చెప్పినట్లు, ఈ రాశులకు, వంశాలకు, గోత్రాలకు ఏదైనా అర్థం ఉంటే, అదే రాశి ఉన్నవారు 'సంబంధీకులు' అవుతారనే అర్థం ఉండాలి. వారు ఒకే రక్తంతో ఉన్నట్లయితే, వారు వేర్వేరు జాతులకు చెందినవారు కాదు. కాబట్టి, అంటరానితనం యొక్క మూలాన్ని జాతి సిద్ధాంతంగా పరిగణించకూడదు.

8.

అంటరానితనం యొక్క ఆధారం: వృత్తి

ఇప్పుడు మనం అంటరానితనం యొక్క వృత్తి మూలం యొక్క సిద్ధాంతాన్ని చర్చిస్తాము. రైస్ ప్రకారం, 'అంటరానితనం' యొక్క ఆధారం వారి మురికి మరియు అసహ్యకరమైన వృత్తులలో ఉంది. ఈ ఆలోచన కొంతవరకు సహేతుకమైనదిగా అనిపిస్తుంది. కానీ అంటరానితనం యొక్క మూలానికి నిజమైన వివరణగా దీనిని అంగీకరించడంలో కొన్ని ఇబ్బందులు ఉన్నాయి. అంటరానివారు ఆచరించే మురికి మరియు అసహ్యకరమైన వృత్తులు అన్ని మానవ సమాజాలకు సాధారణం. ఈ వృత్తులు చేసేవారు ప్రతి సమాజంలోనూ ఉన్నారు, ప్రపంచంలోని ఇతర దేశాలలో అలాంటి వారిని ఎందుకు అంటరానితనంతో చూడలేదు? రెండవ ప్రశ్న ద్రావిడ ప్రజలు ఈ వృత్తులను అసహ్యించుకున్నారా? లేక వీటిని చేసిన వారిపై ద్వేషం ఉందా? ఈ విషయంలో మా వద్ద ఎలాంటి ఆధారాలు లేవు. కానీ ఆదాయానికి సంబంధించిన ఆధారాలు మా దగ్గర ఉన్నాయి. ఆర్యులు కూడా ఇతర వ్యక్తుల మాదిరిగానే ఉన్నారని మరియు వారి 'స్వచ్ఛత' మరియు 'అపవిత్రత' అనే భావన ఇతర ప్రాచీన ప్రజల నుండి భిన్నంగా లేదని ఈ సాక్ష్యం రుజువు చేస్తుంది. నారద్-స్మృతిలోని ఈ క్రింది శ్లోకాలను పరిశీలిస్తే, ఆర్యులకు మురికి వృత్తిలో ఎలాంటి అభ్యంతరం లేదని స్పష్టమవుతుంది. ఐదవ అధ్యాయంలో, నారదుడు సేవా-ధర్మ ఉల్లంఘన గురించి చర్చించాడు. ఈ శ్లోకాలు ఆ అధ్యాయంలో కనిపిస్తాయి.

ఋషుల ద్వారా ఐదు రకాల సేవకులు గ్రంధాలలో కనిపిస్తారు.

నాలుగు రకాల పనివారు ఉన్నారు మరియు వారి సేవకుడు విపంచకుడు.

शुश्रूषक पञ्चविधः शास्त्रे दृष्टो मनीषिभिः।
चतुर्विधः कर्मकरास्तेषां दास विपञ्चका॥

అర్థం: ఋషులు శాస్త్రాలలో ఐదు రకాల సేవకులను వర్ణించారు. వీరిలో నాలుగు రకాల సేవకులు ఉన్నారు, ఐదవది బానిసలు, మళ్లీ పదిహేను రకాలు.

నాల్గవది శిష్యుని చివర కత్తికి గురువు.

వీటిని కార్మికులుగానూ, సేవకులు గృహస్థులుగానూ అర్థం చేసుకోవాలి.

शिष्यान्तेवासिप्रभुतकाश्चतुर्थस्त्वधिकर्मकृत।
एते कर्मकरा ज्ञेयः दासास्तु गृहजादयः॥

అర్థం: ఒక విద్యార్థి, ఒక అభ్యాసకుడు, ఒక వేతనంతో పనిచేసే సేవకుడు మరియు అధికారి.

ఇవి సాధారణంగా స్వతంత్రంగా ఉండవని ఋషులు అంటున్నారు.

కులం, కార్యకలాపాలు మరియు వృత్తి మధ్య వ్యత్యాసాన్ని వివరించారు.

सामान्यमस्वतन्त्रत्वमेषामाहुर्मनीषिणः।
जातिकर्मकृतस्तूक्तो विशेषो वृत्तिव च ॥

అర్థం: ఋషులు పరాధీనత అనేది అందరికీ ఒకటేనని, అయితే వారి ప్రత్యేక హోదా మరియు ఆదాయం వారి స్వంత కులం మరియు వృత్తిపై ఆధారపడి ఉంటుందని ప్రకటించారు.

కనీసం రెండు రకాల తెలిసిన మరియు చెడు ఉన్నాయి.

సేవకుని చర్యను చెడు అని, సేవకుని చర్యను శుభమని చెప్పబడింది

कमपि द्विविधं ज्ञेयाशुभं च।
अशुभं दासकर्मोक्तं शुभं कर्मकृतां स्मृतम्॥

అర్థం: రెండు రకాల వృత్తులు ఉన్నాయని తెలుసుకోవడం ముఖ్యం - స్వచ్ఛమైన మరియు మురికి. మురికి వృత్తులు ఉన్నవారిని బానిసలు, స్వచ్ఛమైన వృత్తులు ఉన్నవారిని శూద్రులు (కార్మికులు) అంటారు.

ఇళ్లు, తలుపులు, అపరిశుభ్ర ప్రదేశాలు, వీధి చెత్తను శుభ్రం చేయడం.

జననాంగాలను తాకడం ద్వారా, మలమూత్రాలను పట్టుకోవడం ద్వారా ఝూనా.

गृहद्वाराशुचिस्थानरथ्यावस्करशोधनम्।
गुह्याङ्गस्पर्शनोच्छिविण्मूत्रग्रहणेज्झनम्॥

అర్థం: తలుపులు, మరుగుదొడ్లు, రోడ్లు మరియు చెత్తను డంపింగ్ చేసే స్థలాలను తుడవడం, శరీరంలోని ప్రైవేట్ భాగాలను మసాజ్ చేయడం, వ్యర్థ ఆహారం మరియు మూత్రం మరియు మలాన్ని సేకరించి వాటిని విసిరేయడం.

స్వామివారి కోరికలు శరీరంలో నెరవేరుతాయి

చెడు చర్య అన్నిటికీ మించి మంచిదని అర్థం చేసుకోవాలి.

इच्छतः स्वामिनश्चाङ्गे ह्य पस्थानमथान्ततः।
अशुभं कर्म विज्ञेयं शुभमन्यदतः परम्॥

అర్థం: చివరకు, యజమాని కోరుకున్నప్పుడల్లా దాని శరీర భాగాలను మసాజ్ చేయడం, ఈ పనులు మురికిగా పరిగణించబడాలి. ఇవి కాకుండా మిగతా పనులన్నీ స్వచ్ఛమైనవే.

ఈ నలుగురిని సత్కర్మలు చేసేవారు అంటారు.

భజ మరియు మిగిలినవారు ముగ్గురు లేదా ఐదుగురు బానిసలు.

ఘోరమైన నేరం

शुभकर्मकरास्त्वेते चत्वारः समुदाहृताः।
भाजस्तु शेषा दासस्त्रिपञ्चकाः॥
जघन्यकर्म भाजस्तु

అర్థం: ఈ విధంగా, స్వచ్ఛమైన పని చేసే నాలుగు రకాల ఉద్యోగులను లెక్కించారు. పనికిమాలిన పని చేసే మరికొందరు బానిసలు మరియు వారు పదిహేను రకాలు.

మురికి పని చేసేవారు బానిసలు అని, ఊడ్చే పనిలో చేర్చారని స్పష్టమవుతోంది. కాబట్టి ఈ బానిసలు ఎవరు అనే ప్రశ్న తలెత్తుతుంది. వారు ఆర్యులా లేక ఆర్యులేనా? బానిసత్వం ప్రజలలో ఉందనడంలో సందేహం లేదు. ఒక ఆర్యుడు మరొక ఆర్యుడికి బానిస కావచ్చు, అతను ఏ తరగతికి చెందినవాడైనా, అతను 'బానిసుడు' కావచ్చు - క్షత్రియుడు 'బానిసుడు' కావచ్చు. వైశ్యుడు కూడా 'బానిస' కావచ్చు. బ్రాహ్మణుడు కూడా ఎప్పుడూ 'బానిస'గా ఉండే అవకాశం నుండి విముక్తి పొందడు. దేశంలో చాతుర్వర్ణ్య చట్టంగా మారినప్పుడు బానిస వ్యవస్థలో కొంత మార్పు వచ్చింది. నారద్-స్మృతి యొక్క ఈ క్రింది పదాల నుండి ఆ మార్పు యొక్క రూపం స్పష్టమవుతుంది.

బానిసత్వం కులాల రివర్స్ ద్వారా నిర్దేశించబడలేదు.

ఓ వేరొకరి కుమారుడా, తమ కర్తవ్యాన్ని త్యజించే వారు భార్యల వలె బానిసలుగా పరిగణించబడతారు

वर्णानां प्रतिलोम्येन दासत्वं न विधीयते।
स्वधर्मत्यागिनोऽन्यज दारवद्दासता मता॥

అర్థం: నాలుగు తరగతుల విలోమ క్రమంలో బానిసత్వానికి చోటు లేదు. ఒక జడ్మా తన వర్ణ ధర్మాన్ని పాటించకపోతే, అతను ఈ నియమానికి మినహాయింపు. ఆ పరిస్థితిలో భార్యకు బానిసత్వం

పరిస్థితి ఇలాగే ఉంది.
యాజ్ఞవల్క్య వ్యవరాధ్యాయ కూడా ఇలా అంటాడు
వర్ణాల విలోమం సేవకుడికి రివర్స్‌లో ఇవ్వాలి. (4,183)

याज्ञवलक्य व्यवहाराध्याय का भी कथन है
वर्णानामनुलोम्येन दास्यं तु प्रतिलोमतः। (4,183)

అర్థం: బానిస వ్యవస్థ అనులోమ క్రమం నుండి వచ్చింది, ప్రతిలోమ క్రమం నుండి కాదు, యాజ్ఞవల్క్య స్మృతిపై మితాక్షర అనే విజ్ఞానేశ్వరుని వ్యాఖ్యానంలో ఈ విధంగా వివరించబడింది.

బ్రాహ్మణులు మరియు పేద-వర్ణాలు రివర్స్ ఆర్డర్‌లో ఇవ్వాలి. బ్రాహ్మణులు, క్షత్రియులు మరియు ఇతరులు.

ब्राह्मणदीनां-वर्णानामानुलोम्यन दास्यम्। ब्राह्मणस्य क्षत्रियादयः।
क्षत्रियस्य वैष्यशूद्रौ। वैशस्य शूद्र इत्येवमानुलोम्येन दासभावो भवति न प्रतिलोम्येन।

క్షత్రియ వైశ్య మరియు శూద్ర. వైశా శూద్రుడు అనే విలోమం ద్వారా బానిస భావనను కలిగి ఉంటాడు, రివర్స్ ద్వారా కాదు.

అర్థం: బ్రాహ్మణులు మరియు ఇతర తరగతుల మధ్య బానిసత్వం కొనసాగుతుంది. క్షత్రియులు మరియు మిగిలిన వారందరూ బ్రాహ్మణుల 'బానిసలు' కావచ్చు. వైశ్య మరియు శూద్ర క్షత్రియులకు 'బానిసలు' కావచ్చు. శూద్రుడు వైశ్యుని 'బానిస' కావచ్చు. ఈ బానిస వ్యవస్థ రివర్స్ ఆర్డర్‌లో కాకుండా రివర్స్ ఆర్డర్‌లో మాత్రమే అమలు చేయబడుతుంది.

ఈ మార్పు బానిసత్వ వ్యవస్థ యొక్క పునర్వ్యవస్థీకరణ మాత్రమే, మరియు అసమానత కొనసాగింది చాతుర్వర్ణ్యానికి 'ఆత్మ' అయిన ఆధార్, కాంక్రీట్ రూపంలో వ్యక్తీకరించబడినట్లయితే, ఈ నియమం యొక్క అర్థం

ఒక బ్రాహ్మణుడు, క్షత్రియుడు, వైశ్యుడు మరియు శూద్రుడు బ్రాహ్మణునికి 'బానిస' కావచ్చు. క్షత్రియుడు, వైశ్యుడు మరియు శూద్రుడు క్షత్రియుడికి 'బానిస' కావచ్చు. వైశ్యుడు మరియు శూద్రుడు వైశ్యునికి బానిస కావచ్చు. కానీ శూద్రుని 'బానిస' శూద్రుడు మాత్రమే కావచ్చు. ఇదంతా జరిగినప్పుడు, బానిసత్వ చట్టం అమలులో ఉంది. బ్రాహ్మణుడైనా, క్షత్రియుడైనా, వైశ్యుడైనా, శూద్రుడైనా, అతడు

'బానిస'గా మారితే, ఈ నియమం అతనికి ఖచ్చితంగా వర్తిస్తుంది. బానిసల కోసం నిర్దేశించిన విధులను మనం దృష్టిలో ఉంచుకుంటే, ఈ మార్పు ఏ విధమైన మార్పు కాదు. బ్రాహ్మణుడు 'దాసు'గా, క్షత్రియుడు 'దాసు'గా, వైశ్యుడు 'దాసు'గా లేదా శూద్రుడు 'దాసు'గా మారితే ఊడ్చే పని చేయాల్సి వస్తుందని దీనర్థం. అవును, బ్రాహ్మణుడు క్షత్రియ, వైశ్య లేదా శూద్రుడి ఇంటిని ఊడ్చడు, కానీ అతను బ్రాహ్మణుడి ఇంట్లో స్వీపర్‌గా పని చేస్తాడు. అదేవిధంగా, క్షత్రియుడు బ్రాహ్మణ మరియు క్షత్రియుని ఇంట్లో పనిమనిషిగా పని చేస్తాడు, కానీ అతను వైశ్య లేదా శూద్రుడి ఇంట్లో పని చేయడు. ఒక వైశ్యుడు బ్రాహ్మణ, క్షత్రియ మరియు వైశ్యుల ఇంట్లో భంగి పని చేస్తాడు కానీ అతను శూద్రుని ఇంట్లో చేయడు. కాబట్టి భంగి పని ఆర్యులకు అసహ్యకరమైన పని కాదని స్పష్టంగా తెలుస్తుంది, అయితే మురికి వృత్తులు చేయడం అంటరానితనానికి కారణమని ఎలా చెప్పగలం? అందువల్ల, మురికి వృత్తిలో నిమగ్నమవ్వడమే అంటరానితనానికి కారణమనే అభిప్రాయం నిరాధారమైనది

మార్పు ఎప్పుడూ బాధాకరమైనది కాదు, మార్పుకు ప్రతిఘటన మాత్రమే బాధాకరమైనది.

డా. భీమ్ రావ్ అంబేద్కర్

భాగం - 4 అంటరానితనం యొక్క మూలం యొక్క కొత్త సిద్ధాంతాలు

9.

అంటరానితనం యొక్క ప్రాథమిక ఆధారం - బౌద్ధుల పట్ల ద్వేషం

1870 నుండి, జనాభా లెక్కల కమీషనర్ ప్రతి పదేళ్లకు ప్రచురించే జనాభా గణన నివేదికలో భారతదేశంలోని సామాజిక మరియు మతపరమైన జీవితం గురించి మరెక్కడా అందుబాటులో లేని అమూల్యమైన సమాచారం ఉంది. 1910కి ముందు, సెన్సస్ కమీషనర్ 'మతాల వారీగా జనాభా' యొక్క ఖాతాను నిర్వహించేవారు. ఈ ఖాతాలో, జనాభా (1) ముస్లింలు, (2) హిందువులు మరియు (3) క్రైస్తవులు మొదలైనవారు నివసించారు. 1910 జనాభా నివేదికలో, ఇప్పటికే ఉన్న సంప్రదాయాన్ని పక్కనపెట్టి ఒక కొత్త విషయం ఆమోదించబడింది. మొట్టమొదటిసారిగా, హిందువులు మూడు వేర్వేరు తరగతులుగా విభజించబడ్డారు - (1) హిందువులు, (2) ప్రకృతి ఆరాధకులు, గిరిజనులు మొదలైనవారు మరియు (3) అంటరానివారు. అప్పటి నుండి ఈ కొత్త వర్గీకరణ ప్రబలంగా ఉంది.

(1) మునుపటి జనాభా కమీషనర్ల సంప్రదాయాన్ని విడిచిపెట్టినందుకు సంబంధించి మూడు ప్రశ్నలు తలెత్తుతాయి:- (I) 1910 జనాభా లెక్కల కమిషనర్ ఈ కొత్త వర్గీకరణను ఎందుకు చేశారు? (II) ఈ వర్గీకరణకు ఆధారం ఏమిటి? (III) హిందువులను మూడు విభిన్న తరగతులుగా విభజించడాన్ని సమర్థించే కొన్ని ఆచారాలు మరియు సంప్రదాయాల అభివృద్ధికి దారితీసిన కారణాలు ఏమిటి? 1909లో అప్పటి వైస్రాయ్ లార్డ్ మింటో సేవలో ఆగాఖాన్ నేతృత్వంలో ముస్లింలు సమర్పించిన గౌరవ చార్టర్‌లో మొదటి ప్రశ్నకు సమాధానం మనకు కనిపిస్తుంది. అందులో ముస్లింలు తమకు శాసనసభ, కార్యనిర్వాహక, ప్రభుత్వ ఉద్యోగాల్లో తగిన ప్రాతినిధ్యం కల్పించాలని డిమాండ్ చేశారు. ఆ గౌరవ లేఖ నుండి చిన్న సారాంశం ఇక్కడ ఇవ్వబడింది: -

"1909లో నిర్వహించిన జనాభా లెక్కల ప్రకారం, భారతదేశంలోని ముస్లింల సంఖ్య 6 కోట్ల 20 లక్షలకు పైగా ఉంది, అంటే బ్రిటిష్ ప్రభుత్వంలోని భారతీయ పౌరులలో నాలుగో వంతు మరియు ఐదవ వంతు మధ్య. ప్రకృతి ఆరాధకులు మరియు అనుచరులు ఇతర మైనర్ మతాలను పరిగణనలోకి తీసుకుంటారు, వారు హిందువులు కానప్పటికీ, అసంగత కులాలకు చెందిన వారిని వాస్తవానికి 'హిందువులు'గా పరిగణిస్తే, హిందువుల సంఖ్యతో పోల్చితే ముస్లింల నిష్పత్తి పెరుగుతుంది ఏదైనా విస్తృత లేదా ఇరుకైన వ్యవస్థలో రష్యా మినహా ఏదైనా మొదటి-రేటు యూరోపియన్ శక్తి కంటే ఎక్కువ జనాభా ఉన్న ఒక జాతి సహేతుకంగా డిమాండ్ చేయగలదని సమర్పించడాని

ఆయనకు రాష్ట్రంలో ముఖ్యమైన పదవి రావాలి.

"మేము సర్కార్ బహదూర్ ఆదేశం కంటే ఒక అడుగు ముందుకు వేసి, ఏ రూపంలోనైనా, సూటిగా లేదా వంకరగా, మరియు వారి స్థానం మరియు ప్రభావంపై ప్రభావం చూపే ఇతర అన్ని విషయాలలో, ముస్లిం కులం కలిగి ఉన్న స్థానం నిష్పత్తిలో ఉండాలని కోరుతున్నాము. వారి రాజరిక ప్రాముఖ్యత మరియు సామ్రాజ్య రక్షణలో వారు అందించే సహాయానికి అనుగుణంగా మాత్రమే కాకుండా, వంద సంవత్సరాల క్రితం ముస్లింల పరిస్థితిపై ప్రభుత్వం శ్రద్ధ చూపుతుందని మేము ఆశిస్తున్నాము భారతదేశంలో మరియు దాని జ్ఞాపకశక్తి వారి హృదయాల నుండి సహజంగా అదృశ్యం కాలేదు."

ఈ కోట్‌లో, నియమం క్రింద ఉన్న పంక్తులు ప్రత్యేక అర్థాన్ని కలిగి ఉంటాయి. ముస్లింలను హిందువులతో పోల్చినప్పుడు, ప్రకృతి ఆరాధకులు, గిరిజనులు మరియు అంటరానివారి జనాభాను హిందువుల జనాభాలో చేర్చకూడదని సూచించడానికి ఈ పదాలు చార్టర్‌లో ఇవ్వబడ్డాయి. 1910లో సెన్సస్ కమీషనర్ ఆమోదించిన హిందువుల వర్గీకరణ యొక్క ఈ కొత్త పద్ధతి, ముస్లింల ప్రాతినిధ్యాన్ని పెంచాలనే డిమాండ్‌పై ఆధారపడింది, దాని అర్థం హిందువులు దీనిని తీసుకున్నారు. సెన్సస్ కమీషనర్ వర్గీకరణకు కొత్త పద్ధతిని ఎందుకు జారీ చేశారనే ప్రశ్న ఇప్పటికే లేవనెత్తినప్పటికీ, ఇది ఇతర ప్రశ్న వలె ముఖ్యమైనది కాదు. ముఖ్యమైన సమాచారం ఏమిటంటే, సెన్సస్ కమీషనర్ ఏ ప్రాతిపదికన వివిధ తరగతుల హిందువులను "(1) 100% హిందువులు, (2) లేని వారు" అని వర్గీకరించారు?

సెన్సస్ కమీషనర్ చేసిన ఈ వర్గీకరణకు ఆధారం జారీ చేసిన సర్క్యులర్‌లో ఇవ్వబడింది. అందులో, వాటిని రెండు తరగతులుగా విభజించడానికి నిర్దిష్ట

కారణాలు నిర్ణయించబడ్డాయి. 100% హిందువులు కాని కులాల లక్షణాలు ఈ క్రింది విధంగా ఇవ్వబడ్డాయి:-

(1) బ్రాహ్మణుల ఆధిపత్యాన్ని నమ్మని వారు.

(2) ఏ బ్రాహ్మణుడి నుండి లేదా ఏ ఇతర గుర్తింపు పొందిన హిందూ గురువు నుండి మంత్రం తీసుకోని వారు.

(3) వేదాలను సాక్ష్యంగా పరిగణించని వారు.

(4) హిందూ దేవతలను పూజించని వారు.

(5) మంచి బ్రాహ్మణులు కర్మలు చేయరు.

(6) ఏ బ్రాహ్మణ పూజారిని నియమించుకోని వారు.

(7) హిందూ దేవాలయం లోపలికి వెళ్లలేని వారు.

(8) తాకలేనివి లేదా నిర్దేశించిన పరిమితుల్లోకి వచ్చేవి అశుద్ధతను కలిగిస్తాయి ఉన్నాయి.

(9) చనిపోయిన వారిని పాతిపెట్టేవారు

(10) గొడ్డు మాంసం తినే వారు మరియు ఆవులను ఏ విధంగానూ గౌరవించరు.

హిందువులను గిరిజనుల నుండి వేరుచేసే ఈ పది ప్రమాణాలలో కొన్ని ఉన్నాయి. మిగిలినవి హిందువులను అంటరాని వారి నుండి వేరు చేస్తాయి. హిందువుల నుండి అంటరానివారిని వేరుచేసే ప్రమాణం నం. 2, 5, 6, 7 మరియు 10 ఉన్నాయి. మేము ఈ వ్యక్తుల గురించి ప్రత్యేకంగా ఆందోళన చెందుతున్నాము.

స్పష్టత కొరకు, ఈ ప్రమాణాలను భాగాలుగా విభజించి వాటిని విడిగా పరిగణించడం మంచిది. ఈ అధ్యాయంలో మాత్రమే ప్రమాణం సంఖ్య. 2, 5 మరియు 6 పరిగణించబడతాయి. నం. 2, 5 మరియు 6 ప్రమాణాల క్రింద ప్రశ్నలకు సెన్సస్ కమీషనర్ అందుకున్న సమాధానాలు (1) అంటరానివారు ఏ బ్రాహ్మణుడి నుండి మంత్రాలను తీసుకోరు, (2) మంచి బ్రాహ్మణులు అంటరానివారి కర్మలను చేయరు మరియు (3)) అంటరానివారు తమలో తాము సృష్టించుకున్న వ్యక్తిగత పూజారులను కలిగి ఉంటారు. అన్ని ప్రావిన్సుల సెన్సస్ కమీషనర్లు ఈ విషయాలను అంగీకరిస్తారు.

ఈ ప్రశ్నలలో మూడవది చాలా ముఖ్యమైనది. దురదృష్టవశాత్తూ సెన్సస్ కమీషనర్ ఈ విషయాన్ని అర్థం చేసుకోలేదు, ఎందుకంటే అతను తన

ప్రశ్నాపత్రంలో విషయం యొక్క దిగువకు రాలేకపోయాడు. అంటరానివారు బ్రాహ్మణుల నుంచి మంత్రాలు ఎందుకు తీసుకోలేదో తెలుసుకునే ప్రయత్నం చేయలేదు? బ్రాహ్మణులు అంటరాని వారికి పౌరోహిత్యం ఎందుకు ఇవ్వరు? అంటరానివారు తమ స్వంత పూజారిని ఎందుకు ఇష్టపడతారు? మరియు ఈ విషయాలు అన్నిటికంటే ఎందుకు ముఖ్యమైనవి? ఈ విషయాల యొక్క 'ఎందుకు' మనం కనుగొనాలి. ఎందుకంటే అంటరానితనానికి మూలకారణం ఎక్కడో దాగి ఉంది.

ఆ శోధనను కొనసాగించే ముందు ఈ విషయాన్ని గమనించాలి. సెన్సస్ కమీషనర్ ప్రశ్నాపత్రం ఏకపక్షంగా ఉంది. ఇది అతని నుండి స్పష్టమవుతుంది. బ్రాహ్మణులు అంటరానివారిని అసహ్యించుకున్నారని. కానీ అంటరానివారు కూడా బ్రాహ్మణులను ద్వేషిస్తారని ఆయన వెల్లడించలేదు. అయితే ఇది వాస్తవం. అంటరానివానికంటే బ్రాహ్మణుడు గొప్పవాడని, అంటరానివాడు తనకంటే తక్కువవాడని అనుకోవడం చాలా సాధారణమైపోయింది . కానీ అంటరానివారి సామాజిక ఆచారాలను నిశితంగా గమనించి, పరిశీలించిన రచయితలు ఈ విషయాన్ని ప్రస్తావించారు. ఈ అంశంపై తలెత్తే ఏవైనా సందేహాలను క్లియర్ చేయడానికి, అతని వ్యాసాల నుండి కొన్ని కోట్స్ క్రింద ఇవ్వబడ్డాయి:

దృష్టి ఈ వెళ్ళింది. అతను అంటాడు-

'ఈ రోజు కూడా గ్రామంలోని ఒక పరియా (అంటరానివాడు) బ్రాహ్మణుల వీధి గుండా వెళ్ళలేడు. అయితే, ఇప్పుడు నగరాల్లో బ్రాహ్మణుడి ఇంటి గుండా వెళ్లకుండా ఎవరూ ఆపలేరు లేదా ఆపలేరు. కానీ మరోవైపు, ఒక పర్యాయుడు, ఎట్టి పరిస్థితుల్లోనూ, ఒక బ్రాహ్మణుడిని తన గుడిసెల మధ్య వెళ్లనివ్వడు. ఇది వారి నాశనానికి దారితీస్తుందని అతను దృఢంగా విశ్వసిస్తున్నాడు." తన్నటర్ డిస్ట్రిక్ట్ 'గెజిటీర్' సంపాదకుడు మిస్టర్ హెమింగ్‌వే చెప్పారు

ఈ కులాలు, తన్నతర్ జిల్లాలోని అంటరాని కులాలు, ఏ బ్రాహ్మణుడు తమ ప్రాంతంలోకి ప్రవేశించడాన్ని తీవ్రంగా వ్యతిరేకిస్తారు. దీని వల్ల తమకు పెద్ద నష్టం వాటిల్లుతుందని వారు నమ్ముతున్నారు." మైసూర్‌లోని హాసన్ జిల్లాకు చెందిన 'హాలండ్' ప్రజల గురించి వ్రాస్తూ, కెప్టెన్ శ్రీ జె. ఎస్. ఎఫ్. మెకెంజీ ఇలా వ్రాశాడు: - "గ్రామం సరిహద్దుల వెలుపల ప్రతి గ్రామానికి 'హోలిగిరి' ఉంటుంది. 'హోలియర్స్' అని పిలువబడే మాజీ సెర్ఫ్‌ల నివాసం కావడంతో, వారు మురికి జాతికి చెందినవారుగా పరిగణించబడటం వల్ల ఇలా జరిగిందని నేను అనుకున్నాను. ఎవరి స్పర్శ మాత్రమే అపరిశుభ్రతను కలిగిస్తుంది."

సాధారణంగా హమాలీ నుండి ఏదైనా స్వీకరించడానికి నిరాకరించే బ్రాహ్మణులు ఈ కారణం చెబుతారు. కానీ ఇప్పటికీ బ్రాహ్మణులు దానిని తమకు గొప్ప అదృష్టంగా భావిస్తారు. అవమానించకుండా హోలిగిరి గుండా వెళితే. దీనిపై హమాలీలు తీవ్ర అభ్యంతరం వ్యక్తం చేస్తున్నారు. ఒక బ్రాహ్మణుడు వారి ప్రాంతంలోకి బలవంతంగా ప్రవేశించినట్లయితే, వారు కలిసి బయటకు వచ్చి బూట్లతో కొట్టేవారు మరియు ముందుగా వారు అతనిని చంపేవారని కూడా చెబుతారు. ఇతర కులాల వారు గుమ్మం వద్దకు రావచ్చు కానీ ఇంట్లోకి రాలేరు. ఇదే జరిగితే హమాలీపై దురదృష్టం వరిస్తుంది. ఎవరైనా ఎలాగైనా ఇంట్లోకి ప్రవేశించినట్లయితే, యజమాని సందర్శకుడి బట్టలు చింపి, ఒక మూలలో ఉప్పు కట్టి బయటకు విసిరివేస్తాడు. దీన్నిబట్టి, అక్రమార్కుడి అదృష్టం తారుమారవుతుందని, ఇంటి యజమానికి ఎలాంటి విపత్తు రాదని అర్థమవుతోంది.

ఈ వింతకు వివరణ ఏమిటి? ఏది ఏమైనప్పటికీ, 'అంటరానివారు' అంటరానివారు కానప్పటికీ, కేవలం వేరు చేయబడిన వ్యక్తులుగా ఉన్న ప్రారంభ స్థితితో అది రాజీపడాలి. ఈ విడిపోయిన ప్రజల మతపరమైన ఆచారాల సందర్భంగా బ్రాహ్మణులు అర్చకత్వం చేయడానికి ఎందుకు నిరాకరించారు? అర్చకత్వం చేయడానికి బ్రాహ్మణులే నిరాకరించిన సందర్భమా? లేదా ఈ విడిపోయిన వ్యక్తులు స్వయంగా బ్రాహ్మణులను ఆహ్వానించడానికి నిరాకరించారా? విడిపోయిన వారిని బ్రాహ్మణులు ఎందుకు అపవిత్రులుగా భావించారు? ఈ పరస్పర ద్వేషానికి కారణం ఏమిటి?

ఈ పరస్పర ద్వేషానికి ఒకే ఒక వివరణ ఉంటుంది. అంటే, ఈ విడిపోయిన ప్రజలు బౌద్ధులు, కాబట్టి వారు బ్రాహ్మణులను గౌరవించలేదు, వారిని పూజారులుగా చేయలేదు మరియు వారిని అపవిత్రంగా భావించారు. మరోవైపు, బ్రాహ్మణులు కూడా విడిపోయిన ప్రజలను ఇష్టపడలేదు; ఎందుకంటే అతను బౌద్ధుడు. వారిపై ద్వేషాన్ని ప్రచారం చేయడానికి ఉపయోగిస్తారు. ఫలితంగా విడిపోయిన వారిని 'అంటరానివారు'గా పరిగణించడం మొదలైంది. అయితే ఆ సమయంలో హిందువులలో ఎక్కువ మంది బౌద్ధులుగా ఉన్నారని రుజువు అవసరం లేదు. అందువల్ల అతను కూడా బౌద్ధుడని మనం అనుకుంటాం.

హిందువుల మనస్సులలో బౌద్ధుల పట్ల ద్వేషం ఉందనడానికి ఇది రుజువు కాదు, మరియు ఈ ద్వేష భావన బ్రాహ్మణులచే సృష్టించబడింది. నీలకంఠుడు తన

తపస్సు చేసిన మయూఖ్‌లో మనువు యొక్క ఒక పద్యం ఉదహరించాడు, అంటే అది ఇలా ఉంది - "ఎవరైనా బౌద్ధుడిని, పాశుపత పుష్పాన్ని, లోకాయాన్ని, నాస్తికుడిని లేదా మహాపాతకిని తాకినా, అతను స్నానం చేయడం ద్వారా మాత్రమే పవిత్రుడు అవుతాడు.'

అపరార్కర్ తన జ్ఞాపకాలలో కూడా ఇదే ఆలోచనను ప్రచారం చేశారు. వృద్ధుడు హరిత్ ఒక అడుగు ముందుకేసి బౌద్ధ విహారానికి వెళ్లడం కూడా పాపంగా భావించి, దాన్ని వదిలించుకోవడానికి స్నానం చేయాలి. బుద్ధుని అనుచరులపై ఈ ద్వేష భావన ఎంత విస్తృతంగా ఉందో సంస్కృత నాటకాలలో చూడవచ్చు. ఈ దురాలోచనకు 'మృచ్ఛకటిక' నాటకంలో చక్కటి నిదర్శనం. నాటకంలోని ఏడవ ఎపిసోడ్‌లో, హీరో చారుదత్త తన స్నేహితుడు చైత్రేయతో కలిసి నగరం వెలుపల ఉన్న తోటలో వసంత సైన్యం కోసం ఎదురు చూస్తున్నాడు. ఆమె రాలేదు కాబట్టి చారుదత్త తోట వదిలి వెళ్లాలనిపించింది. వాళ్ళు వెళ్ళగానే 'సమావాహక్' అనే బౌద్ధ సన్యాసిని చూస్తారు. చారుదత్త తన రూపాన్ని గురించి ఇలా అన్నాడు-

“చారుదత్త: మిత్రమా మైత్రేయ! ఈ ప్రజలు వసంత సైన్యాన్ని చూడటానికి ఆసక్తిగా ఉన్నారు కాబట్టి మనం వారిని అడుగుదాం (తిరిగి) కథ నాభ్యుదాయిక శ్రమ దాసనాన్ని ఎదుర్కొంటుంది. (ఆలోచిస్తూ) ఎంటర్ - మీరు ఈ మార్గంలో ఉన్నారు. మేము కూడా అలాగే ఉన్నాము దారిలో వెళ్దాం. (మంచిది)"

అర్థం: మిత్రుడు మైత్రేయ, నేను బసంత్ సేనను కలవడానికి ఆసక్తిగా ఉన్నాను. మమ్మల్ని వెళ్ళనివ్వండి. (కొంచెం నడుస్తూ) ఓ! ఇది చెడ్డ శకునము, ఒక బౌద్ధ సన్యాసి మా వైపు వస్తున్నాడు. (కొంచెం ఆలోచిస్తూ) సరే, అతన్ని రానివ్వండి, మనం ఈ ఇతర మార్గం గుండా వెళ్తాము. (వెళ్లిపోతుంది)

ఎనిమిదవ ఎపిసోడ్‌లో, సన్యాసి రాజు యొక్క బావమరిది 'శక్ర' తోటలోని చెరువు వద్ద బట్టలు ఉతుకుతున్నాడు. షుగర్ విట్‌తో వచ్చి అతన్ని చూసి చంపేస్తానని బెదిరించాడు. అతని మధ్య ఈ క్రింది సంభాషణ ప్రత్యేక ప్రాముఖ్యత కలిగి ఉంది. వంటి:-

షకార్: చిత్తా, లే దత్త్ శమనక్, చిత్త.

సన్యాసి: ఆశ్చర్యంగా. ఇదే స్టేట్ ఫాక్స్ ఇన్‌స్టిట్యూట్ వచ్చింది. ఒక సన్యాసి సన్యాసిని ఎక్కడ చూసినా, అతను తన ముక్కును ఆవు లేదా సిద్ధుడిలా మోస్తాడు. దానికి నేను ఎక్కడ ఆశ్రయం పొందాలి? లేదా భట్టారక మరియు బుద్ధులను ఆశ్రయించండి. ఆగండి,

చెడ్డ సన్యాసి, వేచి ఉండండి. ఎర్రటి వేరు పైభాగాన్ని పాన్ మధ్యలోకి ప్రవేశించినట్లు నేను తింటాను (అతన్ని కొట్టండి) హంటర్:

విట్: కనోలోమా నుండి. నిర్లిప్తత ద్వారా జరిగిన విషంలో సన్యాసిని కొట్టడానికి కుడివైపుకి తీసుకోండి.

సన్యాసి: స్వాగతం, దయచేసి, పూజారి.

శకర్: మిత్రమా, చూడు! అది నాకు అరుస్తోంది.

విట్: అతను ఏమి చెప్పాడు?

శకర్: అతను నన్ను ఆరాధకుడని అంటాడు, నేను కాదా?

తెలివి: అతను మిమ్మల్ని బుద్ధుని ఆరాధకుడని ప్రశంసించాడు.

శకర్: భవ, ఐతే ఇక్కడ ఎందుకు ఉన్నాడు?

సన్యాసి: ఈ గుడ్డ కడగడానికి.

వేటగాడు: ఓ దుష్ట సన్యాసి! నేనూ శ్రేష్ఠుడను, స్నానము చేసి తత్త్వమును ఏకేశ్వరోపాసన చేయని మనుష్యుడిని?

శకార్: ఆగు, ఓ దుష్ట శ్రమణా, ఆపు.

అర్థం

శ్రమన్: ఓ! ఇది రాజుగారి బావమరిది! అతను కొంతమంది శ్రామన్‌పై కోపంగా ఉన్నందున, అతను ఏ శ్రాణ్‌ని కలిసినా కొడతాడు.

శకార్: తెలివి: ఆగండి, సత్రంలో ముల్లంగిలాగా నీ తలను నలిపివేస్తాను. (కొడతాడు.) మిత్రమా, లోకాన్ని త్యజించి కాషాయ ధరించిన శ్రముడిని కొట్టడం మంచిది కాదు.

శ్రమణ: ఆరాధనా! సంతోషంగా ఉండు.

షకార్: మిత్రమా, చూడు అతడు నన్ను దుర్భాషలాడుతున్నాడు.

బుద్ధి: ఏం చెప్తున్నావు?

షకార్: అతను నన్ను 'ఆరాధకుడు' అని పిలుస్తాడు. నేను క్షురకుడినా?

విట్: ఓ! అతను నిజానికి నిన్ను బుద్ధుని ఆరాధకునిగా చేసి స్తుతిస్తున్నాడు.

శక్కర్: అతను ఇక్కడికి ఎందుకు వచ్చాడు?

శ్రమణ: ఈ వస్త్రాన్ని ఉతకడానికి.

శకర్: ఓ! ఓ దుష్ట శ్రమణా, నేను ఈ చెరువులో స్నానం చేయను. ఒక్క దెబ్బతో నిన్ను చంపేస్తాను. చాలా పోరాటాల తరువాత, శ్రమన్ వెళ్ళడానికి అనుమతించబడ్డాడు. ఇక్కడ ఒక బౌద్ధ శ్రముడు హిందువుల గుంపు మధ్య కనిపిస్తాడు. ఒకడు దాని నుండి దూరంగా ఉంటాడు మరియు దానిని తప్పించుకుంటాడు. అతనిపై ద్వేషం యొక్క భావన చాలా బలంగా ఉంది, ప్రజలు అతను నడిచే రహదారిని కూడా తప్పించుకుంటారు. ద్వేష భావన ఎంత బలంగా ఉందో, హిందువుని తరిమికొట్టడానికి బౌద్ధ ప్రవేశం చాలు, తగినంత మంది ఉన్నారు. బౌద్ధ శ్రమణుడి స్థితి బ్రాహ్మణుడి స్థితిని పోలి ఉంటుంది. బ్రాహ్మణులు మరణశిక్ష నుండి విముక్తులు. అతనికి శారీరక దండన కూడా ఇవ్వలేరు. కానీ ఒక బౌద్ధ సన్యాసిని చంపేస్తారు, ఎటువంటి ప్రాయశ్చిత్తం లేకుండా, ఎటువంటి పశ్చాత్తాపం లేకుండా, దాని వల్ల ఎటువంటి హాని లేదు.

ఈ విడిపోయిన వ్యక్తులు బౌద్ధులని మరియు బ్రాహ్మణత్వం బౌద్ధమతంపై ఆధిపత్యం చెలాయించినప్పుడు, వారు బౌద్ధమతాన్ని సులభంగా విడిచిపెట్టి, బ్రాహ్మణత్వాన్ని అంగీకరించలేదని మేము అంగీకరిస్తే, రెండు ప్రశ్నలకు మనకు పరిష్కారం లభిస్తుంది. అంటరానివారు బ్రాహ్మణులను ఎందుకు చెడ్డ శకునంగా పరిగణిస్తారు, వారిని పూజారులుగా ఎందుకు పిలవరు మరియు వారి ప్రాంతాలలోకి ప్రవేశించడానికి ఎందుకు అనుమతించరు అని ఇది వివరిస్తుంది. ఈ విడిపోయిన వ్యక్తులు ఎందుకు అంటరానివారిగా పరిగణించబడ్డారో కూడా ఇది వివరిస్తుంది. ఈ విడిపోయిన వ్యక్తులు బ్రాహ్మణులను అసహ్యించుకున్నారు, ఎందుకంటే బ్రాహ్మణులు బౌద్ధమతానికి శత్రువులు మరియు బ్రాహ్మణులు బౌద్ధమతాన్ని విడిచిపెట్టడానికి సిద్ధంగా లేనందున ఈ విడిపోయిన వారిని 'అంటరానివారు' చేశారు. ఈ తర్కం నుండి మనం అంటరానితనానికి మూలకారణాలలో ఒకటి బౌద్ధుల పట్ల బ్రాహ్మణులు భావించే ద్వేషం అని నిర్ధారించవచ్చు.

ఈ విడిపోయిన ప్రజలు అంటరానివారుగా మారడానికి బౌద్ధమతం మరియు బ్రాహ్మణ మతం మధ్య ద్వేషం కారణమా వెళ్ళడానికి ఇదొక్కటే కారణం అయి ఉంటుందా? స్పష్టంగా లేదు. బ్రాహ్మణులు బౌద్ధులకు వ్యతిరేకంగా సమానంగా ద్వేషాన్ని బోధించారు, కానీ ప్రత్యేకించి ఈ విడిపోయిన వ్యక్తులపై కాదు. అలాంటప్పుడు ఈ విడిపోయిన వ్యక్తులకే 'అంటరానితనం' ఎందుకు అంటుకుంది? అందువల్ల, ఈ విడిపోయిన వ్యక్తులపై అంటరానితనం విధించబడటానికి ఇది కాకుండా, మరికొన్ని పరిస్థితులు కూడా ఉన్నాయని స్పష్టంగా తెలుస్తుంది. ఆ పరిస్థితి ఎలా ఉండేది? ముమ్ముందు ఈ దిశగా కొన్ని నిర్ణయాలు తీసుకోవడానికి ప్రయత్నిస్తాం

10.

గొడ్డు మాంసం తినడం - అంటరానితనం యొక్క ప్రాథమిక ఆధారం

ఇప్పుడు మనం సెన్సస్ కమీషనర్ సర్క్యులర్‌లో ఇచ్చిన పదవ ప్రమాణానికి వెళ్దాము. ఈ ప్రమాణం ఇప్పటికే మొదటి అధ్యాయంలో చర్చించబడింది, ఇది గొడ్డు మాంసం తినడానికి సంబంధించినది. నేడు 'అంటరానివారు'గా పరిగణించబడుతున్న కులాల ఆహారంలో ప్రధాన భాగం చనిపోయిన ఆవు మాంసం అని జనాభా గణన ఫలితాలు చూపిస్తున్నాయి. ఏ హిందూ కులం, ఎంత నీచమైన వారైనా గోమాంసాన్ని ముట్టుకోదు. నిజంగా 'అంటరానిది' మరియు చనిపోయిన ఆవుతో సంబంధం లేని కులం మరొకటి లేదు. కొందరు దాని మాంసాన్ని తింటారు, కొందరు దాని చర్మాన్ని తొలగిస్తారు, కొందరు దాని చర్మం మరియు ఎముక నుండి వస్తువులను తయారు చేస్తారు.

అంటరానివారు గొడ్డు మాంసం తింటారని సెన్సస్ కమిషనర్ విచారణలో రుజువైంది. కాబట్టి గోమాంసం తినడంతో అంటరానితనం మూలానికి ఏమైనా సంబంధం ఉందా అనేది ప్రశ్న. లేదా అంటరానివారి ఆర్థిక జీవితంలో ఇది సాధారణ దృగ్విషయమా? గొడ్డు మాంసం తినడం వల్ల విడిపోయిన వారిని 'అంటరానివారు' చేశారని చెప్పగలమా? ఈ ప్రశ్నకు సమాధానం 'అవును' అని నిస్సంకోచంగా చెప్పవచ్చు. మరేదైనా సమాధానం మా సమాచారంతో సరిపోలడం లేదు.

మొదటిగా, 'అంటరానివారు' లేదా 'అంటరానివారు' ఇతర కులాలు చనిపోయిన గొడ్డు మాంసం తింటారు మరియు చనిపోయిన ఆవు వాడకంతో సంబంధం చాలా బలంగా మరియు చాలా దగ్గరగా ఉంది, అది 'అంటరానితనం'కి కారణమని భావించడం దాదాపు తిరస్కరించలేనిదిగా అనిపిస్తుంది. రెండవది, అంటరానివారిని హిందువుల నుండి వేరు చేసేది ఏదైనా ఉందంటే అది బీఫ్ డైట్. పైపైన కూడా, నిషేధించబడిన ఆహారానికి సంబంధించి హిందూ నియమాలలో విభజన రేఖను గీయడానికి రెండు ఆదేశాలు ఉన్నాయి. మాంసం తినకూడదనేది ఒక నిషేధం. దీని కారణంగా హిందువులలో రెండు విభాగాలు ఉన్నాయి.

వారు గొడ్డు మాంసం తింటారు, మరియు వారు గొడ్డు మాంసం తినరు. అంటరానితనం యొక్క దృక్కోణం నుండి, మొదటి విభజన రేఖకు ప్రాముఖ్యత లేదు, కానీ రెండవది: ఇది అంటరానివారు మరియు అంటరానివారిని పూర్తిగా విభజిస్తుంది. శాకాహారమైనా, మాంసాహారమైనా 'అంటరానివారు' గొడ్డు మాంసాన్ని నిషేధించడంలో ఏకపక్షంగా ఉంటారు. గొడ్డు మాంసం తినే వారిపై జరిమానాలు ఉన్నాయి - ఎటువంటి పశ్చాత్తాపం లేకుండా మరియు రొటీన్ గా.

ఈ విషయంలో గొడ్డు మాంసం తినడం పట్ల తీవ్ర విరక్తి ఉన్నవారు సూచించడం పెద్ద విషయం కాదు అవును, వారు గొడ్డు మాంసం తినేవారిని 'అంటరానివారు'గా పరిగణించడం ప్రారంభిస్తారు. నిజానికి, అంటరానితనానికి ప్రధాన కారణం గొడ్డు మాంసం తినడం గురించి ఏమీ ఊహించాల్సిన అవసరం లేదు. హిందూ గ్రంథాలు కూడా ఈ కొత్త సిద్ధాంతాన్ని సమర్థిస్తున్నాయి. వ్యాస-స్మృతిలో ఈ క్రింది శ్లోకం ఉంది, ఇది అంత్యజల వర్గంలో లెక్కించబడిన కులాల పేర్లను మరియు అవి అలా ఉండటానికి కారణాన్ని తెలియజేస్తుంది:చర్మకారులు, మోరియా భట్ (సైనికుడు), భిల్, రజక్ (వాషర్మాన్), పుష్కర్, నాట్ (నటుడు), బ్రత్యా, మేడ, చండాల, దాస్, స్వపక్ మరియు కోలికా మరియు గొడ్డు మాంసం తినే వారందరినీ 'అంత్యజాస్' అంటారు. (12,13)

సాధారణంగా, స్మృతి రచయితలు తమ అభిప్రాయాలను 'ఎందుకు మరియు ఎలా?' అనే ఉచ్చులో ఎప్పుడూ పడకండి. కానీ ఇది మినహాయింపు ఎందుకంటే ఇక్కడ వేదవ్యాస్ 'అంటరానితనం'కి కారణాన్ని వివరించడంలో ముఖ్యమైనది. అంటే 'అంటరానితనం'కి మూలం గొడ్డు మాంసం తినడంలోనే ఉందని స్మృతులు తెలుసుకున్నారు. వేదవ్యాస్ యొక్క ఈ ప్రకటన తర్వాత ఎలాంటి వాదనకు ఆస్కారం ఉండకూడదు. ఇది 'బ్రాస్లెట్ యొక్క RC అంటే ఏమిటి?' మరియు ప్రత్యేకత ఏమిటంటే, ఈ వివరణ కూడా మనకు తెలిసిన దానితో పూర్తిగా సరిపోలుతుంది.

'అంటరానితనం'కి కారణమైన ఈ కొత్త ఆవిష్కరణలో రెండు విషయాలు వెలుగులోకి వచ్చాయి. ఒక విషయం ఏమిటంటే, బ్రాహ్మణులు బౌద్ధులపై వ్యాపించిన ద్వేషపూరిత భావన మరియు మరొకటి విడిపోయిన ప్రజలు గొడ్డు మాంసం తినడం కొనసాగించడం. ఇంతకు ముందు చెప్పినట్లుగా, విడిపోయిన వ్యక్తులపై 'అంటరానితనం' అనే కళంకాన్ని విధించడానికి మొదటి పాయింట్ మాత్రమే సరిపోదు. ఎందుకంటే బ్రాహ్మణులు బౌద్ధుల పట్ల వ్యాపించిన ద్వేష భావన సాధారణంగా బౌద్ధులందరిపై కాదు, అది 'విడిపోయిన ప్రజల'పై మాత్రమే కాదు. 'వేర్వేరు వ్యక్తులు' మాత్రమే అంటరానివారిగా మారడానికి ప్రధాన కారణం వారు

బౌద్ధులు మరియు గొడ్డు మాంసం తినే అలవాటును కూడా వదులుకోకపోవడం. ఇది బ్రాహ్మణులకు వారి కొత్త ఆవు భక్తిని దాని విపరీతమైన పరిమితులకు తీసుకెళ్లడానికి మరొక అవకాశాన్ని ఇచ్చింది. దీని నుండి విడిపోయిన ప్రజలు బౌద్ధులుగా ఉన్నందున వారు ద్వేషానికి గురయ్యారని మరియు గొడ్డు మాంసం తినేవారి కారణంగా వారు 'అంటరానితనం' యొక్క వస్తువులుగా మారారని మనం నిర్ధారణకు చేరుకోవచ్చు.

గొడ్డు మాంసం తినడమే 'అంటరానితనం'కి కారణమనే సిద్ధాంతాన్ని అంగీకరించడం అనేక ప్రశ్నలకు దారి తీస్తుంది. విమర్శకులు ఖచ్చితంగా అడుగుతారు - గొడ్డు మాంసం తినడం పట్ల హిందువుల ద్వేషానికి కారణం ఏమిటి? హిందువులు ఎప్పుడూ గొడ్డు మాంసం తినడాన్ని వ్యతిరేకిస్తున్నారా?

కాకపోతే వారిలో ఈ ద్వేషం ఎలా పుట్టింది? అంటరానివారు మొదటి నుంచీ గోమాంసం తింటున్నారా? అదే సమయంలో హిందువులు గొడ్డు మాంసం తినడం ఎందుకు మానేశారు?వదలలేదా? 'అంటరానివారు' ఎప్పుడూ 'అంటరానివారు'గా ఉన్నారా? గొడ్డు మాంసం తినేవారిగా ఉన్నప్పటికీ 'అంటరానివారు' 'అంటరానివారు' కాదనే కాలం ఉంటే, తరువాత గోమాంసం తినడం 'అంటరానితనం'కి ఎలా కారణమైంది? హిందువులు గొడ్డు మాంసం తింటుంటే. కాబట్టి వారు ఎప్పుడు తినడం మానేశారు? హిందువులు గొడ్డు మాంసం తినడం మానేసిన తర్వాత ఎంతకాలం 'అంటరానితనం' ఉనికిలోకి వచ్చింది? ఈ ప్రశ్నలకు సమాధానాలు తెలియాల్సి ఉంది. సమాధానాలు లేకుండా ఈ కొత్త సిద్ధాంతం మబ్బుగా ఉంటుంది. ప్రజలు దీనిని 'సాధ్యం'గా అంగీకరించవచ్చు కానీ నిశ్చయాత్మకమైనదిగా అంగీకరించరు. నేను ఒక సిద్ధాంతాన్ని ప్రతిపాదించినప్పుడు, ఆ ప్రశ్నలకు కూడా సమాధానం చెప్పాలి. నేను ఈ క్రింది శీర్షికలలో సమాధానం చెప్పాలనుకుంటున్నాను.

(1) హిందువులు ఎప్పుడూ గొడ్డు మాంసం తినరా?

(2) హిందువులు గొడ్డు మాంసం తినడం ఎందుకు మానేసారు?

(3) బ్రాహ్మణులు ఎప్పుడు శాఖాహారులుగా మారారు?

(4) గొడ్డు మాంసం తినడం నుండి 'అంటరానితనం' ఎందుకు ఉద్భవించింది? మరియు

(5) 'అంటరానితనం' ఎప్పుడు ఉద్భవించింది

భాగం - 5 బీఫ్ వినియోగం మరియు అంటరానితనం

11.

హిందువులు ఎప్పుడూ గొడ్డు మాంసం తినలేదా?

"హిందువులు ఎప్పుడూ గోమాంసం తినలేదా?" అనే ప్రశ్నకు సమాధానంగా. ప్రతి హిందువు, బ్రాహ్మణుడైనా, బ్రాహ్మణేతరుడైనా - 'లేదు, ఎప్పుడూ.' ఒక రకంగా ఆయన చెప్పేది కూడా సరైనదే. హిందువులెవరూ ఎక్కువ కాలం గోమాంసం తినలేదు. 'హిందూ' అన్న ఈ సమాధానానికి అర్థం ఇదే అయితే, ఆయనతో మనకు ఎలాంటి గొడవలు లేవు. కానీ విద్యావంతులైన బ్రాహ్మణులు చెప్పినప్పుడు - "హిందువులు ఎప్పుడూ గొడ్డు మాంసం తినలేదు, కానీ వారు ఎల్లప్పుడూ గోవును పవిత్రంగా భావిస్తారు మరియు ఎల్లప్పుడూ గోహత్యకు వ్యతిరేకంగా ఉంటారు, అప్పుడు వారి అభిప్రాయం అంగీకరించబడదు."

హిందువులు ఎప్పుడూ గొడ్డు మాంసం తినలేదు మరియు గోహత్యను ఎప్పుడూ వ్యతిరేకిస్తారనే ఆలోచనకు మద్దతుగా చాలా ఆధారాలు ఉన్నాయి.

ఋగ్వేదంలో రెండు రకాల ఆధారాలు ఉన్నాయి, వీటిని ప్రాతిపదికగా పరిగణిస్తారు. ఒక రకమైన రుజువులో, ఆవును 'అవధ్య' అని పిలుస్తారు. 'అవధ్య' అంటే 'చావడానికి అర్హుడు కాదు.' ఇది గోహత్యకు వ్యతిరేకంగా నిషేధం అని అర్థం; మరియు మతానికి సంబంధించిన విషయాలలో వేదాలదే అంతిమ అధికారం కాబట్టి, ఆర్యులు ఆవును కూడా చంపలేరని, దానిని తినడానికి వీల్లేదని చెబుతారు. ఇతర రకాల ఆధారాలలో, ఆవును పవిత్రంగా పిలుస్తారు. ఈ మంత్రాలలో, ఆవును రుద్రుని తల్లి, వసువుల కుమార్తె, ఆదిత్యుల సోదరి మరియు అమృతం యొక్క కేంద్ర బిందువు అని పిలుస్తారు. ఋగ్వేదంలో ఆవును 'దేవి' అని పిలిచే మరొక ప్రస్తావన ఉంది. బ్రాహ్మణ మరియు సూత్ర గ్రంథాలలోని కొన్ని వాక్యాలు కూడా ఈ ఆలోచనకు ఆధారం.

శతపథ బ్రాహ్మణంలో గోవును చంపడం, ఆవును తినడం అనే రెండు ప్రదేశాలు ఉన్నాయి. అది "అర్థే శలం ప్రపదయతి. అతను ఆవును లేదా ఎద్దును తినడు, ఆవును లేదా ఎద్దును తినడు, దేవతలు అతనితో ఇలా అన్నారు: "ఓ ఆవు, ఆవులను మరియు ఎద్దులను తినేవాడిని మీరు మరొక కదలికగా తీసుకువెళ్లారు. , తనకు జన్మనిచ్చిన స్త్రీ గర్భాన్ని చంపినందుకు పాపపు ఖ్యాతి ఉంది, కాబట్టి అతను ఆవులను మరియు ఎద్దులను తినాలి. (శా.ప.)

అర్థం: అతను (అత్యయు) అతనిని పెవిలియన్‌లోకి ప్రవేశిస్తాడు. అతనికి ఆవు లేదా ఎద్దు మాంసం అంటే ఇష్టం ఉండదు

తప్పనిసరిగా తినాలి, ఎందుకంటే నిస్సందేహంగా ఆవులు మరియు ఎద్దులు భూమిపై ఉన్న ప్రతిదానికీ ఆధారం. దేవతలు చెప్పారు, 'ఆవు మరియు ఎద్దు ఖచ్చితంగా అన్నిటికీ ఆధారం. ఇతర (జంతు) జాతుల శక్తిని ఆవులు మరియు ఎద్దులకే ఇద్దాం. అందుకే ఆవులు, ఎద్దులు ఎక్కువగా తింటాయి. అందువల్ల, ఎవరైనా ఆవు లేదా ఎద్దు మాంసం తింటే, అతను ప్రతిదీ తింటాడు, లేదా అతను అన్నింటికి అంతం మరియు అన్నింటిని నాశనం చేస్తాడు. అందువల్ల అతడు ఆవు మరియు ఎద్దుల మాంసాన్ని తినకూడదు.

మంత్ర సంఖ్య. 1, 2, 3 మరియు 6 శ్లోకాలలో నైతిక ప్రాతిపదికన జంతుబలి నిషేధించబడిన మరొక స్థలం ఉంది.గొడ్డు మాంసం తినడంపై సాధారణ నిషేధం విధించిన అపస్తంబ ధర్మసూత్రలో కూడా ఇదే విధమైన ప్రకటన ఉంది. హిందువులు ఎప్పుడూ గొడ్డు మాంసం తినరు అనే ఆలోచనకు ఇది ఒక్కటే నిదర్శనం. ఈ సాక్ష్యం నుండి మనం ఏ ముగింపులు తీసుకోవచ్చు?

ఋగ్వేదం యొక్క సాక్ష్యాల విషయానికొస్తే, దానిని సరిగ్గా చదవకపోవడం మరియు సరిగ్గా అర్థం చేసుకోకపోవడం ద్వారా మాత్రమే మనం ఈ నిర్ధారణకు రాగలము. ఋగ్వేదంలో ఇద్దరికి 'అఘున్య' అనే విశేషణానికి అర్థం ఆవు పాలు ఇస్తుంది కాబట్టి అది చంపబడదు. అవును, ఋగ్వేద కాలంలో గోవు పట్ల గౌరవం ఉన్న మాట నిజమే, కానీ ఆవు పట్ల అలాంటి గౌరవం మరియు పూజలు ఆశించడం వల్ల హిందీ ఆర్యులు ఆహారం కోసం దానిని చంపడం ఆపలేదు. నిజానికి ఆవులను కూడా పవిత్రంగా భావించి చంపేస్తున్నారు. శ్రీ కేన్ ఇలా అంటాడు: - "వేద కాలంలో గోవు పవిత్రమైనది కాదు. దాని 'పవిత్రత' కారణంగానే వాజసనేయి సంహితలో గొడ్డు మాంసం తినాలని సూచించబడింది."

ఋగ్వేద కాలం నాటి ఆర్యులు ఆహారం కోసం గోవులను వధించి గొడ్డు మాంసం తినేవారని ఋగ్వేదం నుండే చాలా స్పష్టంగా తెలుస్తుంది. ఋగ్వేదంలో

ఇంద్రుడు ఒకటికి 15-20 ఎద్దులను వండాడని చెప్పబడింది. గుర్రాలు, ఎద్దులు, ఎద్దులు, బంజరు ఆవులు మరియు గొర్రెలను అగ్నిదేవునికి బలి ఇచ్చారని ఋగ్వేదం చెబుతోంది. ఆవును కత్తి లేదా గొడ్డలితో చంపినట్లు ఋగ్వేదం ద్వారా కూడా స్పష్టమవుతుంది. శతపథ బ్రాహ్మణుడి సాక్ష్యం విషయానికొస్తే, అది నిశ్చయాత్మకంగా పరిగణించవచ్చా? స్పష్టంగా లేదు. ఇతర బ్రాహ్మణులలో భిన్నమైన అభిప్రాయాన్ని ఇచ్చే గ్రంథాలు ఉన్నాయి.

ఒక ఉదాహరణ సరిపోతుంది. తైత్తిరీయ బ్రాహ్మణంలో వర్ణించబడిన కామ్యేష్టి యాగాలలో ఆవులను, ఎద్దులను బలి ఇవ్వమని ఆజ్ఞ ఇవ్వడమే కాకుండా, ఏది అని కూడా స్పష్టంగా చెప్పబడింది.

ఏ రకమైన ఆవు మరియు ఎద్దును ఏ దేవతకు బలి ఇవ్వాలి?ఉదాహరణకు విష్ణువుకు బలి ఇవ్వాలంటే మరుగుజ్జు ఎద్దును ఎంచుకోవాలి. వృత్రుడిని నాశనం చేసే ఇంద్రుడికి బలి ఇవ్వవలసి వస్తే, వేలాడే కొమ్ములు మరియు నుదిటిపై గుర్తు ఉన్న అటువంటి ఎద్దు అవసరం పూషన్'కి నల్ల ఆవు, 'రుద్ర'కి ఎర్రటి ఆవు, మరియు తైత్తిరీయ బ్రాహ్మణం పంచశారదీయ సేవ అని పిలవబడే ఒక యజ్ఞాన్ని వివరిస్తుంది, అందులో అత్యంత ముఖ్యమైన విషయం ఏమిటంటే అది ఐదు సంవత్సరాల వయస్సు గల పదిహేడు మరుగుజ్జు ఎద్దులను కలిగి ఉంటుంది. మరియు అదే సంఖ్యలో మూడు సంవత్సరాల వయస్సు గల మరగుజ్జు దూడలు చంపబడ్డాయి.

మరియు 'ఆపస్తంబ ధర్మసూత్ర'కు వ్యతిరేకంగా ఈ క్రింది విషయాలు గమనించదగినవి. మొదటిది, అదే సూత్రంలో, 15, 14, 29 శ్లోకాలలో దీనికి వ్యతిరేకంగా ఒక ప్రకటన ఉంది. ఇది సూత్రంలో వ్రాయబడింది - "ఆవులు మరియు ఎద్దులు పవిత్రమైనవి, కాబట్టి వాటిని తినాలి." రెండవ విషయం గృహ్య-సూత్రలో ఇవ్వబడిన మధుపార్క్ తయారు చేసే పద్ధతి. ఆయాల వద్ద ప్రత్యేక అతిథులను స్వాగతించడం ఒక స్థిరమైన సంప్రదాయంగా మారింది; అనేక గృహ్య-సూత్రాలలో మధుపర్క గురించి వివరమైన సమాచారం ఉంది. గృహ్య-సూత్రాల ప్రకారం, ఆరుగురికి మధుపర్క్ (1) ఋత్విజ అంటే యాగం చేసే బ్రాహ్మణుడు, (2) ఆచార్య (3) వరుడు, (4) రాజు, (5) పట్టభద్రుడు, అంటే విద్యార్థికి ఇవ్వడానికి హక్కు ఉంది. తన గురుకుల విద్యను పూర్తి చేసాడు మరియు (6) అతిథికి ప్రియమైన ఎవరైనా. కొందరు ఈ జాబితాలో అతిథులను కూడా చేర్చారు. రిత్విజ, రాజు, ఆచార్య మినహా మిగిలిన వారికి ఏడాదికి ఒకసారి మధుపార్కు ఇవ్వాలనే నిబంధన ఉంది. రిత్విజ, రాజా, ఆచార్య వచ్చిన ప్రతిసారీ ఇవ్వాల్సి వచ్చేది.

ఈ మధుపార్క్ దేనితో చేయబడింది? ఈ మధుపర్కను తయారు చేసిన వస్తువులు, గురించి తేడాలు ఉన్నాయి. 'అశ్వలాయన గృహ్యా సూత్రం మరియు ఆపస్తంబ గృహ్యా సూత్రం తేనె మరియు పెరుగు లేదా నెయ్యి

మరియు 13-101 పరాశర గృహ సూత్రం వంటి ఇతర సూత్రాలలో పెరుగును జోడించడం గురించి చెప్పబడింది. దీని ప్రకారం పెరుగు, తేనె, వెన్న అనే మూడు వస్తువులను కలిపి తయారుచేయాలి. 'ఆపస్తంబ గృహ్యాసూత్ర'

(13,11,12) ఈ మూడు విషయాలను కలపవచ్చు అనే ఇతరుల ఆలోచనను కూడా ప్రస్తావించారు.

చెయ్యవచ్చు. హిరణ్య గృహ్యాసూత్రం (1,9,10,12) పెరుగు, తేనె, నెయ్యి, నీరు మరియు ఇతర ఐదు విషయాలు ఏదైనా మూడింటిని కలపడానికి అనుమతి ఇస్తుంది. 'కౌశిక సూత్రంలో 9 రకాల కల్తీలు ప్రస్తావించబడ్డాయి.

అవి- బ్రహ్మ (తేనె మరియు పెరుగు), ఇంద్రుడు (పాలలో అన్నం), సౌమ్య (పెరుగు మరియు నెయ్యి), పౌషణ (నెయ్యి మరియు మఠం) హువా దహి), సరస్వత్ (పాలు మరియు నెయ్యి), మౌసల్ (సూర మరియు నెయ్యి. ఇది సౌత్రమణి మరియు రాజసూయ యాగాలు), పరివ్రాజక (ఆవాల నూనె మరియు దాని కేక్) లో మాత్రమే ప్రదర్శించబడింది. మాధవ-గృహ్యాసత్రం

(1,9,22) మధపర్క మాంసాహారం లేకుండా ఉండకూడదని వేదం ఆదేశించిందని చెప్పారు; కాబట్టి ఆవును తప్పించినట్లయితే, మేక మాంసం లేదా మేకను బలి ఇవ్వవచ్చు. 'హిరణ్య'

గృహ్యా సూత్రం' (1,13,14) ఇతర మాంసాన్ని మాత్రమే త్యాగం చేయాలని చెబుతుంది. బోధాయన గృహ్యా సూత్రం (1,13,14) చెప్పారు. మధుపార్క్ మాంసం లేకుండా ఉండదు. ఏదైనా మాంసం త్యాగం చేస్తే

అతను ఇవ్వలేకపోతే, అతను. ధాన్యాలు ఉడికించాలి. అందువల్ల, మధుపార్క్‌లో మాంసం, ముఖ్యంగా గొడ్డు మాంసం, ఒక ముఖ్యమైన పదార్థం. అతిథి కోసం గోహత్య చేయడం ఎంత సాధారణమైపోయిందంటే 'అతిథి' పేరు 'గోధన' అంటే ఆవులను చంపేవాడు. ఈ హత్యను నివారించడానికి, అశ్వలాయన గృహ్యా సూత్రం అతిథి రాగానే ఆవును విడిచిపెట్టాలని సూచిస్తుంది, తద్వారా ఆవు చంపబడదు మరియు 'ఆతిథ్యం' నియమాన్ని కూడా ఉల్లంఘించదు.

మృత దేహాన్ని దహనం చేయడాన్ని 'ఆపస్తంబ ధర్మసూత్రం' అనే మూడవ వాక్యానికి విరుద్ధంగా పేర్కొనవచ్చు. మూలం ఇలా చెబుతోంది:-

ఆ తరువాత అతను మృత దేహంపై ఈ క్రింది త్యాగ సాధనాలను ఉంచాలి:-

1. కుడి చేతిలో గుహుడు అనే చెంచా.
2. ఎడమ చేతిలో ఉపభృత అనే రెండవ చెంచా.
3. కుడి వైపున 'స్ఫ్య' అనే చెక్క యాగ్నిక్ ఖడగ్, ఎడమ వైపు అగ్నిహోత్ర హవాని.
4. ఛాతీపై ధృవ (ఖువా బడా), తలపై గిన్నె మరియు దంతాల మీద రాళ్లు.
5. అతని ముక్కుకు ఇరువైపులా రెండు మెంతులు.
6. ఒక వంతు మాత్రమే ఉంటే, అప్పుడు దానిని రెండు ముక్కలుగా కట్ చేయాలి.
7. రెండు చెవుల దగ్గర, ప్రసిత్రహరణం అంటే బ్రాహ్మణుల యజ్ఞ ఆహార పదార్థాలను ఉంచే ఈ పాత్రలు.
8. ప్రసిత్రహరన్ ఒకటి అయితే, దానిని రెండు ముక్కలుగా చేయాలి.
9. కడుపు మీద పత్రి అనే పాత్ర.
10. బలి ఆహారంలో భాగంగా ఉంచబడిన చషక్ లేదా కప్పు.
11. జననాంగాల మీద షమీ పేరు చెక్క.
12. తొడల మీద రెండు మండుతున్న కర్రలు.
13. కాళ్లపై సున్నం మరియు రాయి.
14. పాదాల వద్ద రెండు బుట్టలు.
15. ఒకే ఒక బుట్ట ఉంటే, దానిని రెండు భాగాలుగా విభజించండి.
16. బోలు వస్తువులపై నెయ్యి చల్లడం ద్వారా వాటిని నింపుతారు.
17. మరణించినవారి కుమారుడు మిల్లు యొక్క దిగువ మరియు ఎగువ ప్లాట్‌ఫారమ్‌ను ఎత్తాలి.
18. రాగి, ఇనుము మరియు మట్టి వస్తువులు.
19. ఆడ జంతువు యొక్క పొట్ట నుండి పొరను తీసివేసి, ఋగ్వేదం (10, 16, 7) మంత్రాన్ని పఠించడం ద్వారా చనిపోయిన వ్యక్తి యొక్క తల మరియు ముఖాన్ని కప్పండి, "భవిష్యత్తు నుండి మిమ్మల్ని రక్షించే చేయిపై మరియు ఏది ఒక ఆవు నుండి పొందినది".
20. జంతువు యొక్క వృషణాలను తీసివేసి, చనిపోయిన వ్యక్తి చేతిలో ఉంచండి. ఈ మంత్రంతో పాటు చదవండి- 'రెండు కుక్కల నుండి షమీ

కుమారులు ఇద్దరూ రక్షించబడ్డారు', కుడి చేతిలో కుడి వృషణం, ఎడమవైపు ఎడమ.

21. అతను చనిపోయిన వ్యక్తి గుండెపై జంతువుల హృదయాలను ఉంచాడు.
22. కొందరు ఆచార్యుల ప్రకారం, రెండు పిడికెడు పిండి లేదా అన్నం కూడా.
23. కొంతమంది ఆచార్యుల ప్రకారం, వృషణాలు కనిపించనప్పుడు మాత్రమే ఇది జరుగుతుంది.
24. జంతువు యొక్క శరీర భాగాలను విభజించి, చనిపోయిన వ్యక్తి యొక్క శరీర భాగాలపై ఉంచి, తన చర్మంతో వాటిని కప్పి, 'ఓ అగ్నీ! ఎప్పుడు ప్రణీత జల్ ఇది ముందుకు తరలించబడి ఉంటే, ఈ కప్పను తిప్పవద్దు. ,
25. 'అగ్నియే స్వాహా, కామయ స్వాహా, లోకయ స్వాహా, అనుమయతే స్వాహా' అని ఆ దక్షిణాగ్నిలో తన ఎడమ మోకాలిని వంచి బలి ఇవ్వాలి.
26. ఐదవ నైవేద్యాన్ని మరణించిన వ్యక్తి ఛాతీపై వేయాలి. ఈ మంత్రంతో పాటు - 'విశ్వాసంతో వేలాది మంది దీని నుండి జన్మించారు. ఇప్పుడు అతను దీని నుండి జన్మించాడు. స్వర్గానికి స్వాహా.

ప్రాచీన హిందీ-ఆర్యులలో ఎవరైనా చనిపోయినప్పుడల్లా ఒక జంతువును బలి ఇచ్చి ఆ జంతువు యొక్క శరీర భాగాలను చనిపోయిన వ్యక్తి శరీర భాగాలపై ఉంచి కాల్చివేసేవారని పైన పేర్కొన్న 'అశ్వలాయన గృహ్యసూత్ర' ద్వారా స్పష్టమవుతుంది.

గోవధ మరియు గోమాంస భక్షణకు సంబంధించిన సాక్ష్యాల స్థితి ఇది. వీటిలో ఏది నిజమని భావించాలి? గోహత్యను, గోమాంస భక్షణను హిందువులు వ్యతిరేకిస్తున్నారని ప్రకటించే 'శతపథ బ్రాహ్మణ', అపస్తంబాద్ ధర్మసూత్ర వంటి కథనాలు మితిమీరిన గోహత్య, గోమాంస భక్షణకు వ్యతిరేకంగా స్ఫూర్తిదాయకాలు మాత్రమే. వారు గోహత్యను నిషేధించరు. వాస్తవానికి, ఈ ప్రేరణలు ఆ సమయంలో గోహత్య మరియు గోవు మాంసాహారం సాధారణ విషయంగా మారాయని రుజువు చేస్తాయి. ఈ ప్రేరణలు ఉన్నప్పటికీ, గోహత్య మరియు గొడ్డు మాంసం వినియోగం కొనసాగింది. ఈ బోధనలు తరచుగా ఫలించలేదు, ఇది ఆర్యుల గొప్ప ఋషి యాజ్ఞవల్క్యుడి ప్రవర్తన ద్వారా నిరూపించబడింది.

పైన పేర్కొన్న శతపథ బ్రాహ్మణంలోని మొదటి పేరా యాజ్ఞవల్క్యుని ఉద్దేశించి మాత్రమే చెప్పబడింది. యాజ్ఞవల్క్యుడు అతనికి ఏమి ఇవ్వలేదు? ఆ ఉపన్యాసం విన్న యాజ్ఞవల్క్యుడు ఇలా అన్నాడు-

"నేను లేతగా ఉంటేనే తింటాను."

ఒకప్పుడు హిందువులు ఆవులను చంపడంతోపాటు గొడ్డు మాంసం కూడా తింటున్నారు. బౌద్ధ సూత్రాలలో ఇవ్వబడిన యాగాల వివరణ ద్వారా ఇది చాలా బాగా నిరూపించబడింది. బౌద్ధ సూత్రాల కాలం వేదాలు మరియు బ్రాహ్మణ గ్రంథాల కంటే చాలా ఆలస్యంగా ఉంది. ఆవులు మరియు ఇతర జంతువులను చంపిన స్థాయి భయంకరమైనది. మతం పేరుతో బ్రాహ్మణులు చేసే హత్యలకు లెక్కలు చెప్పడం సాధ్యం కాదు. అవును, బౌద్ధ వద్మయ యొక్క కొన్ని కోట్స్ నుండి ఈ కసాయి యొక్క కొంత ఆలోచనను చూడవచ్చు

కాలేదు. ఉదాహరణకు, మనం కుటదంత సూత్రాన్ని పేర్కొనవచ్చు, దీని ద్వారా బుద్ధుడు కరదంత బ్రాహ్మణుడికి జంతువులను చంపవద్దని సలహా ఇచ్చాడు. బుద్ధుడు వ్యంగ్య భాష మాట్లాడనప్పటికీ, అతని ప్రకటన వేద యుగం యొక్క ఆచారాల గురించి మంచి చిత్రాన్ని ఇస్తుంది. అతను అంటాడు-"ఇంకా, ఓ బ్రాహ్మణా, ఆ యాగంలో ఎద్దులు, మేకలు, కోళ్లు, లావు పందులు, మరే ఇతర ప్రాణినీ చంపలేదు. స్తంభాల కోసం చెట్లను కూడా నరకలేదు. యజ్ఞమండపం చుట్టూ చుట్టడానికి దర్భ గడ్డిని కూడా ఒలిచిపెట్టలేదు మరియు అక్కడ ఉన్న బానిసలు లేదా ఇతర కార్మికులు భయంతో లేదా భయంతో పని చేయలేదు, పని చేస్తున్నప్పుడు వారి ముఖాల్లో కన్నీళ్లు రావు.

మరోవైపు, కుట్దంత్ బుద్ధుడు, ధమ్మం, అటువంటి యాగాలలో చేసే భయంకరమైన జంతు బలులు,

తన పరిస్థితి కొంత చెబుతుంది. అతను అంటాడు - "నేను బుద్ధుని, ధర్మాన్ని మరియు సంఘాన్ని ఆశ్రయిస్తున్నాను. నేటి నుండి, భంటే! యావజ్జీవన్, నేను త్రిశరణ్ని శరణు వేడుతున్నాను."ఓ శ్రేయోభిలాషి, ఓ గౌతమా, నేనే ఇప్పుడు ఏడు వందల ఎద్దులను, ఏడు వందల ఎద్దులను, ఏడు వందల దూడలను, ఏడు వందల మేకలను మరియు ఏడు వందల గొర్రెలను విముక్తి చేస్తాను. వారు గడ్డి తినాలి, చల్లటి నీరు త్రాగాలి మరియు చల్లని గాలిని ఆస్వాదించాలి."

సంయుక్త నికాయ కోసల రాజు ప్రసేన్‌జిత్ చేసిన యాగం గురించిన వివరణ ఇవ్వబడింది. "యాగంలో బలి ఇవ్వడానికి ఐదు వందల ఎద్దులు, ఐదు వందల దూడలు మరియు అనేక ఎద్దులు, మేకలు మరియు పొట్టేలులను యూప స్తంభం వద్దకు తీసుకువెళ్లారు" అని వ్రాయబడింది.అటువంటి సాక్ష్యాధారాల సమక్షంలో,

హిందువులు - బ్రాహ్మణులు లేదా బ్రాహ్మణేతరులు మాంసాహారులు మాత్రమే కాకుండా మాంసాహారులు కూడా ఉన్న కాలం ఉందని ఎవరికీ ఎటువంటి సందేహం లేదు

12.
బ్రాహ్మణేతరులు గొడ్డు మాంసం తినడం ఎందుకు మానేశారు?

హిందువుల వివిధ కులాలు లేదా తరగతుల ఆహారపు అలవాట్లు మరియు స్వభావం వారి ఇతర ఆచారాలు మరియు సంప్రదాయాల వలె స్థిరంగా మరియు స్థిరంగా మారాయి. మనం హిందువులను వారి ఆచారాల ఆధారంగా వర్గీకరించినట్లే, వారి ఆహారపు అలవాట్ల ఆధారంగా కూడా వారిని వర్గీకరించవచ్చు. మతపరమైన దృక్కోణంలో హిందువులు శైవ లేదా వైష్ణవుల మాదిరిగానే, వారు మాంసాహారం లేదా శాఖాహారులు.

సాధారణంగా మాంసాహారం మరియు శాఖాహారం యొక్క ఈ వర్గీకరణ సరిపోతుంది. కానీ, ఇది పూర్తిగా సరైన వర్గీకరణ కాదని అంగీకరించాలి. మరింత వివరణాత్మక వర్గీకరణ కోసం మనం మాంసాహార తరగతిని రెండు భాగాలుగా విభజించాలి - (1) మాంసం తినే వారు, కానీ గొడ్డు మాంసం తినరు, (2) గొడ్డు మాంసం కూడా తినే వారు. మరో మాటలో చెప్పాలంటే, ఆహారపు అలవాట్లకు సంబంధించి హిందూ సమాజంలో మూడు విభాగాలు ఉంటాయి - (1) శాఖాహారులు, (2) మాంసాహారం కాని గొడ్డు మాంసం తిననివారు (3) గొడ్డు మాంసం తినే వారు. ఈ వర్గీకరణతో సరిపోలితే, హిందూ సమాజంలో మూడు తరగతులు లేదా వర్ణాలు ఉన్నాయి: - (1) బ్రాహ్మణ, (2) బ్రాహ్మణేతర, (3) అంటరానివారు. ఈ వర్గీకరణ హిందూ సమాజంలోని చాతుర్వర్ణ్యంతో సరిపోలనప్పటికీ, ఇది పూర్తిగా ఆబ్జెక్టివ్ పరిస్థితితో సరిపోతుంది. ఎందుకంటే బ్రాహ్మణులలో శాఖాహారులు ఒక వర్గం ఉంది, మరియు మాంసం తినే బ్రాహ్మణేతరులలో ఒక వర్గం ఉంది కానీ

గొడ్డు మాంసం తినరు మరియు అంటరానివారిలో గొడ్డు మాంసం తినే ప్రజలలో ఒక విభాగం ఉంది.

ఈ మూడు రెట్లు వర్గీకరణ వియుక్తమైనది మరియు వస్తువు పరిస్థితికి సరిపోతుంది. ఈ వర్గీకరణ గురించి ఎవరైనా జాగ్రత్తగా ఆలోచిస్తే, బ్రాహ్మణేతరుల

పరిస్థితి ప్రత్యేకంగా అతని దృష్టిని ఆకర్షిస్తుంది. శాకాహారిగా ఉండటంలో అర్థం ఉంది, మాంసాహారం కూడా అర్థం అవుతుంది. కానీ మాంసాహారం తినని వ్యక్తి ఒక రకమైన మాంసం, గొడ్డు మాంసం తినడాన్ని ఎందుకు వ్యతిరేకిస్తారో అర్థం చేసుకోవడం కష్టం? ఇది పరిష్కరించాల్సిన పజిల్. బ్రాహ్మణేతరులు గొడ్డు మాంసం తినడం ఎందుకు వదులుకున్నారు? దీని అర్థం కోసం, దీనికి సంబంధించిన చట్టం అశోకుడి చట్టంలో ఉంటుంది లేదా అశోకుడి నుండి మాత్రమే ప్రారంభమవుతుంది

ఈ అంశానికి సంబంధించి అశోకుని మూడు శాసనాలు ఉన్నాయి. శాసనం నెం. 1, పిల్లర్ నెం. 2 మరియు 5 శాసనం నెం. 1 క్రింది విధంగా ఉంది:-

"ఇయం ధమ్మాలిపి దేవానాం పియేన పియదాసి రాజా లేఖయిత ఇధ న కిచి జీవం ఆరభిత్వా ప్రజుహిత్వం న చ సమాజ కతథవ బహుకం హి దోషం సమాజ హి పసతి దేవానాం పియో పియదాసి రాజా. అస్తి పితు ఏకచ సమాజ సాధుమతా దేవానాం పియ పీయదాసినో రజో, పుర మహానాసం హి దేవానాం పియ పియదాసినో రజో అనుదిసం లిపి లిఖితా తి ఎలుక ప్రాణ ఆరంభే సూపథాయ, దో మోర ఏకో మగో సోపీ మగో న ధుబో ప్రణ ఏతరేపి న త్రిభ ఏతారేపి.

అర్థం: ఈ గ్రంథాన్ని దేవతలకు ప్రీతిపాత్రుడైన ప్రియదర్శి రాజా రచించాడు. ఇక్కడ ఈ రాష్ట్రంలోనూ, రాజధానిలోనూ ఏ ప్రాణినీ చంపకూడదు, ఎవరినీ కాల్చకూడదు, ఆనందోత్సవాలు జరుపుకోకూడదు, ఎందుకంటే దేవతలకు ఇష్టమైన రాజు సమాజంలో అనేక తప్పులు చూస్తాడు. (ఇది ఒక రకమైన 'సమాజ్' పండుగ, దీనిలో క్రీడలు, నృత్యం, పాటలు, మాంసం తినడం, పొగాకు తాగడం మొదలైన వాటికి ప్రాధాన్యత ఉంది). అయితే, అటువంటి సమాజాలలో ఒక రకం ఉంది. దేవతలకు ప్రీతిపాత్రమైన రాజు ఎవరిని ఇష్టపడతాడు. పూర్వం దేవతలకు ఇష్టమైన రాజు ప్రియదర్శి వంటగదిలో ప్రతిరోజూ అనేక వేల జంతువులు చారు చేయడానికి చంపబడ్డాయి, కానీ ఇక నుండి ఈ గ్రంథం వ్రాయబడినప్పుడు, కేవలం మూడు జంతువులు (అంటే) రెండు నెమళ్ళు మరియు ఒక జింకను చంపబడతాయి. కానీ జింకలను చంపడం నియమం కాదు. ఈ మూడు జీవులు కూడా భవిష్యత్తులో చంపబడవు.

కాలమ్ ఆర్టికల్ నంబర్ 2 క్రింది విధంగా ఉంది:-

"దేవానాం పియే పియదాసి లాజ హేవం అహ- ధమ్మే సాధు కియం చ ధమ్మే తి అపసిన్వే బహుకయానే దయా దానే సేచ్ సోచయా, చఖుదన్ పి మే బహువిధే దినే దూపద్ చతుపదాసు పఖివలిచలే సువివిధే మే అనుగః కరే అపాన్ దయానీ అపాన్

దయానీ ఇయం ధమ్మాలిపి లిఖయితా హవం అనుపరిపజంతు || పీటికా చ హోతుతీతి, యే చ హేవం సంవతీపాజిసతి సే సుకత్ కద్దతీతి."

అర్థం: ప్రియమైన ప్రియదర్శి దేవతల రాజు ఇలా అంటున్నాడు: - మతం చేయడం మంచిది. అయితే మతం అంటే ఏమిటి? మానసిక క్షోభను తగ్గించడం, అనేక శుభ కార్యాలు, దయ, దాతృత్వం, సత్యం మరియు పరిశుభ్రత (స్వచ్ఛత) పాటించడం. నేను కూడా అనేక విధాలుగా జ్ఞానాన్ని దానం చేశాను. నేను ద్విపాదలు, చతుర్భుజాలు, పక్షులు మరియు జలచరాల పట్ల గొప్ప దయ చూపించాను. నేను అతనికి నా జీవితాన్ని దానం చేసాను మరియు అనేక ఇతర రకాల సహాయాలు చేసాను. ప్రజలు తదనుగుణంగా ప్రవర్తించేలా మరియు ఇది శాశ్వతంగా ఉండేలా నేను ఈ కథనాన్ని వ్రాసాను. దీనిని అనుసరించే వారు సంతోషిస్తారు.

కాలమ్ ఆర్టికల్ నంబర్ 5 క్రింది విధంగా ఉంది:-

"దేవానాం పియదాసి లాజ హేవమ్ అహ-సద్ బిస్తీ బాస్ అభిషితేన మే ఇమాని జాతాని అవధియాని కరణీ సే యథా సుకే సాలికా అలుసే చక్వకే హంసే నందిముఖే, గలాటే, జాతుకా,అన్వాక్-పిలికా, డాడి, అంతికాంచే, వేదవేయ్కే, గంగపుట్కే, సంకుజంచే, కాఫర్ సైకే,

పన్నస్సే సింలే సందకే ఒక్కపిండే పలాస్తే సేతకోప్తే గమ్కపోతే సవే చాటుపదయా పరిభాగ నో ఈటి న చ ఖాదియాది ఏడ్కా కా సూక్నీ చ గామినీ వా పయ్కనా వా అవధిప్ పత్కే పిచ్ కాని అసమాసికే వధిక్కుతే నో కర్ వేయే; తుసే సజీవే నో జ్ఞవేతీరయే; దవే అమాథయే వా విహిసయే బ నో భవేతవియే, జీవేన జీవే నో పుసితవియే తీసు చతుమసీసు తీశయం పు నిమసియం తిని దివసని చతుదాసం పన్నోసయ పరిపదయే ధువయే చ అనుపోష్థ మాచేఅబ్దియే నోపి వాకితవియే, ఏతానీబ్ చేవనీగవనీగయ కయాని నో హంత్ వియాని అథామి పరవాయే యే పన్నోససయ తిసయ పునవసనే తిసు చతుమ్ మసీసు సుదివాసయే గావునే నో నీలఖితవియే, అజ్కే ఎండే సూక్లే ఏవాపి అన్నే నీలఖియతి గౌనే న నీలఖితవియే, తీసకే పునవసునే చతుమసి పర్వయే ఆశ్వాస గొంసా లఖనే నో కరవీయే, యావ సదుద్విసతి అంత్య బంధానాతల్ యే ష్టీషితానా.

దేవతల గురించి ప్రియమైన ప్రియదర్శి రాజా చెప్పారు: 26 తర్వాత పట్టాభిషేకం జరిగిన సంవత్సరాలలో, నేను చిలుక, మన, అరుణ్, చకోర్, హంస,

నందిము, గెలాట్, జతుక (గబ్బిలం), అంబకపిలిక, దూది (తాబేలు), ఎముకలు లేని చేప, వివేకం (జీవన్జీవక), గంగపుపుటక, సంకుజమత్స్య వంటి ఈ జంతువులను చంపడానికి నిరాకరించాను. , తాబేలు, సాహి, పర్నాశష్, బర్హాసింగ, ఎద్దు, ఓక్‌పిండ్, జింక, తెల్ల పావురం, గ్రామ పావురం మరియు అన్ని రకాల నాలుగు కాళ్ల జంతువులు తినవు లేదా తినవు. గర్భిణీ లేదా పాలిచ్చే మేకలు, గొర్రెలు మరియు పందులు మరియు ఆరు నెలల వయస్సు ఉన్న వాటి పిల్లలను చంపకూడదు. కోళ్లను వధించకూడదు. పొట్టును సజీవ జీవులతో కాల్చకూడదు. జంతువులకు అల్లర్లు లేదా హింస కలిగించేలా అడవులకు నిప్పు పెట్టకూడదు. ఒక జీవిని చంపి వేరొక జీవికి తినిపించకూడదు. ప్రతి నాలుగు నెలలకు మూడు ఋతువులలోని మూడు పౌర్ణమిలలో, పౌషమాస పౌర్ణమి రోజులలో, చతుర్దశి, అమావాస్య మరియు ప్రతిపాదిత రోజులలో మరియు ప్రతి ఉపవాస దినాలలో చేపలను చంపడం లేదా అమ్మడం చేయరాదు. ఈ రోజుల్లో ఏనుగుల అడవిలో మరియు చెరువులలో ఇతర జంతువులను చంపకూడదు. ప్రతి పక్షంలోని ఎనిమిదవ, పద్నాలుగో, అమావాస్య లేదా పౌర్ణమి నాడు మరియు పుష్య, పునర్వస నక్షత్రాల రోజులలో, ప్రతి నాలుగు మాసాల పౌర్ణమిని హోమము చేయరాదు. పుష్య, పునర్వసు నక్షత్రాల రోజుల్లోనూ, ప్రతి చాతుర్మాస్య పౌర్ణమి నాడు, ప్రతి చాతుర్మాస్య శుక్ల పక్షంలోనూ అశ్వాలకు, ఎద్దులకు మచ్చలు వేయకూడదు. నేను పట్టాభిషేకం చేసిన 26 సంవత్సరాలలో, నేను 25 సార్లు జైలు నుండి ప్రజలను విడుదల చేసాను. అశోక చట్టం కూడా ప్రశ్నార్థకమైంది.

ఇప్పుడు మనువును దృష్టిలో పెట్టుకుందాం. మాంసాహార ఆహారానికి సంబంధించి దాని చట్టాలలో ఈ క్రింది నిబంధన ఉంది:-

అన్ని మాంసం తినే పక్షులు మరియు గ్రామస్థులు.పేర్కొనబడని ఎనిమిది మరియు ఒక-ఆకారం మరియు ఎనభై కన్నులను నివారించాలి. 5-11

क्रव्यादाञ्छकुनान्सर्वास्तथा ग्रामनिवासिनः।
अनिर्दिशष्टांश्चैकशफांष्टिट्टभिं च विवर्जयेत्॥ 5-11

అర్థం;పచ్చి మాంసం (రాబందులు మొదలైనవి) తినే వారు మరియు గ్రామాలలో నివసించేవారు (పావురాలు మొదలైనవి) పక్షుల మాంసాన్ని తినకూడదు. ఒక డెక్క ఉన్న గుర్రాలు మరియు గాడిదలు మొదలైన వాటి పేర్లు ప్రస్తావించబడనివి కూడా తినదగినవి కాదు. తితిహారి పక్షి మాంసం కూడా నిషేధించబడింది.

కాల్బింక్ హంస మరియు పల్లెటూరి కోడిని తేలాయి.

చిలుక గూడులోని హంసకు తాడు ఇస్తాను. 5,12

कलबिङ्क प्लवं हंस चकांद ग्रामकुक्कुटम्।
सारसं रज्जुवालं य दात्यूहं शूकसारिके। 5,12

అర్థం: కల్బింకా (పిచ్చుక), పాపిహా, హంస, చక్వా, విలేజ్ పౌల్ట్రీ (రూస్టర్), సారక్, బాతు, రజ్జువాల్, కార్మోరెంట్, సుగ మరియు మైనా మాంసాన్ని తినవద్దు.అతను నెట్ పాదాలను మరియు గోరు కొరికే కౌబాయ్లను కొట్టాడు.

వారు మునిగిపోతున్నప్పుడు శౌనా మరియు

వల్లూరాలను తినడం కూడా వారు చూశారు 5,13

प्रतुदाञ्जालपदांश्च कोयष्टि नखविकिष्करान्।
निमज्जतश्च मत्स्यादान्शौनं वल्वूरमेव चा। 5,13

అర్థం: వడ్రంగిపిట్టలు మరియు వాటి బారి పట్టినవి, నీటి పక్షులు, గోళ్ళతో చేపలను తినే పక్షులు (గద్దలు మొదలైనవి), నీటిలో మునిగి చేపలు తినే పక్షులు, కబేళాల నుండి మాంసం మరియు ఎండిన మాంసం నిషేధించబడ్డాయి.

బాతు మరియు బాలకా మరియు బాకు కిరీటం.వారు

అన్ని విధాలుగా చేపలు మరియు పందులు మరియు చేపలను తిన్నారు 5,14

बकं चैव बलाकां खंजरीटकम्।
मत्स्यादान्विड वराहांश्च मत्स्यानेव च सर्वशः।। 5,14

అర్థం: కొంగ, వాలక, ద్రోణకక్, ఖంజన్, చేపలు, తినదగిన నీటి జీవులు (మొసలి మొదలైనవి),గ్రామీణ పందులను మరియు అన్ని రకాల చేపలను తినవద్దు. ఎవరి మాంసాన్ని తినేవాడు ఆ మాంసం నుండి ఉన్నతమైనవాడు.

చేపలు తినేవాడు అన్ని మాంసాహారాలను

తినాలి కాబట్టి చేపలకు దూరంగా ఉండాలి. 5,14

यो यस्य मांसश्नाति स तन्मांसाद उच्चते।
मस्त्यादःसर्वमांसादतस्तस्मान्मत्स्यान्विर्जयेत्।। 5, 14

అర్థం: ఒకరి మాంసాన్ని తినే వ్యక్తిని మాంసాహారుడు అంటారు. చేపలు అందరి మాంసాన్ని తింటాయి, చేపలు తిన్న వాడు మొత్తం మాంసాన్ని తింటాడు, అందుకే చేపలు తినవద్దు. హజ్యా కవితలకు పతినా, రోహిత నియమితులయ్యారు.

వారు రాజు ముక్కు మరియు సింహం

జూలు తమ పొలుసులతో ఉన్న ప్రదేశమంతా చూశారు. 5,16

पाठीनरोहितावाद्यौ नियुक्तौ हज्यकव्ययोः।
राजीवा सिंह तुण्डाञ्च सशल्कांश्चैव सर्वशः ॥ 5,16

అర్థం: పతిన్ (బువారీ) మరియు రోహిత్ (రోహు) చేపలు హైకయకు ప్రయోజనకరమైనవిగా చెప్పబడ్డాయి. రాజీవ్, సింగ్‌తుండ్ మరియు మందపాటి చర్మం కలిగిన అన్ని చేపలు తినదగినవి. అతను తెలియని జంతువులను లేదా పక్షులను తినకూడదు.

మొత్తం ఐదు జంతువులు మరియు పక్షులు కూడా

ఆహారంగా పేర్కొనబడ్డాయి. 1,17

न भक्षयेदेकचरानज्ञातांछ मृगद्विजान।
भक्ष्येष्वपि समुद्दिष्टान्सर्वान्पञ्च मृगद्विजान् ॥ 1,17

అర్థం: ఒంటరిగా నడిచి జీవించే నీరసమైన ప్రాణులను, మీకు తెలియని ఆహారంలో పేర్కొన్న జంతువులు మరియు పక్షులను మరియు ఐదు గోళ్ళతో కూడిన కోతులను తినవద్దు

కుక్కలు, కొడవళ్లు, ఆవులు, తాబేళ్లు మరియు కుందేళ్ళు.

ఒంటెలు ఐదు గోళ్లలో తినదగినవని, అవి ఒంటి కన్ను అని వారు అంటున్నారు.

श्वाविधं शल्यक गोधां खंडकूर्मशशांस्तथा।
भक्ष्यान्पञ्चनखेष्वाहुरनुष्ट्रांश्चैकतोदतः॥

అర్థం;పంచాంకి, పందికొక్కు, పందికొక్కు, ఖడ్గమృగం, తాబేలు, కుందేలులలో ఒంటె, మేకలు తప్ప దంతాలున్న జంతువులలో తినదగినవి అని చెప్పబడింది.

జంతువులను చంపే విషయంలో అశోకుడు, మనువుల చట్టాలు ఇక్కడకు వచ్చాయి. వాస్తవానికి మా అంశం ప్రధానంగా గోహత్య. అశోకుని చట్టాన్ని పరిశీలిస్తే గోహత్యను నిషేధించారా అనే ప్రశ్న తలెత్తుతుంది. దీనిపై

భిన్నాభిప్రాయాలు వ్యక్తమవుతున్నట్లు తెలుస్తోంది. ప్రొ. అశోకుడు గోహత్యను నిషేధించలేదని విన్సెంట్ స్మిత్ అభిప్రాయపడ్డారు. అశోకుని చట్టాలపై వ్యాఖ్యానిస్తూ, ప్రొ. స్మిత్ చెప్పారు:- "అశోకుడి చట్టాలలో గోహత్య నిషేధించబడలేదు, కనుక ఇది చట్టవిరుద్ధం కాదని గమనించాలి."

ప్రొ. రాధాకుముద్ ముఖర్జీ ప్రొ. స్మిత్ అంగీకరించలేదు, అశోకుడు గోహత్యను పూర్తిగా నిలిపివేసాడని చెప్పాడు. ప్రొ. హత్యకు దూరంగా, అన్ని చతుర్భుజులకు వర్తించే ఆర్టికల్ నెం. 5లోని కోట్ ముఖర్జీ మూలస్తంభం. ఈ విధంగా గోహత్యకు మినహాయింపు లభించిందన్నది వారి వాదన. కాలమ్ కథనంలో చెప్పినదానికి ఇది సరైన అర్థం కాదు. కాలమ్‌లోని ప్రకటన ప్రత్యేకం. అది అన్ని చతుర్భుజులకు వర్తించదు. ఇది 'ఏ విధంగానూ ఉపయోగించని లేదా తినని' జంతువులకు మాత్రమే వర్తిస్తుంది. మనం ఆవును చతుర్భుజం అని పిలవలేము, దానిని ఏ విధమైన పనికి ఉపయోగించరు లేదా తినరు. ప్రొ. అశోకుడు గోహత్యను ఆపలేదని స్మిత్ చెప్పడం సరైనదే. ప్రొ. అశోకుడి కాలంలో గొడ్డు మాంసం తినలేదని, అందుకే అతని నిషేధాజ్ఞ ఆవుకు కూడా వర్తిస్తుందని చెప్పడం ద్వారా ముఖర్జీ ఈ కష్టాన్ని నివారించడానికి ప్రయత్నిస్తున్నారు. ప్రొ. ముఖర్జీ యొక్క ప్రకటన పూర్తిగా అసంబద్ధమైనది, ఎందుకంటే ఆవు అన్ని తరగతుల ప్రజలు తినే జంతువు.

ప్రొ. అశోకుడు గోహత్యను చట్టం ద్వారా నిషేధించాడని, అలా చేయడం తన ప్రత్యేక కర్తవ్యంగా భావించి, అశోకుని స్తంభ శాసనాన్ని మూకర్జీ లాగా లాగాల్సిన అవసరం లేదు. అశోకునికి ఆవు పట్ల ప్రత్యేక శ్రద్ధ లేదు, అలాగే ఆవును చంపబడకుండా రక్షించడం తన ప్రత్యేక కర్తవ్యంగా భావించలేదు. అశోకుడు మనిషి అయినా, జంతువు అయినా ప్రతి జీవి పట్ల దయ చూపాలనుకున్నాడు. జంతువులను అనవసరంగా చంపడాన్ని ఆపడం తన కర్తవ్యమని అతనికి తెలుసు. అందుకే యాగాల కోసం జంతువులను చంపడాన్ని నిషేధించాడు. ఇది అనవసరమని అతను భావించాడు. ఎలాంటి ఉపయోగం లేని లేదా తినని 'జంతువులను' కూడా నిషేధించాడు

వెళ్తాను. అశోకుడు ముఖ్యంగా గో. వధకు వ్యతిరేకంగా ఎలాంటి చట్టం చేయలేదు. మనం బౌద్ధ దృక్పథాన్ని అర్థం చేసుకుంటే, ఈ విషయంలో అశోకునిపై ఎటువంటి నిందలు వేయలేము. మనువును తీసుకున్నప్పుడు, అతను కూడా గోహత్యకు వ్యతిరేకంగా ఎటువంటి చట్టం చేయలేదు

ప్రత్యేక సందర్భాలలో బీఫ్ తినడం తప్పనిసరి చేశారు. కాబట్టి బ్రాహ్మణేతరులు గొడ్డు మాంసం తినడం ఎందుకు మానేసారు? ఆయన చేసిన 'త్యాగం'కి కారణం

కనిపించడం లేదు- ఇది పైకి మాత్రమే కనిపిస్తుంది. అయితే దీనికి ఏదో ఒక కారణం ఉండాలి. బ్రాహ్మణులను అనుకరించే ప్రయత్నంలో బ్రాహ్మణేతరులు గొడ్డు మాంసం తినడం మానేశారని నేను భావించడానికి కారణం. ఇది కొత్త సూచన కావచ్చు; కానీ ఇది అసాధ్యమైన సూచన కాదు. మిస్టర్ జాబ్రిల్ టార్డ్ అనే ఫ్రెంచ్ రచయిత తన కంటే ఉన్నతమైన తరగతి సంస్కృతిని కాపీ చేయడం ద్వారా తక్కువ తరగతిలో సంస్కృతిని వ్యాపింపజేస్తుందని రాశారు. ఈ కాపీయింగ్ నెమ్మదిగా జరిగినప్పటికీ, ఇది ఏదైనా సహజ చట్టం వలె యంత్రం వలె పనిచేస్తుంది. జబ్రిల్ టార్డ్ చర్చించిన అనుకరణ నియమాలలో ఒకటి, దిగువ తరగతికి చెందిన వ్యక్తులు ఎల్లప్పుడూ ఉన్నత తరగతి నుండి ప్రజలను కాపీ చేస్తారు. ఇది చాలా సాధారణ జ్ఞానం, ఇది ఎవరికీ తెలియదు.

వాస్తవికతను తిరస్కరించండి. బ్రాహ్మణేతరులలో గోవును ఆరాధించాలనే భావన ఉద్భవించి వారు గోమాంసం తినడం మానేయడం వారి కంటే ఉన్నతమైన బ్రాహ్మణులను అనుకరించే ప్రయత్నం ఫలితమే అనడంలో సందేహం లేదు. గోవు ఆరాధనకు అనుకూలంగా బ్రాహ్మణులు చాలా ప్రచారం చేశారన్నది కూడా నిజం. గాయత్రీ పురాణం ఈ ప్రచార కార్యానికి ఉదాహరణ. కానీ ప్రాథమికంగా ఇది కాపీయింగ్ యొక్క సహజ చట్టం యొక్క ఫలితం. అవును, ఇప్పుడు ఇది మరొక ప్రశ్నను లేవనెత్తుతుంది - బ్రాహ్మణులు గొడ్డు మాంసం తినడం ఎందుకు మానేశారు?

13.

బ్రాహ్మణులు శాకాహారులుగా ఎందుకు మారారు?

బ్రాహ్మణేతరుల్లో విప్లవం వచ్చిందని స్పష్టం చేశారు. గొడ్డు మాంసం వదులుకోవడం ఒక విప్లవం. కానీ బ్రాహ్మణేతరులలో విప్లవం వస్తే, బ్రాహ్మణులలో ద్వంద్వ ప్రతిఘటన జరిగింది. గొడ్డు మాంసం తినడం మానేశాడు, ఇది ఒక విప్లవం మరియు మాంసాహారాన్ని శాశ్వతంగా వదిలివేసి శాఖాహారిగా మారడం మరొక విప్లవం.

ఇది నిజంగా ఒక విప్లవం. ఎందుకంటే ఒకప్పుడు బ్రాహ్మణులు గొడ్డు మాంసం తినేవారిలో ఎక్కువగా ఉండేవారు. బ్రాహ్మణేతరులు కూడా గొడ్డు మాంసం తిన్నప్పటికీ, అది వారికి ప్రతిరోజూ లభించేది కాదు. ఆవు విలువైన జంతువు మరియు బ్రాహ్మణేతరులు ఆహారం కోసం గోవులను చంపడం చాలా కష్టం. వారు నిర్దిష్ట సమయాల్లో మాత్రమే అలా చేయగలరు, మతపరమైన విధి లేదా దేవతను సంతోషపెట్టడానికి వ్యక్తిగత ఆసక్తితో బలవంతం చేయబడతారు. కానీ బ్రాహ్మణుడి సంగతి వేరు. అతడు పూజారి. ఆచారాల యుగంలో, కొన్ని యాగాల కోసం గోవును వధించని మరియు బ్రాహ్మణేతరులు బ్రాహ్మణుడిని పిలవని రోజు చాలా అరుదు. ఒక బ్రాహ్మణునికి ప్రతిరోజూ గొడ్డు మాంసం తినే రోజు. అందుకే బ్రాహ్మణులు మాంసాహారం ఎక్కువగా తినేవారు. బ్రాహ్మణుల యాగం మతం పేరుతో అమాయక జంతువులను చంపడం తప్ప మరొకటి కాదు. ఇది గొప్ప ఆడంబరం మరియు ప్రదర్శనతో జరిగింది మరియు అతని గొడ్డు మాంసం కామాన్ని దాచిపెట్టడానికి దానిని 'మర్మం' చేయడానికి ప్రయత్నించింది. ఈ మర్మమైన వైభవం గురించి కొంత సమాచారాన్ని ఐతరేయ బ్రాహ్మణ వచనంలో జంతువుల హత్యకు సంబంధించి అందించిన సమాచారం నుండి పొందవచ్చు.

జంతువును చంపే ముందు, అసంఖ్యాకమైన దీర్ఘ మరియు వైవిధ్యమైన మంత్రాలతో ప్రాథమిక కర్మలు నిర్వహించబడ్డాయి. యాగానికి సంబంధించిన ముఖ్యాంశాలకు ఊహాత్మక ఉదాహరణ ఇస్తే సరిపోతుంది. యాగ స్తంభాన్నే

105

'యప్' అంటారు. యాగం దాని స్థాపనతో ప్రారంభమవుతుంది. అవును కావాలి 'ఐతరేయ బ్రాహ్మణుడు' అని చెప్పిన తర్వాత దాని అర్థం ఇవ్వబడింది:-

"బ్రజో వా ఏష యదీయుపాయేన్ సో అష్టిస్రః కర్త్వ్యో అష్టశ్రీర్వే వజ్రస్త్తా తాం ప్రహరతి. తన సోదరుని హత్య కోసం దాహంతో ఉన్నవాడిని ప్రారంభించండి. "బలిపీఠం యొక్క పిడుగు శత్రువును చంపడానికి సిద్ధంగా ఉంది, కాబట్టి దానిని పట్టుకున్నవాడు ఈ బలిపీఠం ఈ మనిషికి అని, మొదలైనవాటిని చూసి దేశీ అతని పట్ల అసంతృప్తి చెందుతుంది.

"ब्रजो वा एष यदियूपएं सोऽष्टीश्रः कर्तव्योऽष्टाश्रिर्वे वज्रस्तं तं प्रहरति।
भ्रातृव्याय वधं योऽस्य तृत्स्तस्मै स्तर्तव, इति।"
"वज्रो वै यूपस एष द्विषतो बध उद्यतरष्ठति तस्माद्धार येत्तहि यो
देष्टि तस्याप्रिय भवत्यमुष्ययायं यूपोऽमुष्ययायं इति दृष्ट्वा, इति।"

అర్థం: 'అవును' అనేది ఒక ఆయుధం. దాని చివర ఎనిమిది అంచులు ఉండాలి. ఎందుకంటే ఆయుధానికి (ఇనుప బంతి) ఎనిమిది మూలలు ఉంటాయి. అతను ఏదైనా శత్రువుపై లేదా ప్రత్యర్థిపై దాడి చేసినప్పుడల్లా, ఈ ఆయుధం ముంచెత్తిన వ్యక్తిని ముంచెత్తుతుంది. 'అవును' ఒక ఆయుధం, ఇది శత్రు నాశనానికి సూటిగా నిలుస్తుంది. ఈ కారణంగా, యాగం చేసే వ్యక్తి యొక్క శత్రువు, అక్కడ (యాగంలో) ఉన్నవాడు, ఆ 'అయ్యో'ని చూసి దుఃఖిస్తాడు.

యజ్ఞ యాగం చేసే ఉద్దేశ్యం ప్రకారం యుప్ కోసం వివిధ రకాల చెక్కలను ఎంపిక చేస్తారు. ఐతరేయ బ్రాహ్మణుడు చెప్పారు:-

"స్వర్గాన్ని కోరుకునేవాడు ఖర్జూర పీఠం వేయాలి. ఖర్జూర పీఠం ద్వారా దేవతలు స్వర్గలోకాన్ని జయించారు, కాబట్టి ఈ యాగకుడు ఖర్జూర పీఠంతో స్వర్గలోకాన్ని జయించాడు.

"खदिरं यूप कुर्वीत स्वर्गकामःखदिरेण वै यूपैन देवाः स्वर्ग
लोकमजयंस्तथैवैतद्यजमानः खदिरेण यूपेन स्वर्ग लोकं जयति, इति।"

అర్థం: స్వర్గాన్ని కోరుకునేవాడు ఖదీర్ చెక్కతో తన 'యూప్'ని తయారు చేసుకోవాలి, ఎందుకంటే దేవతలు ఖదీర్ చెక్కతో 'యూప్'తో మాత్రమే దివ్య ప్రపంచాన్ని గెలుచుకున్నారు. అదేవిధంగా, యాగం చేసేవాడు ఖదీర్ చెక్కతో చేసిన 'యప్'తో దివ్య ప్రపంచాన్ని జయిస్తాడు.

"ఆహారం మరియు పోషణను కోరుకునే వారు అదే బాయి విల్వానికి సమానమైన విల్వానికి త్యాగం చేయాలి.

గ్రహించిన ఆహారం మరియు ఇతర వస్తువుల రూపం మూలాలు మరియు కొమ్మలకు తగినది కాదు; ఇప్పటివరకు."

"विल्वं यूप कुर्वीतान्नाद्यकामः पुष्टिकामः समां समां बै विल्व गृभीतस्तदन्नाद्यस्य रूपमामूलाच्छाखाभिरनुचितस्तत्पष्टे; इति।"

అర్థం: ఆహారం కోరుకునే మరియు లావుగా ఉండాలనుకునేవాడు తన 'యప్' బెల్ (విల్వా) చెక్కతో తయారు చేయాలి. వైన్ చెట్టు ప్రతి సంవత్సరం ఫలాలను ఇస్తుంది. ఇది సంతానోత్పత్తికి చిహ్నం, ఎందుకంటే ఇది మూలం నుండి కొమ్మల వరకు (ఏటా) పరిమాణంలో పెరుగుతూ ఉంటుంది, అందుకే ఇది ఊబకాయానికి చిహ్నం. ఇది తెలుసుకుని, అందుచేత చెక్కతో తన 'యప్'ని తయారు చేసేవాడు లావుగా ఉన్న పిల్లలు మరియు జంతువులను కలిగి ఉంటాడు.

"అలా పండిత చాల్వా బలిపీఠాన్ని తయారు చేసేవాడు ప్రజలను మరియు పశువులను పోషించుతాడు.

వాల్వన్ 3 లేదా విల్వ జ్యోతి అని పిలవబడేది.

వారిలో వెలుగు ఉంది, అలా తెలుసుకున్నవాడే వారిలో ఉత్తముడు."

"पुष्यति प्रजां च पशूंश्च य एवं विद्वान्चल्वं यूपं कुरुते, इति।
यदेव वैल्वां 3 विल्वं ज्योरिति वा आचक्षते, इति।
ज्योतिः वेषु भवति श्रेष्ठःस्वानां बवति य एवं वेद, इति।"

అర్థం: విల్వాను 'కాంతి' అని పదే పదే పిలిచే విల్లో చెక్కతో చేసిన యూప్ గురించి చాలా చెప్పాలి మరియు తద్వారా అతను తన స్వంత హక్కులో 'వెలుగు' అవుతాడని మరియు తన స్వంత హక్కులో ఉన్నతమైన జీవి అని తెలుసుకోవడం.

"కమలం బలిపీఠం, కాంతి బ్రహ్మవర్చకంతో సమానం, కాంతి బ్రహ్మవర్చాలు, వృక్షాలు చెట్లు."

"पलाशं यूपं तेजकसमो ब्रह्मवर्चकाकस्तेजो वै ब्रह्मवर्चसं बनस्पताना पा इति।"

అర్థం: అందం మరియు పవిత్ర జ్ఞానాన్ని కోరుకునేవాడు తన 'యప్'ని పలాష్ చెక్కతో చేయాలి. ఎందుకంటే పలాష్ అందం మరియు పవిత్రమైన జ్ఞానం యొక్క చెట్టు. ఇది ఎవరికి తెలుసు మరియు అందువల్ల అతను తన 'యప్' ను పాలస్

చెక్కతో తయారు చేస్తాడు, అతను అందంగా ఉంటాడు మరియు పవిత్రమైన జ్ఞానాన్ని పొందుతాడు.

"కమలం 3 లేదా అన్ని మొక్కల గర్భం, ఇది కమలం, కాబట్టి కమలం యొక్క కమలం ద్వారా దీనిని పిలుస్తారు మరియు దీనిని తామరపు కమలం రత్నం అంటారు. "జవం తెలిసినవాడు నవ్వుల మొక్కలన్నింటి కోరికను తీరుస్తాడు.

"यदेव पालाशं 3 सर्वेषां वा वनस्पतीनां योनिर्यत्पलाशस्तस्मात्पलाशस्यैव पलशेना चक्षतेऽमुष्य पलाशमण्य पलाशमिति इति।"

"सर्वेषां हास्य वनस्पतीनां काम उपाप्तो भरति य यवं वेद, इति।"

అర్థం: పలాష్ చెక్కతో చేసిన 'యప్' గురించి (ఇంకా చాలా ప్రకటన ఉంది) పలాష్ అన్ని చెట్ల గర్భం. అందుకే ఒక చెట్టునుండి కూడా తన కోరికలన్నీ తీరుతాయని తెలిసిన ఆ చెట్టు పలాల గురించి మాట్లాడుకుంటారు.

దీని తరువాత, 'యప్' యొక్క పవిత్రోత్సవం అంజమోలో జరుగుతుంది.

యుపమనుబ్రు హోత్యాహధ్వర్యాః అతన్తి త్వమధ్వరే దేవయన్త ఇతించః, ఇతి. వారు మనలను దేవతలకు అర్పిస్తారు, మరియు దేవతచే తేనెతో అడవిలో, ఇది దేవత యొక్క తేనె, ఇది యాగ అగ్నిలో అర్పించేది, ఇది సంపదతో ఇక్కడ సమర్పించబడుతుంది, లేదా తల్లి ఉనికి యొక్క క్షయం. మరియు మీరు ఉండి, మీరు పడుకుంటే, మీరు మాకు అదే సంపదను ఇచ్చారు, అప్పుడు అతను చెప్పాడు, మొదలైనవి.

युपमनुब्रू होत्याहाध्वर्यः अतन्ति त्वामध्वरे देवयन्त इत्यन्चाह, इति।

अध्वरे से नं देवयन्तोऽञ्जन्ति, वनस्पते मधुना देव्येनेत्येतद्वै मधु देव्यं यदाज्यम्,

यदूध्वस्तिष्ठा द्रविणेह धत्ताद्यद्वा क्षयो मातुरस्या उपस्थ, इति।

यदि च तिष्ठासि यदि च शयासै द्रविणमेवास्मासु धत्तादित्येव तदाह, इति।

అర్థం: అధ్యర్బు ఇలా అంటాడు - "మేము 'యప్'ను పవిత్రం చేస్తాము. అవసరమైన మంత్రాన్ని పఠించండి." అప్పుడు హోతా మంత్రం చదువుతుంది - "అంజంతి త్వాన్ అధ్వరే" అంటే ఓ చెట్టు పూజారి మీకు దివ్యమైన తేనెతో (వెన్న) స్వాగతం పలుకుతున్నట్లయితే, లేదా మీరు మీ తల్లి (భూమిపై) పడుకుని ఉంటే, మాకు సంపదను ఇవ్వండి. "'దివ్య మధు' అనేది కరిగిన వెన్నతో పూజారి 'యప్' అనే మంత్రంలోని 'మాకు ఇవ్వండి' మొదలైన వాటితో అభిషేకం చేస్తారు. (3,8,1)

"జాతో జాయతే సుదిన్త్వే అంహ్మితి, ఇతి.

జాటో హైస్ ఎట్జాతే, ఇది.

సామర్థ్యం పెరుగుతున్న. వారు దానిని పెంచుతారు, ఇది.

దృఢమైన మనస్సు యొక్క జలాలను శుద్ధి చేస్తారు, మరియు వారు అతనిని శుద్ధి చేస్తారు, అనగా.

ఐశ్వర్యం ఆవిర్భవించే పదం అంటూ దేవతలకు అందజేస్తుంది.

"जातो जाएते सुदिनत्वे आन्हमिती, इति।

जातो ह्येष एतजाएते, इति।

समर्थ आ विदथे वर्धमान इति। वर्धयन्त्येवैनं तत्, इति।

पुनन्ति धीरा अपसो मनीषेति पुनन्त्येवैनं तत् इति।

देवया वित्तं उदियतिं वाचमिति देवभ्य एवैनं तन्निवेदयति इति।"

అర్థం: (తరువాత పునరావృతం) - "ఆవిర్భావం తరువాత, అతను (యూపా) తన జీవితపు మధ్య కాలంలో మర్త్య పురుషుల త్యాగాలను ఆస్వాదించడానికి వస్తాడు. తెలివైన ప్రజలు అతనిని (యూపా) అలంకరించడంలో నిమగ్నమై ఉన్నారు. అతను దేవతల దూత. ఉపన్యాసాలలో బాగా ప్రావీణ్యం ఉన్న అతను దేవతలు వినడానికి 'యప్' లాగా తన స్వరాన్ని పెంచుతాడు." అతను (అవును) 'జాత్' అని పిలువబడ్డాడు, అంటే అతను దీని యొక్క మొదటి చరణం యొక్క ఉచ్చారణ నుండి జన్మించాడు. పద్యం. వర్ధమాన్ అనే పదంతో ('వర్ధమాన్' అనే పదం నుండి 'పెంచడం' అని అర్థం) వారు దానిని ఈ విధంగా పెంచుతారు. పునంతి (పదం నుండి) అంటే శుద్ధి చేయడం, అలంకరించడం, వారు దానిని ఈ విధంగా శుద్ధి

ఉన్నాయి. 'ఒక ఉపన్యాసం - నైపుణ్యం కలిగిన దూత' అనే పదాలతో అతను బలిపీఠం ఉనికిని దేవతలకు తెలియజేస్తాడు. హోతా బలి స్తంభానికి అభిషేకం చేసే క్రతువును ముగించాడు. ఆ సమయంలో అతను ఇలా చదువుతాడు:

"యువ సువాసః పరివిత్ అగాదిత్యుతమయ పరిద్ధతి, ఇతి. ప్రణో యువకుడు మరియు చక్కటి దుస్తులు ధరించాడు మరియు అతని చుట్టూ శరీరాలు ఉన్నాయి; ఇప్పటివరకు."

"युवा सुवासाः परिवीत आगादित्युतमया परिदधाति, इति।

प्रणो वै युवा सुवासः सोऽयं शरीरैः परिवृत; इति।"

స ఉ శ్రేయాన్ భవతి జయమాన్ ఇతి శ్రేయచ్ఛే యన్వ్యాస ఏతద్భవతి జయమాన్; ఆ విధంగా దృఢమైన కవులు అతనిని ఉద్ధరిస్తారు, స్వయం నియంత్రిత కవులు అతనిని తమ మనస్సుతో లేదా పిలవబడని వారు అతనిని ఉన్నతపరుస్తారు.

అర్థం: అనగా యూప కట్టుతో అలంకరించబడినది. ఇది (ఎప్పడో ఉద్భవించిన అన్ని చెట్ల కంటే) గొప్పది, తెలివైన పూజారులు తమలో తాము చక్కగా అమర్చబడిన ఆలోచనల మంత్రాలను పఠించడం ద్వారా దానిని పెంచుతారు. కట్టుతో అలంకరించబడిన యువకుడు ప్రాణాన్ని ఇచ్చే గాలి (ఆత్మ), ఇది శరీర భాగాలచే కప్పబడి ఉంటుంది. 'అది గొప్ప' వగైరా చెప్పడం ద్వారా అతను 'అయ్యో' గొప్పవాడని అర్థం. (మరింత అద్భుతమైనది, అందమైనది) ఈ మంత్రం యొక్క శక్తితో.

యాగ స్తంభానికి అగ్నితో ప్రదక్షిణ చేయడం తదుపరి ఆచారం. ఈ విషయంలో ఐతరేయ బ్రాహ్మణానికి ఈ క్రింది సమాచారం ఉంది

"పర్యాగ్నేయ క్రియానమనుబు హేత్యాధ్వర్యు, ఇతి.

"అగ్నిర్హోతా నో అధ్వర ఇతి త్రిచమగ్నేయం గాయత్రమాన్వః పర్యాగ్ని క్రిమాణే స్వయవైన తదైవతయ స్వేనాచ్ఛన్దస సమర్ధతి, ఇతి.

"पर्यग्नेय क्रियाणामनुबू हीत्याध्वर्यु, इति।"

"अग्निर्होता नो अध्वर इति तृचमाग्नेयं गायत्रमन्वाह पर्यग्नि क्रिमाणे स्वयैवैनं तदैवतया स्वेनचच्छान्दसा समर्धति, इति।'

అర్థం: అగ్నిని పుష్ చుట్టూ తిప్పినప్పుడు, అధ్వర్యుడు హోతతో ఇలా అన్నాడు - నీ మంత్రాన్ని పఠించు. అప్పుడు అగ్నిని ఉద్దేశించి గాయత్రీ శ్లోకాలలో కూర్చిన 'అగ్నిర్' హోతా నో అధ్వరే.... (4, 15, 1-3) అనే మూడు మంత్రాలను చదివాడు, అంటే, (1) మన పూజారి 'అగ్ని'ని ఒకలా తిప్పాలి. గుర్రం ఉండేది. దేవతలలో బలి దేవుడు. (2) అగ్ని యాగం దగ్గరకు మూడుసార్లు ప్రయాణిస్తున్న రథసారథిలా, అతను దేవతలకు నైవేద్యాన్ని తీసుకువెళతాడు. (3) 'అగ్నిరిషి', ఆహార ప్రధాన దేవత, నైవేద్యం చుట్టూ తిరుగుతుంది; బలి ఇచ్చేవాడికి డబ్బు ఇస్తాడు.

"ఒక గుర్రం ఒక గుర్రాన్ని వివాహం చేసుకుంది, మరియు వారు అతనిని గుర్రం వంటి సాధువుతో వివాహం చేసుకుంటారు. అంటరానివారు ఎవరు మరియు వారు ఎలా అంటరానివారు అయ్యారు? అగ్ని మూడు లోకముల

యజ్ఞమునకు రథము వలె వెళుతుంది, అతడు రథము వలె యజ్ఞమునకు పోతాడు. పరివాజపతి కవి, ఎందుకంటే అతను గుర్రాలకు ప్రభువు.

"वाजी सन्परिणीयत इति वाजिनमिव ह्येनं सन्तं परिणयन्ति इति।
अछूत कौन थे और वे अछूत कैसे बने?
परित्रिविष्टयध्वरं यात्यग्नी रथीरिवेत्येष हि रथीरिवाध्वरं परियाति, इति।
परिवाजपति कविरित्येष हि वाजानां पतिः इति।"

అర్థం: జంతువు చుట్టూ అగ్నిని తీసుకువెళ్లినప్పుడు, అది తన దేవత మరియు దాని ఛందస్సు ద్వారా ప్రసిద్ధి చెందుతుంది. అతను 'గుర్రంలా మోసుకెళ్ళబడ్డాడు' అంటే వారు అతనిని గుర్రంలా తిప్పుతారు. 'రథసారథిలాగా అగ్ని మూడుసార్లు యజ్ఞం సాగిస్తాడు 'గుజర్తీ హై' అంటే ఆమె యాగం చుట్టూ రథసారథిలా (త్వరగా) తిరుగుతుంది. అతను వాజపతి (ఆహారానికి అధిపతి) అని పిలుస్తారు, ఎందుకంటే అతను (వివిధ రకాల) ఆహారానికి అధిపతి.

అర్ధ్వర్యుడు చెప్పాడు - "అత్తః ఉపప్రేశ్య హోతార్హ్వవ్య దేవేభ్య ఇత్యాహధ్వర్యుః ఇతి."

అర్థం: హే హోతా! దేవతలకు బలులు అర్పించడానికి అదనపు ఆదేశాలు ఇవ్వండి. హోటా తలారిని ఆదేశిస్తాడు:

"దేవుడు చెప్పాడు, "ప్రేమించేవారితో ప్రారంభించండి, కానీ పురుషులు, మరియు అతను దేవతలను శాంతింపజేసేవారిని మరియు మనుష్యులను శాంతింపజేసేవారిని పరిపాలిస్తాడు.

"दैव्यः शमितार आरभध्वमुत मनुष्या इत्याह, ये चैव देवानां
शमितारो ये च मनुष्याणां तानेव तस्सशास्ति, इति।"

అర్థం: ఓ దివ్య ఋషులారా! (మీ పని) ప్రారంభించండి మరియు మీరు, మానవ హంతకుడు కూడా. దేవతల మధ్య లేదా ప్రజల మధ్య ఉన్న భక్తులందరినీ (ప్రారంభించమని) ఆయన ఆజ్ఞాపించాడని అర్థం.

'ఉపనయాత్ మేధ్య ఆశాసననా మేధా పతిభ్య మేఘం, ఇతి.

'उपनयत मेध्या आशासनाना मेध पतिभ्यां मेघमिति, इति।"

భావం: చంపడానికి ఆయుధాలను ఇక్కడకు తీసుకురండి, యాగానికి చెందిన ఇద్దరు యజమానుల తరపున మీరు ఏమి ఆజ్ఞలు ఇస్తున్నారు.

"జంతుబలి అర్పించేవాడు, త్యాగానికి యజమాని, త్యాగం చేసే వ్యక్తిని తన స్వంత త్యాగంతో సుసంపన్నం చేస్తాడు. అప్పుడు జంతువు ఎవరికి లభిస్తుందో అదే బలి దేవత అని చెబుతారు." "బలిదానాల స్వామికి" అని చెబితే బహు దేవతలే యజ్ఞానికి అధిపతి అని స్థిరపడింది.

"पशुचें मेध यजमानो मेधपतिर्यजमानमेव तत्स्वेन मेधेन समर्धयति, इति।
अथो खल्वाहुर्यस्यै वारकस्यै च देवतायै पशुरालभ्यते सैव मेधपतिरिति, इति।"
"यद्येकदेवत्यः पशुः स्यान्मेधपतय इति ब्रयाद्यादि द्विवेवत्यों
मेधपतिभ्यमिति यदि बहुदेवत्यो मेधपतिभ्यत इत्येतदेव स्थितम्, इति।"

భావము: ప్రాణి యజ్ఞము, యాగము చేయువాడు యజ్ఞమునకు అధిపతి. ఈ విధంగా, యాగం చేసేవాడు తన స్వంత త్యాగం ద్వారా విజయం సాధిస్తాడు. అందుకే వారు నిజం చెప్పారు - జంతువును వధించే దేవత దాని యజమాని. 'జంతువు' ఒక దేవత కోసం మాత్రమే బలి ఇస్తే, అప్పుడు పూజారి 'మేధపతయే' అని చెప్పాలి, అంటే యాగాల స్వామికి (ఒక పదం), ఇద్దరు దేవుళ్లకు అయితే, అతను యాగ ప్రభువు కోసం ద్వంద్వ పదాన్ని ఉపయోగించాలి. ఇద్దరు యజమానులకు. అనేక దేవతల కోసం అయితే, బహువచనాన్ని ఉపయోగించాలి - యాగాల ప్రభువుల కోసం. ఇదే నిశ్చిత మతం

"ప్రశ్న నిప్పు నింపుతుంది, అది.

అతను మృగాలచేత తీసుకువెళ్ళబడి మరణించాడు, దేవతలు అతనితో, "వర్షం కురిపించండి, మేము నిన్ను స్వర్గానికి తీసుకువెళతాము. అందుచేత వారు అగ్నికి మూలం కాబట్టి, మొత్తం జంతువు అగ్ని అని వారు అంటున్నారు అందువల్ల వారు తమ ముందు ఆవు యొక్క అగ్నిని తీసుకుంటారు, మొదలైనవి.

"प्राष्मा अग्नि भरतेति, इति।
पशुवै नीयमानः स मृत्यु प्रापश्यत्स देवानान्वकामयतैतुं तं देवा अब्रु
वर्षेहि स्वर्ग वै त्वा लोकां गमिष्याम इति स तथेत्यब्रवीत्स्य वै में युष्माकमेकः
पुरस्तादेत्विति तथेति तस्याग्निः पुरस्तादैत्सोऽग्नि मनुप्राच्यवत, इति।
तस्मादाहुरोग्नेयो वाव सर्वः पशुरग्नि हि सोऽनुप्राच्यवेतेति, इति।

అర్థం: మీరు అతని కోసం అగ్నిని తీసుకురండి. జంతువును వధించే ప్రదేశానికి తీసుకెళ్లినప్పుడు, అది దాని ముందు మృత్యువును చూసింది. అతను దేవతల వద్దకు వెళ్లడానికి ఇష్టపడలేదు, అప్పుడు దేవతలు అతనితో చెప్పారు - "రా, మేము నిన్ను

స్వర్గానికి తీసుకువెళతాము." జంతువు అంగీకరించి, "మీలో ఒకరు నా కంటే ముందుగా నడవాలి" అని చెప్పింది. దేవతలు అంగీకరించారు. అప్పుడు అగ్ని జంతువు ముందు నడిచి వెనుక అనుసరించాడు. అందుకే జంతువులు అగ్నిని అనుసరిస్తాయి కాబట్టి ప్రతి జంతువుపై అగ్నికి అధికారం ఉందని వారు అంటున్నారు. అందుకే వారు జంతువు ముందు అగ్నిని మోస్తారు.

"స్త్రానిత వర్హి రిత్యోషధ్యాత్మా వాన్ పశు పశుమేవ తత్సార్వాత్మనా కరోతి, ఇతి.

"स्तृणीत वर्हिरित्योषध्यात्मा वं पशुः पशुमेव तत्सर्वात्मानं करोति, इति।"

అర్థం: పవిత్రమైన పాలను పంచు! జంతువులు వృక్షసంపదపై ఆధారపడి జీవిస్తాయి. ఇది జంతువుకు దాని మొత్తం ఆత్మను ఇస్తుంది (ఎందుకంటే మొక్క దానిలో భాగంగా పరిగణించబడుతుంది).

జంతువు చుట్టూ అగ్ని ప్రదక్షిణ చేసిన తరువాత, జంతువును యాగం కోసం పూజారులకు ఇస్తారు. బలి కోసం జంతువును ఎవరు అర్పించాలి? ఈ విషయంలో, ఐతరేయ బ్రాహ్మణుడు ఇలా ఆజ్ఞాపించాడు:

"అన్వేనం మాతా మాన్యతమను పితాను భ్రాత సాగర్యో అను శాఖా సాయుత్య ఇతి. జానివైరేధైన్ తత్సమను మత్మలభాన్తే ఇతి."

"अन्वेनं माता मन्यातामनु पितानु भ्राता सगर्योऽनु सखा सयूथ्य इति।
जनिवैरेधैन तत्समनु मतमालभन्ते इति।"

అర్థం: తల్లి, తండ్రి, సోదరుడు, సోదరి, స్నేహితులు మరియు సహచరులు వధ కోసం జంతువును అప్పగించాలి. (ఈ పదాలు చెప్పబడిన సమయంలో, వారు జంతువును పట్టుకుంటారు, ఇది ఎల్లప్పుడూ తల్లిదండ్రులు వదిలివేయబడిందని నమ్ముతారు.)

ఈ సమాచారం చదివితే ఆశ్చర్యం వేస్తుంది – యాగానికి జంతు ప్రతిష్ఠాపనలో దాదాపు అందరూ పాల్గొనాల్సిన అవసరం ఏముంది. కారణం స్పష్టంగా ఉంది. యాగంలో పాల్గొనడానికి అధికారం పొందిన మొత్తం అర్చకుల సంఖ్య పదిహేడు. సహజంగానే వారు చనిపోయిన జంతువు యొక్క మొత్తం మృతదేహాన్ని తమ కోసం తీసుకోవాలనుకున్నారు.

అంటే మృత దేహాలన్నీ దొరికింది బ్రాహ్మణుడే. యాగం చేసే వ్యక్తి మరియు అతని మతపరమైన భార్య యొక్క వాటాగా జంతువు యొక్క కాళ్ళు మాత్రమే వచ్చాయి.

నిజానికి మృత దేహం మొత్తం తమకు దక్కకపోతే పదిహేడు మంది పూజారులకు కూడా సరిగ్గా పంచిపెట్టలేకపోయారు. చట్టం ప్రకారం, జంతువుపై ఎలాంటి హక్కునైనా పొందగల ప్రతి ఒక్కరూ ఆ హక్కును శాశ్వతంగా వదులుకుంటే తప్ప, బ్రాహ్మణులు జంతువు యొక్క మొత్తం మృతదేహాన్ని కూడా పొందలేరు. అందుకే జంతువుతో వచ్చిన వ్యక్తులు కూడా తమ హక్కులను వదులుకోవాలని ఆదేశించినట్లు సమాచారం.

ఇప్పుడు జంతువును చంపే 'లా అండ్ ఆర్డర్' వచ్చింది. ఐతరేయ బ్రాహ్మణుడు జంతువును చంపే 'లా అండ్ ఆర్డర్' వివరాలను ఈ క్రింది విధంగా ఇచ్చాడు "ఉత్తర దేశాలు అతని పాదాలను, మరియు సూర్యుడిని, కళ్ళ నుండి, గాలి నుండి, ప్రాణశక్తి నుండి, జీవిత దశ నుండి ఉంచారు.

"उदाचीनां अस्य पदो निधत्त, तूसूर्य चक्षुगर्भयतात् वात प्राणमन्चवसृज्ञतात्।
अन्तक्षरिमसू दिशः श्रोत्र पृथिव शरीरमित्येष्वेनं तल्लोकेष्वाधाति।"

అర్థం: దాని పాదాలను ఉత్తరం వైపుకు తిప్పండి. దాని కన్నులను సూర్యునికి, దాని శ్వాసను గాలికి, దాని ప్రాణవాయువుకు, దాని వినికిడిని దిశలకు మరియు దాని శరీరాన్ని భూమికి అప్పగించండి. ఆ విధంగా (హోత్రి) దానిని లోకాలతో కలుపుతుంది.

"ఒక మార్గంలో అతను తన నాభితో తన చర్మాన్ని కప్పి, నాభి నుండి వేడిని రాకుండా జంతువులకు ఇచ్చాడు.

"एकधाऽस्य त्वचमाच्छयातात्म पुरा नाभ्या अपिशसोमु वपामुत्खिदातदन्तरेथोष्माणां
वारयध्वादिति पशुष्वेव तत् प्राणा दधाति।"

అర్థం: (కటింగ్ లేకుండా) మొత్తం చర్మాన్ని తీసివేయండి. నాభిని కత్తిరించే ముందు, ఓర్ముడిని చీల్చండి. అతని శ్వాసను అంతర్గతంగా ఆపండి (అతని నోరు మూసివేయడం ద్వారా). ఈ విధంగా అతను జంతువులలోకి గాలిని పీల్చుకుంటాడు.

"శ్యేనాం ఛాతీ తెగిపోయింది స్తుతి బాహువులు శాల దోషాని అశ్యపేవంశ'చ్ఛిద్రే తుంటి కవషోరుస్తేకపర్ణదష్టివన్న షడు వింశతిరస్య వదుక్రాయస్త అనుష్టయో చ్యవయత్తుడు. గాత్ర గోత్రమస్య నూనే కృణుతః దిత్యాంగన్యేవత్య తద్ గాత్రాణి.

"श्येनमस्य वक्षः कृणुतात प्रशसा बाहू शाला दोषणी अश्यपेवांसाऽच्छिद्रे श्रोणी
कवषोरूस्तेकपर्णादष्ठीवन्ना षड्‌ विंशतिरस्य वड्क्रयस्ता अनुष्ठयो च्यावयताद्।
गात्र गोत्रमस्या नूने कृणुताः दित्यंगान्येवात्य तद् गात्राणि प्रीणति।"

అర్థం: దాని ఛాతీలో ఒక భాగం డేగ ఆకారంలో ఉంది, దాని నల్లని చేతులు రెండు ముక్కలు గొడ్డలి ఆకారంలో ఉన్నాయి, దాని ముందు కాళ్ళలో రెండు ముక్కలు వరి వెంట్రుక ఆకారంలో ఉన్నాయి, దాని భుజాల రెండు ముక్కలు ఉన్నాయి. రెండు నాచుల ఆకారం, నడుము కింది భాగం పగలకుండా ఉండాలి , తొడ యొక్క రెండు ముక్కలు జుట్టు ఆకారంలో, రెండు మోకాళ్లలో రెండు ముక్కలు ఆకుల ఆకారంలో, దాని 26 పక్కటెముకలు వరుసగా తీయాలి. అందులోని ప్రతి భాగాన్ని భద్రంగా ఉంచుకోవాలి. ఈ విధంగా అతను దాని అన్ని భాగాలకు ప్రయోజనాలను పొందుతాడు.

యాగం కోసం జంతువులను చంపడానికి సంబంధించి రెండు ఆచారాలు మనుగడలో ఉన్నాయి. ఒకటి కసాయిగా పనిచేసిన బ్రాహ్మణ పూజారిని 'హత్య' పాపం నుండి విముక్తి చేసే ఆచారం. సైద్ధాంతికంగా వారిని 'హంతకులు'గా పరిగణిస్తారు ఎందుకంటే జంతువు త్యాగం చేసేవారికి మాత్రమే ప్రత్యామ్నాయం. 'హత్య' యొక్క పరిణామాల నుండి వారిని రక్షించడానికి, ఐతరేయ బ్రాహ్మణుడు హోత్రికి ఈ క్రింది ఆదేశాన్ని ఇచ్చాడు.

"వనిష్ఠా మస్య వా రవిస్తోకం మనమాన నేతువతస్తో కే తనయే రవితరఖచ్ఛామితర ఇతి యే చైవ దేవానాం శమితరో యే చ మనుష్యానాం తేభ్య ఏవైన తత్ పరిగాధతి.

"वनिष्ठ मस्य वा रविष्टोकं मन्यमाना नेटुवतस्तो के तनये रवितारखच्छमितार इति ये चैव देवानां शमितारो ये च मनुष्याणां तेभ्य एवैनं तत् परिगधाति।"

అర్థం: "గుడ్లగూబ ఆకారంలో ఉన్న ఓజాదీని కోయవద్దు, మీ పిల్లలలో లేదా మీ సంతానంలో దానిని కత్తిరించే వారు ఎవరూ ఉండకూడదు." ఈ మాటలు చెబుతూ దేవుళ్లలో, మనుషుల్లోని హంతకులకి ఇస్తాడు.

అప్పుడు అతను హోతాతో మూడుసార్లు ఇలా అన్నాడు:-

అధింగో శమిధ్వం సుషమి శమేధ్వం శమిధ్వమధ్రిగో 3 ఉ ఇతి త్రిబు యదయపేతి ఘధియువ దేవానం శమిత'పాపో నిగ్రమిత శాభిత్రిభ్య చవైనం తన్నిగ్రమిత్రుభ్య చ సవప్రయచ్ఛితి."

"अधिंगो शमीध्वं सुशमि शमेध्वं शमीध्वमध्रिगो 3 उ इति त्रिबू यादयापेति घाधियुव देवानां शमिताऽपापो निग्रमीता शभितृभ्यश्चवैनं तन्निग्रमीतृभ्यश्च सवप्रयच्छिति।"

ఓ అద్రిగు! మరియు హే ఇతరులు! పశువును వధించు, మంచి చేయు, చంపు, ఓ అద్రిగు! జంతువును చంపిన తర్వాత, మూడుసార్లు చెప్పాలి. ఈ హత్య యొక్క

పరిణామాలు మనపై పడతాయి. ఎందుకంటే దేవుళ్ళలో జంతువును నిశ్శబ్దం చేసే అధ్రిగుడూ, దానిని పడగొట్టే అధ్రిగు (దుర్) ఉన్నారు. ఈ మాటలు చెప్పి ఆ జంతువును వారికి అప్పగిస్తాడు. నోరు మూసుకుని మౌనం వహించే వారు, చంపే వారు.

అప్పుడు హోత్రు కీర్తనలు :-

"శమితారో, ఇక్కడ నువ్వు చేసిన మేలు, మరెక్కడా చెడు చేసినా, దేవతల పురోహితుడైన అగ్ని, అదే చేశాడు.
వి హో తోన్ముఖ్య సర్వాయుః సర్వాయుత్వాయ ।
అలా తెలిసినవాడు జీవితాంతం జీవిస్తాడు."

"शमितारो यदत्र सुकृतं कृणवथास्मासु तद् यदुष्कृतमन्यत्र तदित्याहग्निर्वै देवानां होताऽसीत से एनं वाचा व्यशात् वाचा वा एनं होता विशास्ति तद् यर्वाग् यत्परः कुन्तन्ति यदुल्वणं गथुरं क्रियते शनितृभ्यश्चैवैनत्तत्रिग्रमीतृभ्यश्च समनुदिशति स्वस्त्ये व हो तोन्मुख्य सर्वयुः सर्वयुत्वाय। सर्वमायुरोति य एवं वेद।"

అర్థం: హే ఇడియట్స్! నీ పుణ్యం మాకు ఇక్కడే నిలిచి ఉంటుంది; నీ పాపాలు ఇంకెక్కడికో వెళ్ళిపో. ఆ ప్రకటనతో, హోత్రి జంతువులను చంపమని ఆదేశిస్తాడు. ఎందుకంటే అగ్ని దేవతలకు అతిథిగా ఉన్నప్పుడు, అతను ఈ మాటలతో జంతువులను చంపమని కూడా ఆదేశించాడు.

పైన జపించడం ద్వారా, జంతువు యొక్క శ్వాసను ఆపివేసే వారందరినీ లేదా దాని ముక్కలలో ఒకదానిని చాలా పెద్దదిగా కత్తిరించడం లేదా మరొక భాగాన్ని చాలా చిన్నగా కత్తిరించడం వల్ల కలిగే దుష్ప్రభావాల నుండి హోత్రి విముక్తి పొందుతుంది. దీన్ని ఆస్వాదిస్తూ, హోత్రి అన్ని పాపాల నుండి విముక్తి పొందుతాడు. ఈ జ్ఞానం ఉన్నవాడు, తన పూర్తి జీవితాన్ని పొందుతాడు.

ఐతరేయ బ్రాహ్మణం చనిపోయిన జంతువు యొక్క శరీర భాగాన్ని పారవేసే ప్రశ్నను పరిగణలోకి తీసుకుంటుంది. అతని ఆర్డర్:-

"చంపవలసిన ఆవు భూమి, త్రవ్వటానికి మరియు ఇతర వస్తువులకు మందు, లేదా చంపవలసినది. కాబట్టి మూలికల స్థాపన అంతిమంగా ఆ సారాంశం యొక్క స్థాపనలో వాటిని స్థాపించింది. రాక్షసుడు మనచే సృష్టించబడ్డాడని, దేవతలు, తుషర్వే యొక్క ఫలప్రదంగా, నైవేద్యాలు మరియు యక్షుల త్యాగం నుండి రాక్షసులను నాశనం చేస్తారని అతను చెప్పాడు. తర్వాత 'రాక్షసులంటే, సృష్టికి రాక్షసులు, యాగం ఏమిటి' అని యాగంలో రాక్షసాలను పఠించాలి. అది

లేక కిటియేదేవా అని అంటున్నారు. తన భాగస్వామికి తన వాటా ఇవ్వనివాడు, వేనను ఎన్నుకుంటాడు, కొడుకును ఎన్నుకోడు, లేదా తన మనవడిని ఎన్నుకుంటాడు, ఈ కారణంగా చెప్పబడింది. సే యది కీర్తయేదుషాంషు కితయేత్తిర ఇవ వా ఏతద్వాచో యదుపాంశు తీర్ ఇవైతద్యద్రక్షాంసి ఇతి । అప్పుడు అతను బిగ్గరగా పాడినది ఏమిటంటే, గుర్రపు నవ్వు రాక్షస భాష నుండి పుట్టింది. 'ఈ దయ్యం నోటితో మాట్లాడేవాడు. మీరు ఏది సగర్వంగా మాట్లాడతారో, గర్వంగా మాట్లాడే వారికే ప్రజల పేరు పుడుతుంది, అంటారు. స్వతహాగా కాదు, ప్రజల పేరుతో, అతను గర్వంగా జన్మించాడు, కాబట్టి పూజిస్తారు, అంటారు.

"ऊवध्यगोहं पार्थिवं खनतादिस्याहौषधं या ऊवध्यमियं वा
ओषधीनां प्रतिष्ठा तदेनत्सत्त्वायामेव प्रतिष्ठायामन्ततः प्रतिष्ठापयतीति।
अस्ना रक्षः संसृजतादित्याह तुषेर्वे फलीकरणैर्देवा हविर्यक्षोभ्यो रक्षांसि निरभजत्रस्ना
महायज्ञात्सः यदस्ना रक्षा संसृजतादित्याह रक्षांस्येव तत्स्वेन भागधेयेन यज्ञान्निरवदयते इति।
तदान यज्ञे रक्षासां कीर्तयेत्कानि रक्षांसृतेरक्षा वे यज्ञ, इति।
तदु वा आहुः कीतियेदेव, इति।"

यो वै भागिनं भागान्न दते चयते वेनं न चयतेऽथ पुत्रमथ पौत्र चयते त्वेषैनिमित्ति, इति।
से यदि कीर्तयेदुषांशु कीतयेत्तिर इव वा एतद्वाचो यदुपांशु तिर इवैतद्यद्रक्षांसि इति।

अथ यदुच्चैः कीतयदाश्वरी हास्यवाचो रक्षो भाषो जनितो इति।
'योऽयं राक्षस वाचे वदति सः इति।
यां व दृप्तो वदति नाम्य प्रजाया द्रप्त आजायते वाक्, इति।
नाऽऽत्मना दृत्यति नाम्य प्रजाया दृप्त आजायते एवं वंद, इति।

అర్థం: దాని పేడను దాచడానికి భూమిలో గొయ్యి తవ్వండి. మొక్క పేడ ఉంది; ఎందుకంటే భూమి సస్యశ్యామలం. అందువల్ల, హోత్రి చివరకు ఆవు పేడను సరైన స్థానంలో ఉంచాడు. ప్రేతాలకు రక్తాన్ని ఇవ్వండి, ఎందుకంటే హావిర్యాగ్య పూర్ణిమ మరియు ప్రతిపాదాల రోజున దేవతలు తమ వంతు యాగాలను ప్రేతాలకు ఇవ్వలేదు, వారు వారికి కేవలం పప్పు మరియు చిన్న వరిధాన్యాలు మాత్రమే ఇచ్చారు మరియు తరువాత వాటిని సోమము మరియు జంతుబలి వంటి పెద్ద యాగాల నుండి మినహాయించారు. మరియు వారికి రక్తాన్ని అందించారు. అందుకే హోత్రి ఈ మంత్రాన్ని జపిస్తుంది, ఆత్మలకు రక్తాన్ని ఇవ్వండి. వారికి ఈ వాటా ఇచ్చిన తర్వాత, వారు యాగం నుండి మరేదైనా తీసుకోకుండా కోల్పోతారు. వారు అంటున్నారు- దుష్టశక్తులు యైలో స్మరించకూడదు. అది రాక్షసులు,

రాక్షసులు, దుష్ట ఆత్మలు; ఎందుకంటే వారి ఆటంకాలు లేకుండా యాగం నిర్వహించాలి. కానీ ఇతరులు వాటిని గుర్తుంచుకోవాలి అని అనుకుంటారు. ఎందుకంటే ఎవరైనా ఎవరికైనా తన వాటాను లాక్కుంటే, అతను ఎవరికి నష్టం కలిగించాడో అతనికి అతను బాధ కలిగిస్తాడు. శిక్ష నుంచి తప్పించుకుంటే కొడుకు కష్టాలు, తను కూడా బతికితే మనవడు బాధ పడాల్సి వస్తుంది. ఈ విధంగా, మీరు ఏ బాధను అనుభవిస్తారో, మీ కొడుకు లేదా మనవడు బాధపడతాడు.

ఏది ఏమైనా, హోత్రి సంబోధిస్తే, అది స్లో వాయిస్‌లో చేయాలి, ఎందుకంటే 'స్లో వాయిస్' మరియు దెయ్యాలు రెండూ దాగి ఉంటాయి. అతను బిగ్గరగా మాట్లాడినట్లయితే, అతను దెయ్యాల స్వరంలో మాట్లాడతాడు, అతను రాక్షస్ స్వర (భయంకరమైన స్వరం)లో మాట్లాడటం ప్రారంభించవచ్చు. కోపంతో మత్తులో ఉన్నవారు మాట్లాడే భాష రాక్షసుల భాష. ఈ జ్ఞానం ఉన్నవాడు తనకు కోపం తెచ్చుకోడు లేదా అలాంటి పిల్లలు పుట్టడు.

అప్పుడు మిగిలేది అంతిమ సంస్కారాలు, జంతువు యొక్క శరీర భాగాలను దేవతలకు మరియు దేవతలకు అంకితం చేసే ఆచారాలు. దీనినే 'మనోట్' అంటారు. ఆత్రేయ బ్రాహ్మణ ప్రకారం:-

"ఉత్సవంలో హబిషాను అర్పిస్తున్న పూజారి అనుబ్రూహి,

'బలిలో మొదటగా అర్పించేది నువ్వే' అని చెప్పి, అతను సూక్తాన్ని అనుసరిస్తాడు.

"मनातायें हबिषोऽवदीयमानस्यानुब्रूहीत्याहाध्वर्युः इति।
त्वं हग्ने प्रथमो मनोतेति सुक्तमन्वाह, इति।"

అర్థం:అధ్వర్యుడు హోత్రితో అంటాడు - 'మనోత్ కోసం కోసిన యజ్ఞంలోని శరీర భాగాలను దేవతలకు అర్పించడానికి తగిన మంత్రాలు చెప్పండి' అని. అప్పుడు అతను ఈ మంత్రాన్ని పునరావృతం చేస్తాడు - 'ఓ అగ్ని! నువ్వే మొదటి మనోత్.

ఇప్పుడు జంతువుల మాంసం పంపిణీ ప్రశ్న మిగిలిపోయింది. ఈ విషయంపై ఆత్రేయ బ్రాహ్మణ అభిప్రాయం నిర్ణయం ఇలా ఉంది:-

"అంటే, మృగాన్ని ముక్కలుగా విభజించడం అని చెప్పాలి. "హను సాజిహే ప్రెజెంటర్ ఛాతీని గద్ద పొడుచుకు వచ్చింది, మెడ కాకుడా, ఎదురుదాడికి కారణం కుడి కటి, ఎడమ బ్రాహ్మణులు మైత్రేయ మరియు వరుణ దక్షిణ తొడ, బ్రాహ్మణ ఎడమ, శిలువ, పరాశవ కుడి, పూజారి మాంసం గాయకులు మిగిలారు

సార్యో యొక్క ప్రత్యామ్నాయం యొక్క కుడి, దోర్నేష్టుని ఎడమ, పోటు యొక్క ఎడమ, ఉచర్ ఛావాక యొక్క ఎడమ, అగ్నిప్ర యొక్క ఎడమ శ్వాసలోని ఎడమ సభ్యుని చేయి, గృహస్థుని కుడి పాదం, గృహస్థుని కుడి పాదం మరియు గృహస్థుని కుడి పాదం. పాదౌ గ్రహపతి- ప్రతిజ్ఞ చేసేవారి పెదవులను సాధారణంగా గృహస్థుడు అతని భార్య కోసం పూరిస్తాడు మరియు చిన్న భార్యలను బ్రాహ్మణుని వద్ద శిష్యరికం చేస్తాడు. వారు భుజాలు మరియు రత్నాలు కికాసా యొక్క మూడు గుర్రాలను గ్రేవా యొక్క కుమారుడైన కికాసాకు చెందిన మూడు మరియు వంకర్తలలో సగం మరియు వంకర్తాలో సగం ఇస్తారు. బ్రాహ్మణుడు రేపు సుబ్రహ్మణ్యుని గర్భంలో తలపెట్టకపోతే వైకర్త మరియు శమితుని యొక్క క్లోమాన్ని బ్రాహ్మణునికి ఇవ్వాలి. ప్రః అది గుర్రాలు మరియు అన్ని హౌతుర్వాల మిశ్రమం.

"अर्थातः पशोर्विभस्तस्य विभागं वक्ष्यामः, इति"

"हनू सजिहे प्रस्तोतुः श्येन वक्ष उद्गातः कण्ठ काकुदः प्रतिहर्तु दक्षिण श्रोणिर्होतुः सव्या ब्राह्मणो

दक्षिणां सक्थि मैत्रावरुणस्य सव्यं ब्राह्मणाच्छंसिनो दक्षिणं पारशव मांसमध्वर्योः सव्यमुपगातॄणां

सर्योऽसः प्रतिस्थातुर्दक्षिणं दोर्नेष्टुः सव्यं पोतुदक्षिण ऊचरच्छावाकस्य सव्य अग्नीध्रस्य दक्षिण

बाहुराब्रेयस्य सव्यःसदस्यस्य सदं चानूकं च गृहपतेर्दक्षिण पादौ गृहपतेर्बत पदस्य सव्या पादौ गृहपति-

भार्यायै व्रतपदस्यौष्ठस्तयों साधारण भरति तं गृहपतिरेव प्रशिष्याज्जाघनी पत्नीभ्यो हरन्ति तां ब्राह्मणाय

दद्युः स्कन्ध्याश्च मणिकांस्तस्त्रश्च कीकसा ग्रावसुतस्तिस्त्रश्चैव कीकसा अर्ध च वंकर्तस्योन्तेतुरर्ध चेव

वैकर्तस्य क्लोमा च शमितुस्तद्ब्राह्मणाय दद्याद्यद्यब्राह्मण न्याच्छिरः सुब्रम्हण्यायः श्वः सुत्यां प्राह

तस्वाजिनामिश्रा सर्वेषां हौतुर्वा, इति।"

అర్థం: ఇప్పుడు ప్రపంచంలోని వివిధ ప్రాంతాలలోని పూజారుల మధ్య బలి పశువులను పంపిణీ చేయాలనే ప్రశ్న తలెత్తుతుంది. మేము దానిని వివరిస్తాము. దవడ ఎముకలు మరియు నాలుక రెండూ ప్రెజెంటర్‌కు ఇవ్వాలి. డేగ ఆకారంలో వక్షస్థలం ఉగత, కంఠం, అంగిలి ప్రతిహార్త, కుడివైపు నడుముకింద హోత్రి,

ఎడమవైపు బ్రహ్మా, కుడి తొడ మైత్రావరుణ్, ఎడమ వైపు బ్రాహ్మణాచ్ఛాసో, భుజం వెంబడి కుడివైపు అధ్వర్యునికి అంకితం చేయబడింది, మరియు ఎడమ వైపు మంత్రాలు పఠించడానికి అంకితం చేయబడింది, ఎడమ భుజం కుడి చేయి యొక్క దిగువ భాగం నేష్ట (నేష్ట)కి, ఎడమ చేయి కింది భాగం మనవడికి, కుడి తొడ పైభాగం అచ్చవాక్కు, ఎడమ తొడ పైభాగం అగ్నీధరునికి, కుడి చేయి పై భాగం ఆత్రేయకు తల, సభ్యునికి ఎడమ చేయి పైభాగం, సభ్యునికి వెన్ను ఎముక మరియు వృషణాల పైభాగం, యాగం చేస్తున్న గృహస్థుడికి వెన్ను ఎముక మరియు వృషణాలు, విందు ఇస్తున్న గృహస్థుడికి కుడి పాదం , గృహస్థునికి ఎడమ పాదం పై పెదవి దాత యొక్క భర్త యొక్క భార్యకు ఇవ్వబడుతుంది, ఇది భర్త మరియు అతని భార్య యొక్క సమాన హక్కులలో ఉంది, ఇది భర్తచే విభజించబడుతుంది. వారు తమ భార్యలకు జంతువు యొక్క తోకను ఇస్తారు. కానీ అతను దానిని ఒక బ్రాహ్మణునికి మాత్రమే ఇవ్వాలి, అతని మెడలో ఒక రూబీ మరియు మూడు కికలు గ్రావస్తుత ఉంటుంది మూడు తలలకు మరియు వెన్నులోని కండగల భాగానికి, సగం వరకు కకర్త ఉన్మేత వరకు, మెడపై కండగల భాగం, (గిల్) సగం చంపేవాడికి. హత్య చేస్తున్న వ్యక్తి స్వయంగా బ్రాహ్మణుడు కాకపోతే, దానిని బ్రాహ్మణుడికి ఇవ్వండి. నిన్న సోమ యాగం (శ్వసుత్య) సమయంలో చెప్పిన సుబ్రహ్మణ్యుడికి శిరస్సు ఇవ్వాలి, యాగభోజ్యంలో భాగమైన సోమ యాగంలో బలి అర్పించిన జంతువులో కొంత భాగం పూజారులందరికీ చెందుతుంది, అది హోత్రికి మాత్రమే. ఐచ్ఛికం.

"అవి లేదా ఈ ముప్పై-ఆరు ఏక వండిన యాగాలు ముప్పై-ఆరు అక్షరాలు, గొప్పది. ఇప్పటివరకు."

"ता वा एतः षट्त्रिंशतमेकपका यज्ञं वहन्ति षट्त्रिंशदक्षरा वै बृहती। वार्हताः स्वर्गा लोकाः प्राणस्चैव तत्स्वर्गश्च लोकानाप्नुवंति प्राणेषु चैव तत्त्वगषु च लोकेषु प्रातातिष्ठन्तो यन्ति, इति।"

అర్థం: బలి పశువు యొక్క ఈ ముక్కల సంఖ్య 36. ప్రతి ముక్క యాగం నిర్వహించబడే శ్లోకాల యొక్క ఒక దశను సూచిస్తుంది. బృహతి ఛందలో 36 అక్షరాలు ఉంటాయి; మరియు దివ్య లోకాలు బృహతి స్వరూపం. ఈ విధంగా, జంతువును 36 భాగాలుగా విభజించడం ద్వారా, వారు ఇహలోకంలో మరియు స్వర్గంలో జీవితాన్ని పొందుతారు; మరియు (ఈ మరియు ఆ ప్రపంచం) రెండింటిలోనూ తమను తాము స్థిరపరచుకున్న తరువాత, వారు అక్కడికి వెళతారు.

"అది స్వర్గపు మృగం, ఇది ఈ విధంగా విభజించబడింది.

యే'అతో అన్యథా తద్యథా సెలగా తా పాపకృతో వా పశు విమన్త్రిరంస్తదక్తత్, ఇతి.

అది లేదా ఈ జంతువు యొక్క విభజన, శ్రేత్, ఋషి మరియు భగవంతుని యొక్క

భాగము, అతనిని వారికి తెలియజేసింది, మరియు అతను

వారితో, హప్రాచ్యైవ వస్మలోకాదుచ్చక్రమాత్, ఇది.

అప్పుడు బభ్రావ్యుడు గిరిజతో ఇలా అన్నాడు, ఈయన దర్వాంగ వాడు.

ఇది అధ్యయనం చేయబడుతుంది మరియు అధ్యయనం చేయబడుతుంది.

"सः एष स्वर्यः पशुर्य एनमेवं विभजन्ति, इति।

येऽतोऽन्यथा तद्यथा सेलगा था पापकृतो वा पशु विमन्थीरंस्तादक्तत, इति।

तां वा एतां पशोर्विभक्ति श्रेत ऋषिदेवभागो विदां चकार तासु तामु हाप्राच्यैव

वास्माल्लोकादुच्चक्रमत, इति।

तामु ह गिरिजाय बाभ्रव्यायामनुष्यः प्रोवाच ततो हैनामेतदर्वाङ मनुष्या।

अधीयतेऽधीयते इति।"

అర్థం:పై పద్ధతిలో జంతు మాంసాన్ని పంచే వారికి ఇది స్వర్గానికి సోపానం అవుతుంది. కానీ దీనికి విరుద్ధంగా పంచుకునే వారు గూండాలు మరియు కొంటె వ్యక్తులు, మాంసం కోసం వారి కోరికను తీర్చడానికి మాత్రమే జంతువులను బలి ఇస్తారు. ఈ బలి జంతువుల విభజన శ్రుత కుమారుడు దేవ్‌భాగ్ యొక్క ఆవిష్కరణ. అతను ఈ జీవితాన్ని విడిచిపెట్టినప్పుడు, అతను ఈ రహస్యాన్ని ఎవరికీ అప్పగించలేదు. అయితే ఎవరో అతీంద్రియ దేవదూత బభ్రు కొడుకు గిరిజకు అన్ని వార్తలను చెప్పాడు. ఆయన కాలం నుంచి ప్రజలు దీనిని చదువుతున్నారు.

ఐతరేయ బ్రాహ్మణంలో ఏది చెప్పినా రెండు విషయాలు స్పష్టంగా కనిపిస్తాయి. ఒక విషయమేమిటంటే బలి పశువు మాంసాన్నంతా బ్రాహ్మణులు తీసుకెళ్ళారు. ఒక చిన్న ముక్క తప్ప, యాగం చేస్తున్న గృహస్థుని నుండి వారు ఏమీ తీసుకోనివ్వరు; రెండవది, బ్రాహ్మణులే జంతువులను వధించడానికి కసాయిగా పనిచేసేవారు. యాగంలో బలి ఇచ్చే పశువు సూత్రం ప్రకారం, దేవతలకు తనను తాను త్యాగం చేసిన వ్యక్తి తన ప్రాణాలను రక్షించుకోవడానికి మాత్రమే త్యాగం చేస్తాడు అనే సిద్ధాంతం. అతను తన ప్రాణాన్ని కాపాడుకున్నాడు

దీని కోసం అతను తనకు బదులుగా ఒక జంతువును బలి ఇస్తాడు. అంటే జంతువుల మాంసాన్ని తినేవాడు మనుషుల మాంసాన్ని కూడా తింటాడు, ఎందుకంటే ఇక్కడ జంతువులు మనుషులకు ప్రత్యామ్నాయాలు. ఈ ఆలోచన

బ్రాహ్మణుల స్వార్థానికి చాలా ప్రమాదకరం. బ్రాహ్మణుడే జంతువు మాంసాన్నంతా లాక్కోవాలనుకున్నాడు. ఐతరేయ బ్రాహ్మణుడు ఈ ఆలోచనను అంగీకరించడం వల్ల బ్రాహ్మణుల చేతిలో బలి పశువు మాంసాన్ని కోల్పోయే ప్రమాదం ఉందని గమనించాడు. కాబట్టి అతను ఈ ఆలోచనను పూర్తిగా తిరస్కరించడం ద్వారా వివరించడానికి ప్రయత్నించాడు.

"అగ్నిని ప్రారంభించే దేవతలందరి నుండి, సమస్త దేవతలను, చంద్రుడు, దేవుడు, మంచి అగ్నిని అర్పించేవాడు, జంతువులు మరియు అన్ని దేవతల నుండి, తనను తాను అర్పించుకునే బలిదాత అయిన సమస్త దేవతల నుండి అతను తనను తాను పొందుతాడు. దేవతలు. అర్థం: త్యాగం యొక్క రహస్యాలలో దీక్ష పొందిన వారు దేవతలకు తమను తాము త్యాగం చేస్తారు. అగ్ని దేవతలందరికీ ప్రతినిధి, సోముడు దేవతలందరికీ ప్రతినిధి. అతను బలి పశువును అగ్ని మరియు చంద్రునికి సమర్పించినప్పుడు, అతను అన్ని దేవతలకు బలి ఇవ్వబడకుండా తనను తాను విడిపించుకుంటాడు.

"అప్పుడు వారు, 'అగ్ని-పామియాల జంతువులను, అనిసోమియా జంతువులను తినేవాడు ఇతడే. జంతువును తినే యాజకురాలు దానితో గౌరవాన్ని పొందాలి.

"तदाहुर्नाग्नीपौमीयस्य पशोरश्रीयास्पुरुषस्य वां एषोंऽश्नाति योऽनीषोमीयस्य पशोरश्नाति यजमानी ह्यतेनाऽऽमानं निष्क्रीणीत, इति।"

తాత్పర్యము: అగ్ని, సోమమున బలి అర్పించిన పశుమాంసమును తినవద్దు అని చెప్పేవారు. అటువంటి జంతువు యొక్క మాంసాన్ని తినేవాడు, ప్రజల మాంసాన్ని తింటాడు, ఎందుకంటే జంతువును బలి ఇవ్వడం ద్వారా త్యాగం చేసేవాడు బలి ఇవ్వకుండా తనను తాను రక్షించుకుంటాడు. కానీ ఈ ఆలోచనపై శ్రద్ధ పెట్టడం అనవసరం.

ఈ విషయాలను బట్టి, దానిని నిరూపించడానికి ఇంతకు మించి ఆధారాలు అవసరం లేదు బ్రాహ్మణులు మాంసాహారమే కాదు కసాయి కూడా అని. అలాంటప్పుడు బ్రాహ్మణులు తమ వ్యూహాలను ఎందుకు మార్చుకున్నారు? మేము వారి వ్యూహాలను రెండు భాగాలుగా మార్చడం గురించి మాట్లాడుతాము

ఉన్నాయి. మొదట, అతను గొడ్డు మాంసం ఎందుకు వదులుకున్నాడు? పైన చూపినట్లుగా, అశోకుడు ఎప్పుడూ గోహత్యను చట్టం ద్వారా నిషేధించలేదు.

ఉంది. ఒకవేళ నిషేధించినా, ఒక బౌద్ధ చక్రవర్తి చేసిన చట్టాన్ని బ్రాహ్మణులు ఎప్పుడు అంగీకరించబోతున్నారు?

మనువు గోహత్యను నిషేధించాడా? ఆయన అలా చేసి ఉంటే, అది బ్రాహ్మణులకు ఆమోదయోగ్యమైనది మరియు బ్రాహ్మణులలో ఈ మార్పు యొక్క సంతృప్తికరమైన వివరణ కూడా అర్థం చేసుకోవచ్చు. మనుస్మృతి

ఈ క్రింది శ్లోకాలు కనిపిస్తాయి:- జీవుల బంధన మరియు చంపడం వంటి బాధలను కోరుకోనివాడు, అందరి క్షేమాన్ని కోరేవాడు అత్యంత ఆనందాన్ని వింటాడు. 15.46సమస్త ప్రాణులను బంధించడం, చంపడం లేదా బాధలు కలిగించడం ఇష్టం లేనివాడు సర్వప్రాణుల సంక్షేమం కోసం పనిచేస్తాడు ప్రేమించేవాడు అపారమైన ఆనందాన్ని పొందుతాడు.

అతను ఏమి ధ్యానం చేసినా, ఏమి చేసినా, ఎక్కడైనా సహనాన్ని బంధిస్తాడు. శ్రమతో దేనినీ చంపనివాడు దానిని పొందుతాడు.

यद्ध्यायति यत्कुरुते धृतिं बध्नाति यत्र च।
तदवतप्नोत्ययत्नेन यो हिनस्ति न किंचन।

తాత్పర్యము: ఏ ప్రాణికీ బాధ కలిగించనివాడు, తన హృదయము నుండి ఏ మతమును కోరుకొనుచున్నాడో, ఏ పని చేసినా, ఏ దానము చేయునో దానిని సులువుగా పొందును.

జంతువులను చంపకుండా మాంసం ఎప్పుడూ ఉత్పత్తి చేయబడదు

జంతువును చంపడం కూడా సురక్షితం కాదు కాబట్టి మాంసానికి దూరంగా ఉండాలి. 5.48

नाकृत्वा प्राणिनां हिसां मांसमुत्पद्यते क्वचित।
न च प्राणिवधः स्वस्तस्मान्मांसं विवर्जयेत्। 5,48

అర్థం: జీవులకు హింస చేయకుండా మాంసం ఎప్పుడూ ఉత్పత్తి చేయబడదు. జంతువులను చంపడం స్వర్గానికి కారణం కాదు. అందువల్ల, మీరు మాంసం తినడం మానేయాలి. మాంసం యొక్క మూలం మరియు మూర్తీభవించిన హత్య మరియు బానిసత్వం కోసం. దానిని పరిశీలించిన తర్వాత అతడు అన్ని మాంసాహారాన్ని మానుకోవాలి 5.46

అర్థం: మాంసం యొక్క మూలం యొక్క క్రమం (రాజ్ - వీర్యం నుండి) మరియు జీవులను చంపడం (క్రూరత్వం యొక్క మూలం నుండి). దీని గురించి జాగ్రత్తగా ఆలోచించి అన్ని రకాల మాంసాహారాన్ని వదులుకోవాలి.

ఈ శ్లోకాలు నిర్దిష్టమైన నిషేధాలుగా అంగీకరించబడితే, బ్రాహ్మణులు మాంసాహారాన్ని ఎందుకు విడిచిపెట్టి శాకాహారులయ్యారు అనేదానికి ఈ ఒక్కటే

తగిన వివరణ అవుతుంది. కానీ ఈ శ్లోకాలను చట్టం మరియు నిశ్చయాత్మక నిషేధ ఆదేశాలుగా అంగీకరించడం అసాధ్యం. బ్రాహ్మణులు శాఖాహారులుగా మారిన తర్వాత వారి చర్యను మెచ్చుకుంటూ తర్వాత చొప్పించబడిన ఇవి కేవలం ప్రేరణలు లేదా ఇంటర్‌పోలేషన్‌లు. ఆ రెండవ అంశం సరైనదే, ఎందుకంటే మనుస్మృతిలోని ఐదవ అధ్యాయంలో వచ్చే ఇతర శ్లోకాలలో ఇది నిరూపించబడింది: -

సృష్టికర్త జీవితం కోసం ఇవన్నీ రూపొందించాడు. చరాచర, కదలని సమస్త ప్రాణులు జీవునికి ఆహారం. 5,25

प्राणस्यान्निमिदं सर्वं प्रजापतिरकल्पयत्। स्थावरं जङ्गमं चैव सर्वं प्राणस्य भोजनम् ॥ 5,25

అర్థం:: బ్రహ్మదేవుడు ఇదంతా జీవనాధారంగా భావించాడు. కదలని (ధాన్యం, పండు

మొదలైనవి) మరియు కదిలే (జంతువులు, పక్షులు మొదలైనవి) అన్నీ ఆత్మ యొక్క ఆహారం. కదిలే జంతువుల ఆహారం కదిలే జంతువుల కోరల ఆహారం.

వేలాది మంది ధైర్యవంతుల చేతులు భయానకంగా ఉన్నాయి 5,6

चराणामन्नमचरा दंष्ट्रिणामप्यदंष्ट्रिण। अहस्ताश्च सहस्तानां शूराणां चैव भीरवः॥ 5,6

అర్థం: పశువుల ఆహారం కదలనిది (గడ్డి మొదలైనవి), దంతాలు లేనివారి ఆహారం (జింక మొదలైనవి), చేతులు ఉన్నవారికి ఆహారం చేతులు లేని జీవులు (చేపలు మొదలైనవి) మరియు సింహాల ఆహారం భీరు. (పురుషులు).

రోజురోజుకు కూడా జంతువులు పాడుచేసే ఆహారాన్ని ఇవ్వలేదు. ఆయన సమస్త జీవరాశులకు తల్లి, వర్తమానం మరియు భవిష్యత్తుల సృష్టికర్త. 5.30

नात्ता दुष्यत्यदन्नाद्यन्प्राणिनोऽहन्यहन्यपि। धात्रैव सृष्टा ह्याद्यांश्च प्राणिनोत्तार एव च ॥ 5,30

అర్థం:: తినదగిన జీవులు, ప్రతిదినము తినదగిన జీవులను తిన్నప్పటికి దోషము లేదు - భగినీ నహి. ఉండేది; ఎందుకంటే ఆహారం మరియు తినేవాడు రెండింటినీ సృష్టించింది బ్రహ్మ.

మాంసాహారం తినడం, మద్యం సేవించడం తప్పు కాదు ఇది అన్ని జీవుల యొక్క స్వభావం, మరియు త్యజించడం చాలా ఫలవంతమైనది. 5.56

न मांसभक्षणो दोषो न मद्ये च मैथुने। प्रवृत्तिरेषा भूतानां निवृत्तिस्तु महाफला ॥ 5,56

తాత్పర్యము: మాంసాహారము, మద్యము సేవించుట, సంభోగము చేయుటలో దోషము లేదు, ఎందుకంటే ఇది మానవుల ప్రవృత్తి, కానీ దానిని మానుకోవడం చాలా ఫలప్రదం. అతడు బ్రాహ్మణుల కోరికతో నీరు చల్లిన మాంసాన్ని

తినాలి అప్పుడు, నిర్దేశించిన కర్మల ప్రకారం, ప్రాణశక్తి అతీంద్రియమైనది. 5,27

प्रोक्षितं भक्ष्यन्मांसं ब्राह्मणानां च काम्यया। यथाविधि नुयुक्तस्तु प्राणानामेव चात्यत्ये ॥ 5,27

అర్థం: మంత్రములచే శుద్ధి చేయబడిన మాంసమును భుజింపవలెను, శాస్త్రోక్తముగా మాంసమును తినవలెను. మరియు ప్రాణం ప్రమాదంలో ఉన్నప్పుడు తినాలి. ఇది యాగానికి జగదీర మాసంలోని దివ్య శాసనంగా చెబుతారు.

లేకుంటే రాక్షసుల ప్రవృత్తిని విధి అంటారు 5.31

यज्ञाय जग्धिर्मासस्येत्येष दैव-विधिः स्मृता अतोऽन्यथा प्रवृत्तिस्तु राक्षसो विधिरुच्यते ॥ 5,31

అర్థం: యాగం కోసం మాంసాహారం తినడం దైవిక కర్మగా పిలువబడుతుంది. దీనికి విరుద్ధంగా, మాంసాహార ధోరణి రాక్షస ధోరణి. మిమ్మల్ని మీరు కొనుగోలు చేయడం లేదా ఉత్పత్తి చేయడం లేదా ఇతరులకు సహాయం చేయడం.

దేవతలను, పితృదేవతలను ఎన్నుకున్న తర్వాత మాంసాహారం తింటే కలుషితుడు కాడు. 5.32

क्रीत्वा खुद वाप्युत्पाद्यपरोपकृतमेववा। देवान्पितृश्चयित्वा खादन्मांस न दुष्यति ॥ 5,32

అర్థం: ఎవరైనా ఎక్కడి నుంచో మాంసాన్ని కొని తెచ్చినా, దేవతలకు, పూర్వీకులకు నైవేద్యంగా సమర్పించి తింటే, తిన్నవాడు దోషి కాదు.

వేదాల సత్యం మరియు అర్థం తెలిసిన మరియు ఈ గొప్ప ప్రదేశాలలో జంతువులను చంపే బ్రాహ్మణుడు అతను తనకు మరియు

జంతువుకు కూడా అత్యున్నతమైన గమ్యాన్ని చేరుకుంటాడు (5,42).

एष्वर्येषु पशून्हंसन्वेदतत्त्वार्थविद् द्विजः। आत्मानं च पशु चैव गमयत्यत्तमां गतिम् ॥5,42

అర్థం:: వేదాల సారాంశాన్ని తెలిసిన బ్రాహ్మణుడు, పైన పేర్కొన్న ఈ తేనే-పర్క మరియు ఇతర ఆచారాలలో జంతువును హింసించడం ద్వారా, తనకు మరియు జంతువుకు ఉత్తమమైన మార్గాన్ని పొందుతాడు.

బలి కోసం జంతువులను ఖుద్భువా స్వయంగా సృష్టించాడు. అన్ని యాగాల క్షేమం కోసం కాబట్టి త్యాగంలో చంపడం హత్య (5,36).

यज्ञार्थ पशवः सृष्टा स्वयमेव खुदभुवा। यज्ञस्य भूत्यै सर्वस्य तस्माद्यज्ञे वधोऽवधः ॥5,36

అర్థం:: యాగం కోసం మరియు అన్ని యాగాల శ్రేయస్సు కోసం బ్రహ్మ స్వయంగా జంతువులను సృష్టించాడు. అందువల్ల, జంతువును చంపడం అహింస.

మందులు, జంతువులు, చెట్లు, జంతువులు మరియు పక్షులు. త్యాగం కోసం మరణాన్ని పొందిన వారు మళ్లీ దాన్ని పొందుతారు 5.40

औषध्यः पशवो वृक्षास्तिर्यञ्चः पक्षिणास्तथा। यज्ञार्थ निधनं प्राप्तः प्राप्नुवन्त्यस्तृतीः पुनः॥ 5,40

అర్థం:: ఔషధాలు, జంతువులు, చెట్లు, తాబేళ్లు మొదలైనవి మరియు పక్షులు, ఇవన్నీ యాగం కోసం చంపబడినప్పుడు, మంచి జీవితంలో పుడతాయి.

మనువు మరింత ముందుకు వెళ్లి మాంసాహారాన్ని తప్పనిసరి చేస్తాడు. ఈ క్రింది శ్లోకం గమనించదగినది:-

నియుక్తస్తు యథాన్యాయం యో మాసా నత్తి మానవః. అతను చనిపోయి, వీలైతే జంతువుగా మారాడు ఇరవై ఒకటి 115,34

नियुक्तस्तु यथान्यायं यो मांस नात्ति मानवः। स प्रेत्य पशुतां यादि संभवानेकविंशतिम् 115,34

అర్థం: నిర్దేశించిన విధానం ప్రకారం నియమించబడిన తర్వాత మాంసం తినని వ్యక్తి, మరణానంతరం ఇరవై ఒక్క జన్మల వరకు జంతువుగా ఉంటాడు. మనువు మాంసాహారాన్ని నిషేధించాడని స్పష్టమైంది. మనువు కూడా గోహత్యను నిషేధించాడు. ఇది మనువు ద్వారా మాత్రమే రుజువైంది. మొదటి విషయం ఏమిటంటే, మనుస్మృతిలో ఆవు గురించి కేవలం మనువు ప్రకారం, పట్టభద్రులకు చెల్లుబాటు అయ్యే నియమాల జాబితాలో మాత్రమే పేర్కొనబడింది. అవి క్రింద ఇవ్వబడ్డాయి:-

1.ఆవు యొక్క స్నిఫ్డ్ ఆహారం బ్రహ్మచారికి నిషేధించబడింది. (4,201)

2. దూడను కట్టిన తాడుపై పట్టభద్రులు దూకడం నిషేధించబడింది. (4,38)

3. పట్టభద్రులు గో-బ్రాజ్‌లో లఘు-శక చేయడం నిషేధించబడింది. (4,45)

4. పట్టభద్రులు గోవుకు ఎదురుగా మూత్రం మరియు మలాన్ని విసర్జించడం నిషేధించబడింది. (4,48)

5. గో - బ్రజ్‌లోకి ప్రవేశించినప్పుడు, గ్రాడ్యుయేట్ తన కుడి చేతిని ధరించాలి. (4,48)

6. ఒక ఆవు తన దూడకు పాలు ఇస్తుంటే, పట్టాదారు ఆమెను అడ్డుకోవడం లేదా దాని గురించి ఎవరికైనా తెలియజేయడం నిషేధించబడింది. (4,56)

7. గ్రాడ్యుయేట్‌లకు గో ఎక్కడం నిషేధించబడింది. (4,72)

8. గోవులపై హింస అంటే వాటికి బాధ కలిగించడం పట్టభద్రులకు నిషేధం. (4,162)

9. తెరిచిన నోటితో ఆవును తాకడం నిషేధించబడింది. (4,142)

మనువు ఆవును పవిత్ర జంతువుగా పరిగణించలేదని ఈ ప్రస్తావనలు రుజువు చేస్తున్నాయి. మరోవైపు, అతను దానిని అపరిశుభ్రమైన జంతువుగా పరిగణించాడు, దీని స్పర్శ సాంస్కృతిక అశుద్ధతను కలిగిస్తుంది.

మనుస్మృతిలో గొడ్డు మాంసం తినడం నిషేధించలేదని నిరూపించే శ్లోకాలు ఉన్నాయి. ఈ విషయంలో, మూడవ అధ్యాయంలోని మూడవ శ్లోకాన్ని పేర్కొనవచ్చు. ఇది క్రింది విధంగా ఉంది:- అతను తన స్వంత ధర్మం ద్వారా తన తండ్రి బ్రాహ్మణుల బర్నర్‌గా గుర్తించబడ్డాడు

ఒక ఆవు మొదట మాల ధరించి మంచం మీద కూర్చోవడానికి అర్హమైనది 3,3

तं प्रतीतं स्वधर्मेण ब्रह्मदाहरं पितुः। स्रग्विणं तल्प आसीनमर्हयेत्प्रथमं गवा॥ 3,3

తాత్పర్యము: మతమార్పిడుకు ప్రసిద్ధి చెందినవాడు, తన తండ్రి నుండి మతపరమైన వారసత్వాన్ని పొందినవాడు, మంచి ఆసనంపై కూర్చోవాలి, పూల మాల ధరించాలి మరియు ఆవుతో (మధుపార్క్) పూజించాలి.

గ్రాడ్యుయేట్‌కు వెళ్ళమని మను ఎందుకు సిఫార్సు చేయాలి అనే ప్రశ్న తలెత్తుతుంది? ఇది స్పష్టంగా ఉంది - అందులో అతను మధుపార్క్ చేయగలడు. ఇది ఇలా ఉంటే, మనువుకు బ్రాహ్మణులు గొడ్డు మాంసం తినడం గురించి జ్ఞానం ఉందని అర్థం. మరియు అతను వాటిని తిరస్కరించలేదు.

రెండవ ప్రస్తావన మనువు తినదగిన మరియు తినకూడని జంతువుల మాంసం గురించి జరిపిన చర్చ.

యొక్క ఐదవ అధ్యాయంలోని 18వ శ్లోకంలో. కుక్కలు, కొడవళ్లు, ఆవులు, కత్తులు, తాబేళ్లు మరియు కుందేళ్ళు.

ఆహారాన్ని ఐదు గోర్లు తింటాయని, ఒక వైపు పళ్ళు తినవని వారు అంటున్నారు 5,18

श्वाविधं शल्यकं गोधा खड्गकूर्मशशांस्तथा। भक्ष्यान्पञ्चनखेष्वाहुरनुष्ट्राश्चैकतो दतः॥ 5,18

అర్థం:: పంచనాఖీ జంతువులలో పందికొక్కు, ఇగువానా, ఖడ్గమృగం, తాబేలు, కుందేలు మరియు ఒంటె, మేక మొదలైన పళ్ళు ఉన్న జంతువులలో తినబడుతుందని చెప్పబడింది. కానీ మనువు ఆవును మినహాయింపుగా అంగీకరించడు. గొడ్డు మాంసం తినడానికి మనువుకు ఎలాంటి అభ్యంతరం లేదని దీని అర్థం.

మనువు గోహత్యను నేరంగా పరిగణించలేదు. అతని దృష్టిలో, మూడు రకాల పాపపు చర్యలు ఉన్నాయి: (1) గొప్ప అధోకరణం, (2) ఉప-అధోకరణం. వీరు కొందరు గొప్ప రచయితలు

మద్యం తాగి దొంగిలించి ఒక బ్రాహ్మణుడిని చంపడం మరియు గురువును సందర్శించడం వారితో సహవాసం మహాపాపం అంటున్నారు11,54

ब्रह्महत्या सुरापानं स्तेयं गुर्वङ्गनागमः। महान्ति पातकायाहुः संसर्गश्चापि तैः सह॥11,54

అర్థం:: బ్రహ్మహత్య, మద్యపానం, దొంగతనం, గురువుగారి భార్య వద్దకు వెళ్లడం, ఇవి (నాలుగు) మహాపాపమని, ఈ పాపాత్ములతో సహవాసం చేయడం కూడా మహాపాపమని చెప్పబడింది. కొన్ని ఉపపాటకాలు, అనగా చిన్న అపరాధాలు:-

గోవధో'యజ్య సంయజ్య పరదార్యం విక్రయాః. గురువు, తల్లి మరియు తండ్రి త్యాగం, చదువు మరియు కొడుకు 1,56

गोवधोऽयाज्य संयाज्य पारदार्यम विक्रयाः। गुरु- मातृ-पितृ-त्यागः स्वाध्यायाग्न्यो सुतस्य चा॥1,56

అర్థం: గోహత్య, కుల కర్మలచే కలుషితమైన మానవుల యాగం, కానీ స్త్రీని వివాహం చేసుకోవడం, తనను తాను అమ్ముకోవడం, గురువు, తల్లి, తండ్రి సేవను త్యజించడం, స్వీయ విద్యను త్యజించడం, స్మార్ట్ అగ్నిని త్యజించడం మరియు కుమారుని నిర్వహణను త్యజించడం. దీన్ని బట్టి మనువు దృష్టిలో గోహత్య చిన్న పాపం లేదా 'ఉపపాతక' అని స్పష్టమవుతుంది. సరైన కారణం లేకుండా ఆవును చంపినప్పుడే అది ఖండించదగినది. మరియు అది అలా కాకపోయినా, ఇది చాలా హేయమైన చర్య కాదు. యాజ్ఞవల్క్యునికి కూడా అలాంటి ఆలోచనే వచ్చింది.

తరతరాలుగా బ్రాహ్మణులు మాంసాహారులు అని ఇవన్నీ రుజువు చేస్తున్నాయి. గొడ్డు మాంసం తినడం ఎందుకు మానేసాడు? వారు పూర్తిగా భిన్నమైన పరిమితికి వెళ్లారు. గొడ్డు మాంసం తినడమే కాకుండా మాంసాహారాన్ని కూడా మానేసి శాఖాహారిగా మారారు. ఇవి ఏకకాలంలో రెండు విప్లవాలు. వారి దివ్య స్మృతికర్త మనువు బోధల వల్ల వారు ఇలా చేయలేదు, బ్రాహ్మణులు ఎందుకు ఇలా చేసారు? ఇది ఏదైనా సూత్రం కారణంగా ఉందా? లేక దీని క్రెడిట్ కేవలం యుద్ధ విధానానికే దక్కుతుందా?

ఈ ప్రశ్నకు రెండు సమాధానాలు ఇవ్వబడ్డాయి. ఒక సమాధానం ఏమిటంటే, గోవును ఆరాధించడం అనేది అద్వైత తత్వశాస్త్రం యొక్క ఫలితం, ఇది మొత్తం విశ్వంలో ఒక 'బ్రహ్మ' ఉందని మరియు అందువల్ల మానవుడు లేదా జంతువులే

అయినా అన్ని జీవులు పవిత్రమైనవని బోధిస్తుంది. ఈ వివరణ సంతృప్తికరంగా లేదు. అన్నింటిలో మొదటిది, వాస్తవానికి దీనికి సారూప్యత లేదు. 'బ్రహ్మ' ఐక్యతను ప్రబోధించే వేదాంత సూత్రాలు, అన్నింటిలో మొదటిది వాస్తవికతతో సరిపోలడం లేదు. ఇది రెండవ అధ్యాయంలోని 28వ సూత్రం నుండి స్పష్టంగా ఉంది. రెండవది, ఈ మార్పు వేదాంత ఆదేశాలను ఆచరణలో పెట్టడం వల్ల వచ్చిన ఫలితమైతే, అది ఆవు వద్ద మాత్రమే ఎందుకు ఆగాలి? ఇది అన్ని ఇతర జంతువులకు కూడా వర్తింపజేయాలి.

మొదటి వివరణ కంటే రెండవ వివరణ మరింత 'ప్రాథమికమైనది'. దీని ప్రకారం, బ్రాహ్మణుడి జీవితంలో ఈ మార్పుకు కారణం ఆత్మ పునర్జన్మ తీసుకునే సూత్రం. ఈ వివరణ కూడా వాస్తవికతతో సరిపోలలేదు. బృహదారణ్యక ఉపనిషత్తులో ఆత్మ పునర్జన్మ పొందుతుందనే సిద్ధాంతం ప్రతిపాదించబడింది. ఇప్పటికైనా ప్రజలు తెలివైన కొడుకు పుట్టాలని కోరుకుంటే గొర్రె మాంసాన్ని అన్నం, నెయ్యి కలిపి తినిపించాలని అంటున్నాడు. అప్పుడు, ఉపనిషత్తులలో వివరించిన ఈ సూత్రం మనువు కాలం వరకు అంటే సుమారు 400 సంవత్సరాల తరువాత బ్రాహ్మణుల ప్రవర్తనపై ఎటువంటి ప్రభావం చూపలేదు. మూడవది, ఆత్మ పునర్జన్మ సిద్ధాంతం వల్ల బ్రాహ్మణులు శాకాహారులైతే, బ్రాహ్మణేతరులు కూడా శాకాహారులుగా ఎందుకు మారలేదు? నా దృష్టిలో, ఇది బ్రాహ్మణులు మాంసాహారంగా ఉండకూడదని, ఆవును స్వీకరించాలనే వ్యూహంలో ఒక భాగం.

ఆరాధకుడయ్యాడు. ఈ 'ఆవు ఆరాధన' యొక్క రహస్యం బౌద్ధులు మరియు బ్రాహ్మణుల మధ్య వివాదం మరియు వారు తీసుకున్న చర్యలలో మూలం

బౌద్ధులను ఓడించేందుకు బ్రాహ్మణులు ఏం చేశారో తెలుసుకోవాలి. భారతదేశంలో బౌద్ధులు మరియు బ్రాహ్మణుల మధ్య వివాదం. ఇది చరిత్రలో నిర్ణయాత్మక ఘట్టం. ఈ వాస్తవాన్ని అంగీకరించకుండా, హిందూమతంలోని కొన్ని భాగాలను వివరించలేము. దురదృష్టవశాత్తు, భారతీయ చరిత్రకారుల దృక్కోణం నుండి, ఈ బౌద్ధ-బ్రాహ్మణ వివాదం యొక్క ప్రాముఖ్యత పూర్తిగా పరోక్షంగా ఉంది. బ్రాహ్మణవాదం అని పిలవబడేది వారికి తెలుసు, అయితే ఈ ఆలోచనలు దాదాపు 400 సంవత్సరాలుగా ఒకదానికొకటి పోరాడుతున్నాయని మరియు భారతీయ మతం, సమాజం మరియు రాజకీయాలపై వాటి ప్రభావం చెరగని పోరాటం అని వారికి పూర్తిగా తెలియదు.

మొత్తం పోరాట కథను చెప్పడానికి ఇక్కడ స్థలం లేదు. రెండు లేదా నాలుగు ముఖ్యమైన విషయాలు ప్రస్తావించవచ్చు. ఒకప్పుడు చాలా మంది భారతీయులు

బౌద్ధులుగా ఉండేవారు. ఇది వందల ఏళ్లుగా భారతీయ ప్రజల మతంగా కొనసాగింది. ఇంతకు ముందు ఎవరూ చేయని విధంగా ఇది బ్రాహ్మణవాదంపై సైద్ధాంతిక మరియు సాంస్కృతిక దాడులను ప్రారంభించింది. బ్రాహ్మణవాదం క్షీణించింది మరియు సంపూర్ణ క్షీణతలో లేకుంటే, అది ఇంకా తనను తాను రక్షించుకోవాల్సి వచ్చింది. బౌద్ధమత విస్తరణ కారణంగా, బ్రాహ్మణులు తమ అధికారాన్ని రాజ స్థానములో కానీ, ప్రజలలో కానీ కోల్పోయారు మరియు వారు బౌద్ధమతం చేతిలో ఎదుర్కొన్న ఓటమిని అనుభవించారు మరియు వారి శక్తిని మరియు వైభవాన్ని తిరిగి పొందేందుకు అన్ని విధాలుగా ప్రయత్నిస్తున్నారు. బౌద్ధమతం ప్రజల మనస్సులపై చాలా లోతైన ప్రభావాన్ని చూపింది మరియు వారు దానిచే ప్రభావితమయ్యారు, బ్రాహ్మణులు బౌద్ధమతంతో ఏ విధంగానూ పోటీపడటం పూర్తిగా అసాధ్యం. అతని ఏకైక పరిష్కారం బౌద్ధుల జీవన శైలిని అవలంబించడం మరియు ఈ విషయంలో వారిని అధిగమించి తీవ్ర స్థాయికి వెళ్లడం. బుద్ధుని పరినిర్వాణం తరువాత, బౌద్ధులు బుద్ధుని విగ్రహాలు మరియు స్థూపాలను తయారు చేయడం ప్రారంభించారు మరియు బ్రాహ్మణులు దీనిని అనుసరించారు. వారు వారి స్వంత దేవాలయాలను నిర్మించారు మరియు వాటిలో శివుడు, విష్ణువు, రాముడు మరియు కృష్ణుడు మొదలైన విగ్రహాలను ప్రతిష్టించారు. బుద్ధుడి విగ్రహాన్ని ఆరాధించడం వల్ల ప్రభావితమైన ప్రజలను ఎలాగైనా ఆకర్షించడమే లక్ష్యం. ఇలా హిందూమతంలో చోటులేని దేవాలయాలకు, విగ్రహాలకు చోటు కల్పించారు. బౌద్ధులు జంతు బలులు మరియు ముఖ్యంగా గోహత్య యాగాలతో కూడిన బ్రాహ్మణ మతాన్ని విడిచిపెట్టారు, గోహత్యపై బౌద్ధుల అభ్యంతరం ప్రజలపై తీవ్ర ప్రభావం చూపింది. రెండు కారణాలు ఉన్నాయి - ఒకటి, వారు వ్యవసాయ ప్రజలు, మరియు రెండవది, ఆవు చాలా ఉపయోగకరంగా ఉంది. ఆ సమయంలో 'గొడ్డు మాంసం'గా మారిన సంఘటనల వల్ల అతిథి కూడా ద్వేషానికి గురైనట్లే, ఆ సమయంలో బ్రాహ్మణ ఆవు ప్రాణాంతకంగా పరిగణించడం ద్వారా ద్వేషానికి గురి అయ్యే అవకాశం ఉంది. ఎందుకంటే అతిథి వచ్చినప్పుడల్లా అతని గౌరవార్థం ఆవును చంపాల్సి వచ్చేది. అటువంటి పరిస్థితిలో, తమ పరిస్థితిని మెరుగుపరుచుకోవడం కోసం, బ్రాహ్మణులు యాగ రూపంలో చేసే 'పూజ'ను మరియు దానితో పాటు సాగే గోహత్యను విడిచిపెట్టడం తమకు మంచిదని భావించారు.

గొడ్డు మాంసం తినడం మానేయడంలో బ్రాహ్మణుల లక్ష్యం బౌద్ధ సన్యాసులపై వారి ఆధిపత్యాన్ని లాక్కోవడమే తా - బ్రాహ్మణులు శాకాహారులుగా మారడం ద్వారా ఇది రుజువైంది. లేకుంటే బ్రాహ్మణుడు శాకాహారిగా ఎందుకు మారాడు?

దీనికి సమాధానం ఏమిటంటే, అతను శాకాహారిగా మారకుండా బౌద్ధమత వ్యాప్తి ఫలితంగా తన కాళ్ళ క్రింద నుండి జారిపోయిన భూమిని తిరిగి పొందలేడు. ఈ విషయంలో, బౌద్ధులతో పోల్చితే, బ్రాహ్మణులు ఒక విషయంలో ప్రజల దృష్టిలో చాలా తక్కువగా ఉన్నారని గుర్తుంచుకోవాలి. ఈ విషయం జంతు వధ, ఇది బ్రాహ్మణ మతం యొక్క సారాంశం మరియు బౌద్ధమతం పూర్తిగా వ్యతిరేకించబడింది. వ్యవసాయంపై ఆధారపడి జీవించే ప్రజలలో బౌద్ధమతం పట్ల గౌరవం, ఇతర జంతువులతో పాటు ఆవులను, ఎద్దులను వధించే బ్రాహ్మణ మతంపై ద్వేషం ఉండటం సహజం. బ్రాహ్మణులు తమ గత గౌరవాన్ని కాపాడుకోవడానికి ఏమి చేయగలరు? బౌద్ధ సన్యాసుల కంటే ఒక అడుగు ముందుకు వేసి గొడ్డు మాంసం తినడం మానేయడమే కాకుండా శాఖాహారిగా మారాలి. శాకాహారంగా మారడంలో బ్రాహ్మణుల లక్ష్యం ఇదే. దీనిని అనేక విధాలుగా నిరూపించవచ్చు.

బ్రాహ్మణులు జంతుబలిని చెడుగా భావించి, సూత్రప్రాయంగా తమ ప్రవర్తనను మార్చుకుంటే, యాగాల కోసం జంతువులను చంపడానికి నిరాకరించినంత మాత్రాన సరిపోయేది. అతను శాఖాహారిగా మారడం అవసరం లేదు కానీ అతను శాఖాహారిగా మిగిలిపోయాడు. ఇది అతని దృష్టి లోతైనదని స్పష్టం చేస్తుంది మరియు అతను ఏ ఇతర మార్గంలో శాఖాహారిగా మారడం పూర్తిగా అనవసరం; ఎందుకంటే బౌద్ధ సన్యాసులందరూ శాఖాహారులు కాదు. ఈ ప్రకటన కొంతమందిని ఆశ్చర్యపరచవచ్చు; ఎందుకంటే అహింస మరియు శాఖాహారం మధ్య అవసరమైన మరియు ముఖ్యమైన సంబంధం ఉందని సాధారణ నమ్మకం ఉంది. బౌద్ధ సన్యాసులు మాంసాన్ని ముట్టుకోరనేది సాధారణ నమ్మకం. అయితే ఇది పొరపాటు. వాస్తవం ఏమిటంటే, సన్యాసి త్రికతి - స్వచ్ఛమైన (మూడు రకాల స్వచ్ఛమైన) చేపల మాంసాన్ని తినవచ్చు. తరువాత అది ఐదు రకాలుగా మారింది. చైనీస్ యాత్రికుడు హుయెన్ చువాంగ్ దాని గురించి సుపరిచితుడు. వాటి నుండి స్వచ్ఛమైన మాంసాన్ని శాన్-చింగ్ అంటారు. మిస్టర్ థామస్ వాల్టర్స్ ఈ విధంగా సన్యాసులలో ఈ అభ్యాసం యొక్క మూలాన్ని వివరించారు. అతని కథ ప్రకారం:-

"బుద్ధుని కాలంలో, వైశాలిలో బౌద్ధమతాన్ని స్వీకరించిన సింగ్ అనే ధనవంతుడు ఉండేవాడు. అతను సన్యాసి క్రమానికి ఉదారమైన నాయకుడయ్యాడు మరియు సన్యాసులను మాంసం మరియు ఆహార కొరతతో బాధపడనివ్వలేదు. అది తెలుసుకున్నప్పుడు. సన్యాసులు అలా తయారు చేసిన ఆహారాన్ని తీసుకున్నప్పుడు, తపస్వి సన్యాసులు అది విని సన్యాసులను సముదాయించారు, కాబట్టి భగవంతుడు వారిని ఉద్దేశించి ఇలా అన్నాడు, ఓ

సన్యాసులారా, మీరు చూసిన లేదా మీ కోసం చంపినట్లు విన్న ఏ జంతువు యొక్క మాంసాన్ని మీరు తినకూడదు. . మాంసానికి అనుమతి ఇచ్చాము, అంటే మనం చూడని మరియు వినని జంతువు యొక్క మాంసం.

మన కోసమే చంపబడ్డాడు, మన కోసమే చంపబడ్డాడు అనే సందేహం రాకూడదు. పాళీ మరియు సుఫెన్-వినయ పిటకా ప్రకారం, బుద్ధుడికి మరియు సన్యాసులకు మధ్యాహ్న భోజనం ఇవ్వబడింది. ఆ భోజనం కోసం ఎద్దు కళేబరాన్ని ఏర్పాటు చేశారు. జైన నిగ్రంథాలు (నిగంథలు) సన్యాసులను విమర్శించారు. బుద్ధుడు ఈ కొత్త త్రికోటి పరిశుద్ధ నియమాన్ని రూపొందించాడు. మాంసాహార సన్యాసులు ఇకనుంచి చేయగలిగేది 'త్రికోటి-పరిశుధ' చైనీస్ అనువాదం, 'చూడలేదు, వినలేదు లేదా అనుమానించలేదు' పద్ధతిలో నా కోసం కొట్టబడ్డాను. అప్పుడు సన్యాసులకు మరో రెండు రకాల మాంసం సూచించబడింది. సహజ మరణం పొందిన జంతువు, మరియు దోపిడీ పక్షి లేదా మరేదైనా అడవి జంతువు చేత చంపబడిన జంతువు. ఆ విధంగా బౌద్ధుడు స్వేచ్ఛగా తినగలిగే ఐదు రకాల మాంసాలు ఉన్నాయి. అప్పుడు ఈ 'కనిపించనిది, విననిది, వినబడనిది' కులంగా మారి దానికి 'సహజ మరణం', 'పక్షి హత్య' జోడించి ప్రతీకగా మారుతుంది.

బౌద్ధ భిక్షువులు మాంసాహారం తిన్నప్పుడు, బ్రాహ్మణులు దానిని వదులుకోవాల్సిన అవసరం లేదు. అలాంటప్పుడు బ్రాహ్మణులు మాంసాహారం మానేసి శాకాహారులుగా ఎందుకు మారారు? ప్రజల దృష్టిలో బౌద్ధ భిక్షువులతో సమాన స్థాయిలో నిలబడాలని కోరుకోకపోవడమే ఇందుకు కారణం.బ్రాహ్మణులు కేవలం యాగం చేయడం, అందులోని గోవులను వధించడం మానేసి ఉంటే, దాని ఫలితం పరిమితంగా ఉండేది. గరిష్టంగా, ఇది బ్రాహ్మణులు మరియు బౌద్ధులను సమాన స్థాయిలో ఉంచుతుంది. మాంసాహారం విషయంలో బౌద్ధ సన్యాసులను అనుసరిస్తే ఇలాగే జరిగేది. దీని వల్ల బౌద్ధుల కంటే బ్రాహ్మణులు తమను తాము ఉన్నతంగా తీర్చిదిద్దుకునే అవకాశం లభించలేదు. అది అతని ఆకాంక్ష. యాగాలలో గోహత్యను వ్యతిరేకించడం ద్వారా బౌద్ధులు ప్రజల హృదయాలలో గౌరవాన్ని పొందారు మరియు బ్రాహ్మణులు వారిని ఈ స్థానం నుండి తరిమికొట్టాలని కోరుకున్నారు. వారి లక్ష్యాన్ని నెరవేర్చడానికి, బ్రాహ్మణులు ఒక సాహసోపేతమైన విధానాన్ని అనుసరించవలసి వచ్చింది, దీనిలో ఫలితాల కోసం ఎటువంటి పరిశీలన లేదు. ఇది 'ప్రచండ'తో 'అతి'ని ఓడించే విధానం. వామపక్షాలను తరిమికొట్టేందుకు రైటిస్టులందరూ ఉపయోగించే యుద్ధ వ్యూహం ఇది.

బౌద్ధులను ఓడించడానికి ఏకైక మార్గం వారి కంటే ఒక అడుగు ముందుకేసి శాఖాహారంగా మారడం.

ఆవుపూజను ప్రారంభించి మాంసాహారాన్ని త్యజించి శాకాహారంగా మారిన బ్రాహ్మణులు బౌద్ధులను ఓడించడానికి మాత్రమే చేశారనే ఆలోచనకు మద్దతుగా; మరొక రుజువు ఇవ్వవచ్చు. గోహత్య గొప్ప ఆచారంగా మారిన తేదీ ఇది. అశోకుడు గోహత్యను నేరంగా పరిగణించలేదన్న సంగతి తెలిసిందే. గోహత్యను అరికట్టేందుకు ఆయన చర్యలు తీసుకోవాలని చాలా మంది ఆయన నుంచి ఆశిస్తున్నారు. ప్రో. విన్సర్ స్మిత్ దీన్ని ఆశ్చర్యపరిచాడు, కానీ ఇందులో ఆశ్చర్యం ఏమీ లేదు.

బౌద్ధమతం సాధారణంగా జంతుబలిని వ్యతిరేకించింది. ఆవుపై ఆయనకు ప్రత్యేక అభిమానం లేదు. అందువల్ల అశోకునికి ఈ 'గోసంరక్షణ' ప్రత్యేక అవసరం లేదు కోసం చట్టాలు చేయండి. 'గోవధ'ను మహాపాపంగా ప్రకటించిన వారు హిందూ మతాన్ని గొప్పగా ప్రచారం చేసిన గుప్త రాజులు కావడం చాలా ఆశ్చర్యం. యాగాల కోసం గోవులను వధించడాన్ని అనుమతించే ఆ హిందూ మతం. డాక్టర్. భండార్కర్ చెప్పారు:-

“ఐదవ శతాబ్దపు తొలి భాగంలో గోహత్యను ఒక బ్రాహ్మణుడిని చంపినంత భయంకరమైన పాపంగా భావించేవారని తిరుగులేని శాసనపరమైన ఆధారాలు మా వద్ద ఉన్నాయి, ఇది 645 నాటి స్కంద గుప్తుని పాలన నాటిది. గుప్త రాజవంశం, ఇది వ్రాసిన చివరి పద్యంలో - ఈ దానానికి ఎవరు ఆటంకం కలిగిస్తారో, వారు గోహత్యకు పాల్పడతారు, గురు- స్కందగుప్తుడి తాత అయిన చంద్రగుప్త II యొక్క వ్యాసం కూడా ఉంది, ఇది గోహత్యను బ్రాహ్మణ హత్యగా పరిగణించింది ఇది, 93వ గుప్త సంవత్సరము క్రీ.శ. 412కి సమానమైనది, ఇది పశ్చిమాన ఉన్న ప్రసిద్ధ బౌద్ధ స్థూపం 'ఆవును చంపడం', 'బ్రాహ్మణులను చంపడం' లేదా 'పంచ-అనంత్రియ' పాపం చేస్తుంది. ఈ ప్రకటన యొక్క ఉద్దేశ్యం బ్రాహ్మణ మతం మరియు బౌద్ధమతం యొక్క అనుచరులను భయపెట్టడం, అవి తల్లిని చంపడం మరియు బుద్ధుని మరణం, సన్యాసి క్రమంలో విభేదాలు సృష్టించడం. ధర్మాత్ముడైన బ్రాహ్మణుడు భయపడేలా చేసే మహా పాపాలు కేవలం రెండు మాత్రమే ఉన్నాయి - గోవును చంపడం, బ్రాహ్మణుడిని చంపడం, బ్రాహ్మణుడిని చంపడం స్పష్టంగా గొప్ప పాపం; ఎందుకంటే స్మృతులన్నింటిలో బ్రాహ్మణుడిని చంపడం మహాపాతకమని, అయితే ఆపస్తంబ, మనువు, యాజ్ఞవల్క్యుడు మొదలైన వాటిలో

గోహత్యను ఉపపాటకంగా మాత్రమే పరిగణిస్తారు. అయితే ఇక్కడ బ్రహ్మ హత్యతో ముడిపెట్టి బౌద్ధమత బోధలతో ఇద్దరికీ సమాన హోదా కల్పించడం ద్వారా ఐదవ శతాబ్దం ప్రారంభంలో గోహత్యను మహాపాతకాల వర్గంలోకి చేర్చినట్లు స్పష్టమవుతోంది. కాబట్టి, గోహత్యను కనీసం ఒక శతాబ్దం క్రితం అంటే నాల్గవ శతాబ్దం ప్రారంభంలో 'మహాపాతకం'గా పరిగణించడం ప్రారంభించి ఉండాలి."

గోహత్యకు వ్యతిరేకంగా అంటే మనువుకు వ్యతిరేకంగా ఒక నియమం పెట్టడానికి హిందూ రాజుకు ఏమి పట్టింది అనే ప్రశ్న తలెత్తుతుంది. బౌద్ధ సన్యాసులపై తమ ఆధిపత్యాన్ని నిరూపించుకోవడానికి బ్రాహ్మణులు వైదిక మతంలో కొంత భాగాన్ని వదులుకోవడం తప్పనిసరి అని సమాధానం. మా విశ్లేషణ సరైనది అయితే, ఇది స్పష్టంగా ఉంటుంది. ఆ గోవు ఆరాధన బౌద్ధమతం మరియు బ్రాహ్మణ మతం మధ్య సంఘర్షణ ఫలితం. బ్రాహ్మణులు తమ కోల్పోయిన స్థానాన్ని తిరిగి పొందేందుకు ఇది ఒక సాధనం

14.
గొడ్డు మాంసం మరియు మాంసాహారం తినడం వల్ల విడిపోయిన ప్రజలను అంటరానివారుగా ఎందుకు మార్చారు?

బ్రాహ్మణులు, బ్రాహ్మణేతరులు గొడ్డు మాంసం తినడం మానేసి, విడిపోయిన ప్రజలు గొడ్డు మాంసం తినడం కొనసాగించినప్పుడు, పాత పరిస్థితికి భిన్నమైన పరిస్థితి ఏర్పడింది. ఇప్పుడు తేడా ఏంటంటే.. పాత పరిస్థితుల్లో అందరూ గొడ్డు మాంసం, ఆవు తినేవారు. ఈ కొత్త పరిస్థితిలో, ఒక తరగతి తినడం మానేసింది, మరొక తరగతి తినడం. ఈ తేడా కళ్లకు కట్టింది. అందరూ చూడగలిగారు. అయినప్పటికీ, ఈ అస్పృశ్యతలో కనిపించే విధంగా, ఈ వ్యత్యాసం యొక్క ఫలితం సమాజంలో ఇంత భారీ వ్యత్యాసం ఉండేది కాదు. ఇది సామాజిక వ్యత్యాసంగా మిగిలి ఉండవచ్చు. ఒక జాతిలోని వివిధ భాగాలు వివిధ రకాల ఆహారాన్ని తినే అనేక ఉదాహరణలు ఉన్నాయి. ఒకరికి ఏది నచ్చినా, మరొకరికి నచ్చకపోయినా, ఈ వ్యత్యాసం ఇద్దరి మధ్య ఎలాంటి గోడను సృష్టించదు.

అందువల్ల, భారతదేశంలో ఆవు-మాంసాహారం స్థిరపడిన కులాలు మరియు ఒంటరి ప్రజల మధ్య గోడను సృష్టించడానికి ఏదైనా ప్రత్యేక కారణం ఉండాలి? దీనికి కారణం ఏమిటి? నా సమాధానం ఏమిటంటే, గొడ్డు మాంసం తినడానికి మతంతో సంబంధం లేకుంటే - అది కేవలం వ్యక్తిగత అభిరుచి మరియు నిరాసక్తతకు సంబంధించినది అయితే, అప్పుడు గొడ్డు మాంసం తినేవారికి మరియు తిననివారికి మధ్య గోడ ఉండేది కాదు. దురదృష్టవశాత్తు, మాంసాహారం తినడం సాధారణ ప్రాపంచిక విషయంగా నిలిచిపోయింది మరియు మతానికి సంబంధించిన ప్రశ్నగా మారింది. బ్రాహ్మణులు ఆవును పవిత్రమైన జంతువుగా చేసినందున ఇది జరిగింది. దీని వల్ల గోమాంసం తినడం 'మత విరుద్ధం' అయింది. ఈ విడిపోయిన వ్యక్తులు 'చట్టం లేనివారు' కాబట్టి సమాజం నుండి బహిష్కరించబడ్డారు.

సమాజంలో 'మతం' యొక్క స్థానం అర్థం చేసుకోని వారికి ఈ సమాధానం చాలా స్పష్టంగా ఉండకపోవచ్చు, ఈ విభేదాలకు మతం ఎందుకు కారణమని వారు అడగవచ్చు. మతం గురించిన ఈ క్రింది రెండు విషయాలను దృష్టిలో ఉంచుకుంటే, ఈ విషయం స్పష్టమవుతుంది.

ముందుగా మనం 'మతం' యొక్క నిర్వచనాన్ని తీసుకుందాం. ఇది అన్ని మతాలకు వర్తించే విస్తృత ప్రకటన. ప్రతి మతం ఆమోదించబడిన నమ్మకాలు మరియు అభ్యాసాల సమితి, ఇది (1) 'మతపరమైన' విషయాలతో వ్యవహరిస్తుంది మరియు (2) ఆ విషయాలను విశ్వసించే వ్యక్తులను 'జాతి'గా చేస్తుంది. మరో విధంగా చెప్పాలంటే, ప్రతి మతంలో రెండు విషయాలు ఉన్నాయి. ఒకటి మతాన్ని పవిత్రమైన విషయాల నుండి వేరు చేయలేము; రెండవది 'మతం' అనేది సమాజం నుండి వేరు చేయలేని సామూహిక విషయం ధర్మం' యొక్క మొదటి భాగం అన్ని విషయాలు - భౌతికమైనా లేదా భౌతికమైనా, మనిషి ఆలోచనల భవిష్యత్తును ఏర్పరచినా, అవి రెండు స్పష్టమైన వర్గాలుగా విభజించబడ్డాయి, అవి మతపరమైనవి మరియు మతం కానివి లేదా సాధారణ ప్రాపంచికమైనవి.

ఇది 'మతం'ని నిర్వచిస్తుంది. 'ధర్మం' యొక్క కర్తవ్యాన్ని అర్థం చేసుకోవడానికి, 'ధర్మం' గురించి ఈ క్రింది విషయాలపై శ్రద్ధ పెట్టడం ముఖ్యం.

ముందుగా గుర్తించవలసిన విషయం ఏమిటంటే, పవిత్రమైనవిగా పరిగణించబడే వస్తువులు కేవలం ప్రాపంచిక విషయాల కంటే ఉన్నతమైన స్థానం లేదా హోదాను కలిగి ఉండవు. అవి పూర్తిగా భిన్నమైనవి. పవిత్రమైన మరియు ప్రాపంచిక విషయాల యొక్క 'కులం' ఒకటే కాదు, రెండింటి మధ్య పూర్తి వ్యతిరేకత ఉంది. ప్రో. దురాఖీన్ యొక్క ప్రకటన:-

'మంచి' మరియు 'చెడు' అనే సంప్రదాయ వ్యతిరేకత ఇంతకు మించి ఏమీ లేదు ఎందుకంటే 'మంచి' మరియు 'చెడు' రెండూ ఒకే 'కులం' అంటే బేస్‌కి చెందిన రెండు వ్యతిరేక అంశాలు; ఆరోగ్యం మరియు అనారోగ్యం ఒకే జీవిత చక్రంలో రెండు వేర్వేరు అంశాలు. కానీ మానవ మనస్సు యొక్క పవిత్ర మరియు లౌకిక కల్పన ప్రతిచోటా రెండు వేర్వేరు 'కులాల' - ఉమ్మడిగా ఏమీ లేని రెండు పూర్తిగా భిన్నమైన ప్రపంచాల ఊహ.

మరింత పరిశోధనాత్మకమైన పెద్దమనుషులు బహుశా ప్రపంచంలోని పురుషులు ఒకరికొకరు విరుద్ధంగా పవిత్రమైన మరియు 'లౌకిక'ని ఊహించుకునేలా బలవంతం చేసిన విషయాన్ని

తెలుసుకోవాలనుకుంటున్నారా? మేము ఈ చర్చలోకి ప్రవేశించాల్సిన అవసరం లేదు, ఎందుకంటే మన ప్రస్తుత ఉద్దేశ్యాన్ని నెరవేర్చడం అవసరం లేదు.

"ఈ విషయంలో గమనించవలసిన రెండవ విషయం ఏమిటంటే, 'పవిత్ర వస్తువుల' సంఖ్య స్థిరంగా లేదు. ఒక మతం యొక్క పవిత్ర వస్తువులకు మరియు మరొక మతం యొక్క 'పవిత్ర వస్తువులకు' అనంతమైన వ్యత్యాసం ఉంది. 'ఆత్మ' మరియు 'దేవుడు'. ఒక రాయి, జంతువు, నీటి వనరు, రాయి ముక్క, ఇల్లు, ఒక్క మాటలో చెప్పాలంటే దేనినైనా పవిత్రంగా పరిగణించవచ్చు.

పవిత్రమైన విషయాలు ఎల్లప్పుడూ 'నిషేధాలు'తో ముడిపడి ఉంటాయి, వీటిని నిషిద్ధ విషయాలు (నిషిద్ధాలు) అని పిలుస్తారు. ప్రో. మనం మళ్ళీ దుర్ఖైన్‌ను ఉటంకిస్తే - "పవిత్రమైన విషయాలు అంటే నిషేధాల ద్వారా రక్షించబడినవి మరియు 'నిషిద్ధాలు' వేరు, మరియు 'లౌకిక' విషయాలు ఈ నిషేధాలు వర్తించేవి మరియు మొదటి వాటి నుండి వేరు చేయబడినవి. తప్పక ఉండవలసి ఉంటుంది."

మతపరమైన నిషేధాలు అనేక రూపాల్లో ఉంటాయి. వీటిలో ముఖ్యమైన నిషేధం సంబంధం. సంబంధ నిషేధం యొక్క ఆధారం ఏమిటంటే, 'ప్రాపంచికమైనది' పవిత్రమైన వాటితో ఎలాంటి సంబంధాన్ని కలిగి ఉండకూడదు. 'స్పర్శ' కాకుండా, అనేక ఇతర మార్గాల్లో కనెక్షన్‌ని ఏర్పాటు చేసుకోవచ్చు. 'ఒక చూపు చూపడం' కూడా ఒక రకమైన సంబంధాన్ని ఏర్పరచుకోవడమే. ఎందుకంటే కొన్ని పరిస్థితులలో ప్రాపంచిక (అపవిత్రమైన) వ్యక్తులు పవిత్రమైన వాటిని చూడటం నిషేధించబడింది. శబ్దం అంటే ప్రజలలో భాగమైన మరియు ప్రజల నుండి వ్యాపించే శ్వాస కూడా సంబంధానికి మరొక రూపం. అందుకే విశ్వ (అపవిత్రమైన) పవిత్రమైన విషయాలను సంబోధించడం లేదా పలకడం నిషేధించబడింది. ఉదాహరణకు, కేవలం బ్రాహ్మణుడు మాత్రమే వేదాలను చదవాలి, శూద్రుడు కాదు. తినడం వల్ల అసాధారణమైన సాన్నిహిత్యం ఏర్పడుతుంది. అందువల్ల పవిత్రమైన జంతువులు లేదా పవిత్రమైన మొక్కలు తినడం నిషేధించబడింది.

పవిత్రమైన విషయాలకు సంబంధించిన నిషేధాలు వివాదాస్పదం కావు. అవి వివాదాలకు అతీతమైనవి మరియు ఎటువంటి ఇఫ్స్ మరియు బట్స్ లేకుండా అంగీకరించాలి. పవిత్రంగా ఉన్నవారు 'అంటరానివారు' అంటే 'అంటరానివారు' అనే పదం యొక్క ప్రత్యేక అర్థంలో, అంటే వివాదం వారిని ఏ విధంగానూ తాకదు. పవిత్రమైన వాటిని గౌరవించడం మరియు పాటించడం మాత్రమే చేయగలదు.

ఇక చివరి విషయం ఏమిటంటే, ఈ 'పవిత్ర వస్తువులకు సంబంధించిన నిషేధాలు' అందరికీ వర్తిస్తాయి. అవి స్వయంప్రకటిత సత్యాలు కావు. అవి ఆజ్ఞలు. అవి తప్పనిసరిగా పాటించబడాలి మరియు పదం యొక్క సాధారణ అర్థంలో కాదు, అవి ఉల్లంఘించలేని ఆజ్ఞలు. వాటిని అనుసరించకపోవడం 'నేరం' కంటే ఎక్కువ. ఇది 'పాపం'.

మతం యొక్క పరిధిని మరియు కార్యాచరణను వివరించడానికి పై సారాంశం సరిపోతుంది, ఆ విషయంపై తదుపరి చర్చ అనవసరం. పవిత్రమైన వాటితో వ్యవహరించే నియమాలు మరియు వాటి ప్రకారం పని చేసే విధానాన్ని విశ్లేషించడం ద్వారా, గొడ్డు మాంసం తినడం విడిపోయిన ప్రజలను ఎందుకు అంటరానిదిగా మార్చిందని ఎవరైనా అర్థం చేసుకోగలరు. ఈ ప్రశ్నకు నా సమాధానం సరైనదే. నేను ఇచ్చిన సమాధానం. ఆ సమాధానం యొక్క లోతును చేరుకోవడానికి, ఏది పవిత్రమైనది అనే నిబంధనల ప్రకారం పని చేసే విధానాన్ని విశ్లేషించి, ఆవును పవిత్రమైనదిగా అర్థం చేసుకోవడం మాత్రమే అవసరం. 'పవిత్ర జంతువు' ఆవును తినకూడదనే నిషేధాన్ని ఉల్లంఘించడం వల్లే అంటరానితనం ఏర్పడిందని స్పష్టమవుతుంది.

పైన చెప్పినట్లుగా, బ్రాహ్మణులు ఆవును పవిత్ర జంతువుగా చేసారు. బతికిన ఆవులకూ, చనిపోయిన ఆవులకూ తేడా ఏంటో అతనికి అర్థం కాలేదు. గోవు సజీవంగా ఉన్నా, చనిపోయినా పవిత్రమైనది. గొడ్డు మాంసం తినడం కేవలం 'నేరం' కాదు. అది 'నేరం' మాత్రమే అయితే, ఫలితం 'శిక్ష' మాత్రమే. గొడ్డు మాంసం తినడం 'పాపం'గా పరిగణించబడింది. ఎవరైనా ఆవును పవిత్ర జంతువుగా పరిగణించకపోతే, అతను 'పాపం' చేసినవాడు మరియు దానితో సహవాసం చేయడం నిషేధించబడింది. గొడ్డు మాంసం తినడం కొనసాగించిన విడిపోయిన వ్యక్తులు 'పాపానికి' పాల్పడ్డారు.

ఆవును పవిత్రమైనదిగా భావించి, 'వేరు చేయబడిన గిరిజనులు' దాని మాంసాన్ని తినడం కొనసాగించిన తర్వాత, వారి ఏకైక విధి వారితో సంభాషించడం మానేయడం, అంటే వారు 'అంటరానివారు' అవుతారు.

ఈ విషయాన్ని ముగించే ముందు, ఈ ఆలోచనకు వ్యతిరేకంగా ఉన్న రెండు అభ్యంతరాలకు సమాధానం ఇవ్వడం అవసరం. ఈ ఆలోచనకు వ్యతిరేకంగా రెండు స్పష్టమైన అభ్యంతరాలు ఉన్నాయి.

అలాంటప్పుడు చనిపోయిన ఆవుల మాంసాన్ని 'విడిపోయిన ప్రజలు' తిన్నారనడానికి సాక్ష్యం ఏమిటి? రెండవ ప్రశ్న ఏమిటంటే, బ్రాహ్మణులు మరియు

బ్రాహ్మణేతరులు గోమాంసం తినడం మానేసినప్పుడు, వారు కూడా ఎందుకు తినలేదు? ఈ ప్రశ్నలు 'అంటరానితనం' యొక్క మూలానికి సంబంధించి ఈ పుస్తకంలో ప్రతిపాదించబడిన సిద్ధాంతానికి నేరుగా సంబంధించినవి. అందువల్ల వీటిని పరిష్కరించాల్సి ఉంటుంది.

నిజానికి మొదటి ప్రశ్న సముచితమైనది మరియు ఒక రకమైన ప్రమాణం. 'విడిపోయినవారు' మొదటినుంచీ మాంసాహారులే అయితే, మన కొత్త సిద్ధాంతానికి చోటు లేదని స్పష్టంగా అర్థమవుతుంది, ఎందుకంటే వారు మొదటి నుండి మాంసాహారులుగా ఉన్నారు మరియు అప్పుడు కూడా వారిని అంటరానివారుగా పరిగణించరు. వారు మాంసాహారులు అని చెప్పడం తప్పు. రెండవ ప్రశ్న ప్రమాణం కాకపోవచ్చు కానీ అది సముచితం. బ్రాహ్మణులు గొడ్డు మాంసం తినడం మానేసి, బ్రాహ్మణేతరులు వారిని అనుసరిస్తే, ఈ 'విడిపోయిన వ్యక్తులు' కూడా ఎందుకు అలా చేయలేదు? ఆవు బ్రాహ్మణులకు మరియు బ్రాహ్మణేతరులకు పవిత్ర జంతువుగా మారినందున ఆ చట్టం గోహత్యను మహాపాపంగా పరిగణిస్తే, ఈ విడిపోయిన వారిని కూడా గొడ్డు మాంసం తినకుండా ఎందుకు నిరోధించలేదు. గొడ్డు మాంసం తినకుండా వారిని అడ్డుకుని ఉంటే, అంటరానితనం తలెత్తేది కాదు.

మొదటి ప్రశ్నకు సమాధానం ఏమిటంటే, రెండు కులాలవారు ఒకే చోట స్థిరపడి, ఈ విడిపోయిన వ్యక్తులు మాంసాహారులుగా ఉన్న సమయంలో, ఆ సమయంలో ఒక సంప్రదాయం కూడా ప్రారంభమైంది, దాని కారణంగా ఒకే చోట స్థిరపడిన ప్రజలు తాజాగా తినేవారు. గొడ్డు మాంసం, కానీ వేరు చేయబడిన వ్యక్తులు చనిపోయిన గొడ్డు మాంసం. స్థిరపడిన వ్యక్తులు ఎవరైనా చనిపోయిన ఆవు మాంసాన్ని తిన్నారనడానికి మాకు ఖచ్చితమైన ఆధారాలు లేవు, కానీ చనిపోయిన ఆవుపై

ఈ 'విడిపోయిన వ్యక్తుల' గుత్తాధిపత్యం ఉందని చూపించే ప్రతికూల సాక్ష్యం మాకు ఉంది. ఈ సాక్ష్యం మహారాష్ట్రలోని మహర్‌లకు సంబంధించినది, మహారాష్ట్రలోని మహర్‌లు చనిపోయిన జంతువుపై తమ హక్కుగా భావిస్తారు. గ్రామంలోని ప్రతి హిందువుతో పోటీ పడి తన అధికారాన్ని నిరూపించుకుంటాడు.

అంటే హిందువు తన చనిపోయిన జంతువు మాంసాన్ని కూడా తినలేడు. అతను దానిని మహర్లకు మాత్రమే అప్పగించాలి. గొడ్డు మాంసం తినడం ఒక సాధారణ ఆచారం అయినప్పుడు, మహర్‌లు చనిపోయిన గొడ్డు మాంసం తిన్నారు

మరియు హిందువులు తాజా గొడ్డు మాంసం తినేవారని చెప్పడానికి ఇది మరొక మార్గం. ఇప్పుడు ఒకే ఒక ప్రశ్న తలెత్తుతుంది మరియు ప్రస్తుతానికి ఇది నిజం, గతానికి కూడా అదే నిజమా? ఇది మహారాష్ట్రకు సంబంధించిన నిజం, భారతదేశం అంతటా స్థిరపడిన పార్టీలు మరియు విడిపోయిన వ్యక్తుల మధ్య సంబంధాలకు ఉదాహరణగా పరిగణించవచ్చా? ఈ విషయంలో, మహర్లలో ప్రబలంగా ఉన్న సాంప్రదాయ జానపద కథలను పేర్కొనవచ్చు. విదర్భ (బీదర్) ముస్లిం రాజు తనకు అలాంటి 52 హక్కులను ఇచ్చాడని, అవి ఇతర హిందువులకు అందుబాటులో లేవు. ఆ హక్కులు వారికి విదర్భ రాజు ఇచ్చినట్లు అంగీకరిస్తే, ఆ రాజు మొదటిసారిగా ఆ హక్కులు పొంది ఉండేవాడు కాదు. అతను సుదూర గతం నుండి వచ్చి ఉండాలి. రాజు వారితో చెప్పాడు

ఇప్పుడే స్థిరీకరించబడి ఉండాలి. అంటే ఈ 'విడిపోయిన వ్యక్తుల' చనిపోయిన జంతువులను తినడం మరియు ఈ స్థిరపడిన సమూహాల తాజా మాంసాన్ని తినడం పురాతన కాలం నుండి ప్రబలంగా ఉంది. ఈ రకమైన అభ్యాసం ప్రబలంగా మారడం చాలా సహజం. ఒకే చోట స్థిరపడిన ప్రజలు సంపన్నులు. వ్యవసాయం, పశుపోషణ వీరికి జీవనాధారం. ఈ 'విడిపోయిన ప్రజలు' బిచ్చగాళ్ల కులం, జీవనోపాధి లేని వారు మరియు ఎల్లప్పుడూ ఒకే చోట స్థిరపడిన ప్రజలపై ఆధారపడేవారు. ఇరువురి ఆహారంలో గొడ్డు మాంసం ప్రధానమైనది మరియు ఆహారం కోసం ఏదైనా జంతువును వధించే అవకాశం స్థిరనివాసులకు ఉండేది. ఎందుకంటే వారికి జంతువులు ఉండేవి. విడిపోయిన ఈ వ్యక్తులు వారి వద్ద ఒక్క జంతువు కూడా లేనందున దీన్ని చేయలేకపోయారు.

అటువంటి పరిస్థితులలో, ఒకే చోట స్థిరపడిన వ్యక్తులు తమ చనిపోయిన జంతువులను విడిపోయిన వ్యక్తులకు వేతనంగా ఇవ్వడానికి అంగీకరించడం అసహజమా? ఖచ్చితంగా కాదు. అందువల్ల, సుదూర కాలంలో, రెండు సమూహాలు ప్రతిచోటా స్థిరపడ్డాయని మరియు ఈ 'వేరు చేయబడిన వ్యక్తులు' ఆ సమయంలో గొడ్డు మాంసం తినేవారని, స్థిరపడిన సమూహాలు ఒక ప్రదేశంలో తాజా గొడ్డు మాంసం, మరొకటి మాంసాన్ని తినేవారని సురక్షితంగా భావించవచ్చు చనిపోయిన ఆవు. ఈ ఆచారం మహారాష్ట్రలో మాత్రమే కాకుండా భారతదేశం అంతటా ప్రబలంగా ఉంది.

దీంతో మొదటి అభ్యంతరం పరిష్కరించబడింది. ఇప్పుడు రెండవ అభ్యంతరాన్ని పరిగణించండి. గుప్త రాజులు గోహత్యకు వ్యతిరేకంగా చట్టం

చేశారు, అది గోవులను వధించే వారి కోసం. విడిపోయిన వ్యక్తులకు ఇది వర్తించదు, ఎందుకంటే వారు ఆవులను వధించరు. చనిపోయిన ఆవుల మాంసాన్ని మాత్రమే తిన్నారు.

అతని ప్రవర్తన గోహత్యను నిషేధించే చట్టానికి వ్యతిరేకంగా లేదు. అందువల్ల చనిపోయిన ఆవు మాంసం తినే ఆచారం కొనసాగింది. బ్రాహ్మణులు మరియు బ్రాహ్మణేతరులు గొడ్డు మాంసం తినడం మానేయడం అహింసకు సంబంధించినదని మనం అనుకుంటే, వారి ప్రవర్తన కూడా అహింసకు వ్యతిరేకం కాదు. ఆవును వధించడం హింస, కానీ చనిపోయిన ఆవు మాంసం తినడం హింస కాదు. కాబట్టి 'చనిపోయిన ఆవు మాంసాన్ని తినడం కొనసాగించడంలో ఈ విడిపోయిన వ్యక్తులు పశ్చాత్తాపం చెందడానికి ఎటువంటి కారణం లేదు. వారు ఏమి చేసినా, చట్టం లేదా సూత్రం దానికి ఎలాంటి ఆటంకం కలిగించలేదు ఎందుకంటే అది చట్టానికి లేదా సూత్రానికి వ్యతిరేకం కాదు.

మరి వారు బ్రాహ్మణులను, బ్రాహ్మణేతరులను ఎందుకు అనుకరించలేదు? దీనికి రెండు సమాధానాలు ఉన్నాయి - మొదటిది, కాపీ చేయడం వారికి చాలా ఖరీదైన ఒప్పందం. ఇది లేకుండా వారు ఆకలితో చనిపోతారు. రెండవది, చనిపోయిన ఆవులను మోసుకెళ్లడం మొదట్లో హక్కు అయినప్పటికీ, చనిపోయిన ఆవును మోసుకెళ్లాల్సిన అవసరం ఉన్నందున అది తప్పనిసరి విధిగా మారింది. అందువల్ల, వారు ఇంతకు ముందు తిన్నట్లే, తరువాత కూడా దాని మాంసాన్ని తినడం వల్ల వారికి ఎటువంటి హాని కనిపించలేదు. అందువల్ల, పై అభ్యంతరాల కారణంగా మన సిద్ధాంతం ఏ విధంగానూ అహేతుకం కాదు

భాగం - 6 అంటరానితనం మరియు దాని మూలం

15.

అపవిత్రం మరియు అంటరానిది

'అంటరానితనం' ఎప్పుడు ఉనికిలోకి వచ్చింది? ఇది ప్రాచీన కాలం నుండి కొనసాగుతోందని ఫండమెంటలిస్టులు లేదా సంప్రదాయవాద హిందువులు అంటున్నారు. 'అస్పృశ్యత' అనేది స్మృతులలో మాత్రమే కాకుండా, కొంతమంది రచయితల ప్రకారం, క్రీస్తుకు కొన్ని శతాబ్దాల పూర్వం నుండి వచ్చిన ధర్మసూత్రాలలో కూడా మద్దతు ఇస్తుందని ఆయన చెప్పారు.

'అంటరానితనం' యొక్క మూలాన్ని అధ్యయనం చేయడానికి, ప్రారంభించాల్సిన ప్రశ్న ఏమిటంటే 'అంటరానితనం' ఆచారం చెప్పినంత పాతదా?

ఈ ప్రశ్నకు సమాధానమివ్వడానికి, మనం ధర్మ సూత్రాలను పరిశీలించవలసి ఉంటుంది, తద్వారా ధర్మ సూత్రాలు అంటరానితనం మరియు 'అంటరానివారి' గురించి మాట్లాడేటప్పుడు వాటి అర్థం ఏమిటో మనం నిర్ణయించగలమా? ఈరోజు మనం అర్థం చేసుకున్న 'అంటరానితనం' అంటే వారికి అర్థమైందా? లేక ఈ రోజు మనం 'అంటరాని' అనే పదాన్ని ఏ కోణంలో చూస్తున్నామో అదే అర్థంలో వారు 'అంటరాని' పదంతో తరగతిని పరిగణిస్తారా?

ముందుగా మొదటి ప్రశ్న తీసుకోండి. మత గ్రంథాలను వర్ణించడం వల్ల నిస్సందేహంగా వాటిలో ఒక తరగతి వర్ణన ఉందని, దానిని వారు 'అంటరానివారు' అని పిలుస్తారు. 'అస్పర్శ్య' అనే పదానికి 'అంటరానిది' అని అర్థం అనడంలో సందేహం లేదు. ధర్మసూత్రాలలోని 'అంటరానివారు' ఆధునిక భారతదేశంలో ఉన్నవారేనా అనే ప్రశ్న ఇప్పటికీ మిగిలి ఉంది? అంత్య, అంత్యజ, అంత్యవాసిన్

మరియు బాహయవాద అనే అనేక ఇతర పదాలను ధర్మ సూత్రాలు ఉపయోగిస్తాయని మనకు తెలిసినప్పుడు ఈ ప్రశ్న ముఖ్యమైనది. మునుపటి జ్ఞాపకాలు కూడా ఈ పదాలను ఉపయోగించాయి, వివిధ మూలాలు మరియు జ్ఞాపకాలు ఈ పదాలను ఏ అర్థంలో ఉపయోగించాయో తెలుసుకోవడం ఉపయోగకరంగా ఉంటుంది. దిగువ పట్టిక ఈ ప్రయోజనం కోసం ఉపయోగపడుతుంది

(1) అంటరానివాడు

ధర్మ సూత్రం	జ్ఞాపకార్థం
1. విష్ణువు 5,104	1.కాత్యాయన కారిక 433,783

(2) ముగింపు

ధర్మసూత్రం	జ్ఞాపకార్థం
1. వశిష్ఠ 16, 30	1. మను 4.79, 8.68
2. ఆపస్తంబ 3	2. యాజ్ఞవల్క్య 1, 148, 197
	3. అత్రి 25

(3) బాహ్య

ధర్మసూత్రం	జ్ఞాపకార్థం
1. ఆపస్తంబ 12. 39. 18 7	1. మను 2, 8
2. విష్ణ 15, 14 7	2. నారద 1, 114

(4) అంత్యవాసిన్

ధర్మసూత్రం	జ్ఞాపకార్థం
1. గౌతమ 31, 23, 32	1. మను 4, 79; 10, 39
2. వశిష్ఠ 18, 3	2. మహాభారత శాంతిపర్వ 141, 29, 32
3. మధ్యమాంగిరస్ యాజ్ఞవల్క్య	3. 280 వద్ద మితాక్షరలో కోట్ చేయబడింది

(5) అంటరానివారు

ధర్మసూత్రం	జ్ఞాపకార్థం
1. విష్ణు 36, 7	1. మను 4, 61; 8,279
	2. యాజ్ఞవల్క్య 12, 73
	3. వృహద్యం స్మృతి మితాక్షరంలో యాజ్ఞవల్క్యుడు 3,26
	4. అత్రి
	5. వేదవ్యాస్ 1, 12, 13

రెండవ ప్రశ్న ఏమిటంటే, అంత్య, అంత్యవాసిన్ మరియు బాహ్య అనే పదాల ద్వారా అర్థం చేసుకున్న తరగతులు అంటరాని పదం ద్వారా అర్థం చేసుకున్నారా, దీని అర్థం అంటరానిది? మరో మాటలో చెప్పాలంటే, ఇవి ఒకే తరగతి వ్యక్తులకు వేర్వేరు పేర్లా?

ఈ ప్రశ్నకు సమాధానం చెప్పడానికి ధర్మ సూత్రాలు మనకు సహాయం చేయకపోవడం విచారకరం. 'అంటరాని' పదం రెండు చోట్ల కనిపిస్తుంది (ఒకటి సూత్రం మరియు స్మృతిలో ఒకటి). కానీ ఈ పదాన్ని సూచించే కులాలను ఎక్కడా లెక్కించలేదు. 'అంత్య' అనే పదం కూడా అదే. అంత్య అనే పదం ఆరుసార్లు (రెండు సూత్రాలు మరియు నాలుగు స్మృతులలో) వచ్చినప్పటికీ, వారు ఎవరో ఒక్కసారి కూడా ప్రస్తావించలేదా? అలాగే 'బాహ్య' అనే పదం కూడా నాలుగు చోట్ల కనిపిస్తుంది

ఇది వచ్చింది (రెండు సూత్రాలు మరియు రెండు స్మృతిలలో), కానీ వాటిలో ఏ కులాలు ఈ పదం క్రిందకు వస్తాయో వ్రాయబడలేదు. అంత్యవాసిన్ మరియు అంత్యజ్ అనే రెండు పదాలు మినహాయింపులు. కానీ ఇక్కడ కూడా, కొన్ని ధర్మ సూత్రాలలో, వాటి గణన స్మృతులలో ఇవ్వబడింది - అత్రి స్మృతిలో అంత్యజ్ మరియు వ్యాస స్మృతిలో వేదం. వారు ఎవరో ఈ క్రింది కథనం ద్వారా స్పష్టమవుతుంది.

144

ముగింపు	మధ్యమాంగిరాలు	వేద-వ్యాస్
1. చండాల్	1.గింజలు	1. చండాల్
2. నార్కోటిక్	2. మీడ్	2. నార్కోటిక్
3. భిల్	3. గింజలు	3. టెర్రేస్
4. రజక్	4. కొవ్వు	4. నూలు
5. వైదిక	5. టాన్నర్	5. భిల్
6. వెనుకకు	6. వెనుకకు	6. రజక్
7. కమిషన్	7. కైవర్ట్	7. టాన్నర్
		8. విరాట్
		9. దాస్
		10. భట్
		11. కోలిక్
		12. పుష్కర్

అంత్యవాసిన్ మరియు అంత్యజ్ అనే పదాల వినియోగానికి సంబంధించినంతవరకు, దానిలో నిర్దిష్టంగా ఏమీ లేదని లేదా అర్థంలో ఏ విధమైన సారూప్యత లేదని పై పట్టికను బట్టి స్పష్టమవుతుంది. ఉదాహరణకు, మధ్యమంగీరాలు మరియు వేదవ్యాసుల ప్రకారం చండాలు మరియు శ్వపాకులు ఇద్దరూ కూడా అంత్యవాసులు మరియు అంత్యజసులలో లెక్కించబడ్డారు, అయితే మధ్యమంగీరాలను అత్రితో పోల్చినప్పుడు. కాబట్టి ఇవి వివిధ వర్గాలుగా విభజించబడినట్లు కనిపిస్తాయి. 'అంత్యాజ్'కి కూడా ఇదే వర్తిస్తుంది. ఉదాహరణకు, వేదవ్యాసుల ప్రకారం, 'చండాల' మరియు 'శ్వపక'లు అంత్యజ అయితే, అత్రి ప్రకారం, అవి అంత్యజ కాదు. అప్పుడు అత్రి బురుడు మరియు కైవర్త ప్రకారం అంత్యజ, కానీ వేదవ్యాసు ప్రకారం అవి కాదు. అప్పుడు వేదవ్యాస్ ప్రకారం (1) విరాట్ (2) దాస్ (3) భట్ (4) కొలిక, మరియు (5) పుష్కరుడు అంత్యజాతులు, కానీ అత్రి ప్రకారం కాదు.

దీని సారాంశం ఏమిటంటే, 'అంటరానివారు' ఎవరో నిర్ణయించడంలో మతపరమైన మూలాలు లేదా జ్ఞాపకాలు మాకు ఎటువంటి సహాయం అందించవు. అదేవిధంగా, అంత్యవాసిన్, అంత్యజ్ లేదా బాహ్య అని పిలువబడే తరగతులు 'అంటరానివా' కాదా అనే విషయంలో ధర్మ సూత్రాలు మరియు స్మృతులు కూడా మనకు సహాయం చేయలేదా? ఈ నిర్ణయం తీసుకోవడానికి మరేదైనా మార్గం ఉందా?

ఈ తరగతుల్లో ఏదైనా ఒకటి 'అంటరానిది' లేదా అంటరాని వర్గం కిందకు వస్తుందా లేదా? ఈ వర్గాలలో ప్రతిదాని గురించి అందుబాటులో ఉన్న సమాచారాన్ని మేము సేకరిస్తే మంచిది. 'ఎడమ వాటిని మాత్రమే తీసుకోండి. వారు ఎవరు? వారు అంటరానివారా? మను వాటిని ప్రస్తావించారు. వారి స్థితిని అర్థం చేసుకోవడానికి, మను యొక్క సామాజిక వర్గీకరణ పథకాన్ని పేర్కొనడం అవసరం. మనువు ప్రజలను అనేక తరగతులుగా విభజించాడు. మొదట, అతను (1) వైదికులు మరియు (2) దస్యుల యొక్క కఠినమైన వర్గీకరణను చేసాడు. ఇంకా, అతను వేద గ్రంథాలను నాలుగు ఉపవిభాగాలుగా విభజించాడు. (1) చాతుర్వర్ణ్యంలో ఉన్నవారు, (2) చాతుర్వర్ణ్యానికి వెలుపల ఉన్నవారు, (3) బ్రాత్య, (4) పతిత లేదా కులాన్ని మినహాయించారు.

ఒక వ్యక్తి చాతుర్వర్ణ్యంలో లెక్కించబడ్డాడా లేదా అనేది అతని తల్లిదండ్రుల వర్ణంపై ఆధారపడి ఉంటుంది. అతను అదే వర్ణానికి చెందిన తల్లిదండ్రుల బిడ్డ అయితే, అతను ఈ చాతుర్వర్ణ్యంలో లెక్కించబడ్డాడు. అతను విభిన్న వర్ణాల తల్లిదండ్రుల సంతానంగా ఉన్నట్లయితే, దీనిని మిశ్రమ వివాహం యొక్క ఫలితం లేదా మను వర్ణ సంకరజాతి అని పిలవవచ్చు, అప్పుడు అతను చాతుర్వర్ణ్యానికి వెలుపల పరిగణించబడ్డాడు. చాతుర్వర్ణ్యానికి వెలుపల పరిగణించబడే వారిని, మనువు మళ్లీ రెండు వర్గాలను చేసాడు - (1) అనులోమ (2) ప్రతిలోమ. అనులోమ్ అంటే తండ్రి ఉన్నత కులానికి చెందినవారు కానీ తల్లి తక్కువ కులానికి చెందినవారు మరియు ప్రతిలోమ రివర్స్ అంటే తల్లి ఉన్నత కులానికి చెందినవారు మరియు తండ్రి తక్కువ కులానికి చెందినవారు. చాతుర్వర్ణ్యానికి వెలుపల ఉండటం వల్ల అనులోమ మరియు ప్రతిలోమ రెండూ ఒకేలా ఉన్నప్పటికీ, మనువు రెండింటి మధ్య తేడాను కలిగి ఉన్నాడు. అతను వర్ణమాల యొక్క విలోమాలను బాహ్య లేదా వెలుపల మాత్రమే పిలుస్తాడు మరియు విలోమాలను నాసిరకం అని పిలుస్తాడు. 'ఇన్‌ఫీరియర్'లు బయటి వ్యక్తుల కంటే తక్కువ స్థాయిని కలిగి

ఉంటారు. కానీ మను దృష్టిలో 'బయటి వ్యక్తులు' ఎవరూ 'అంటరానివారు' కాదు, 'హీనమైనవారు' మాత్రమే కాదు.

'అంత్యోస్' అనేది మను (4,79లో) ఒక తరగతిగా వర్ణించబడింది. అవును, మనువు వాటిని లెక్కచేయడు. మేఘతిథి తన వ్యాఖ్యానంలో 'అంత్య అంటే మ్లేచ్ఛ, మేడ మొదలైనవాటిని సూచించాడు. బుహ్లర్ 'అంత్య'ను 'తక్కువ కులాల ప్రజలు'గా అనువదించాడు. మనువు పద్యము ఇది:-

అతడు పతనమైన మనుష్యులతో లేదా చండాలములతో లేదా పుల్కాలతో సహవాసము చేయకూడదు

మనం మూర్ఖులచేత లేదా జోలెలచేత
లేదా అంతులేని బాణాలచేత ఓడిపోము. 4-71

न संवसेच्च पतितैर्न चाण्डालैर्न पुल्कसैः।।
न मूर्खेर्न विलिपत्तैश्च नान्त्यैर्नान्स्याव सायभिः।। 4-71

అందువలన, చివరల అంటరానితనం ఏ విధంగానూ మద్దతు ఇవ్వదు. ఊరి చివర నివసించే వారికి ఈ పేరు పెట్టబడి ఉండవచ్చు. వారిని 'తక్కువ కులం'గా లెక్కించడానికి కారణం శ్రీ కేన్ పేర్కొన్న బృహదారణ్యక ఉపనిషత్తు (1,3) కథలో వస్తుంది. కథ ఇలా ఉంది:-

"దేవతలకు, రాక్షసులకు మధ్య యుద్ధం జరిగింది. అతని ద్వారా రాక్షసులను జయించవచ్చని దేవతలు భావించారు. ఈ దేవుడు (ప్రాణ) చేసిన పాపాలు (మాటలు మొదలైనవి) ఇందులో ఒక భాగం ఉంది.

వారికి, మరణం ఒక రూపం, దానిని పక్కన పడేయడం వారిని దేవతల చివరకి తీసుకువచ్చింది. అందుచేత ఆర్యుల హద్దులు దాటి, దిశల చివరకి వెళ్లకూడదు. అలా చేయడం ద్వారా అతను 'పంపన్' చేతిలో పడిపోతాడని అతను భావించాలి.

'అంత్య' అనే పదానికి అర్థం ఈ పేరాలో కనిపించే 'దిషమ్ యాంట్' అనే అర్థంపై ఆధారపడి ఉంటుంది. 'దిశమ్ ఆంట్' అంటే 'గ్రామ సరిహద్దుల చివర' అని తీసుకోగలిగితే, దానిని సాగదీసిన అర్థంగా అర్థం చేసుకోకపోతే, అంత్య ప్రజలు 'అంటరానివారు'. వారు ఊరి పొలిమేరల్లో నివసించడం ఎంతగానో సమంజసం.

'అంత్యాల' విషయానికొస్తే, వారు 'అంటరానివారు' అనే ఆలోచనను తిరస్కరించడానికి వారి గురించి మనకు తెలిసిన విషయాలు సరిపోతాయి. ఆ కొన్ని విషయాలపై శ్రద్ధ పెట్టవచ్చు:-

మహాభారతం (109,9,11)లోని శాంతి పర్వంలో అంత్యజను సైనికుల ప్రస్తావన ఉంది. సరస్వతీ విలాస్ ప్రకారం, తాత ఏడు కులాల రాజుల గురించి మాట్లాడాడు, వారు 'ప్రకృతి రూపాలలో' లెక్కించబడ్డారు. ప్రకృతి అంటే చాకలి వాడు మొదలైన వృత్తిపరమైన వర్గాలు. శక్ సంవత్ 622లోని భిల్లాస్ II యొక్క సంగమ్నేర్ (రాగి ఫలకం) నుండి ఇది స్పష్టమవుతుంది. ఇది (రాగి ఫలకం) 18 ప్రకృతికి ఒక గ్రామాన్ని దానం చేయడాన్ని ప్రస్తావిస్తుంది. వీర్ మిత్రోదయ వర్గం అంటే రజక్ మొదలైన పద్దెనిమిది కులాలను సమిష్టిగా అంత్యజ్ అని అంటారు. ఈ విషయాలను పరిశీలిస్తే, అంత్యాజ్ ప్రజలను 'అంటరానివారు'గా పరిగణించారని ఎలా చెప్పవచ్చు.

ఇప్పుడు 'అంత్యవాసిన్స్' తీసుకోండి. వారు ఎవరు? వారు అంటరానివారా? అంత్యవాసిన్ అనే పదం రెండు అర్థాలలో ఉపయోగించబడింది. బ్రహ్మచారి తన ఇంట్లో గురువుతో కలిసి ఉంటాడని దాని అర్థం ఒకటి. బ్రహ్మచారికి అంత్యవాసిని అనే పదం వచ్చింది. బహుశా చివరాఖరికి భోజనం చేసేవాడు కాబట్టి అతన్ని అంత్యవాసీనుడు అని అంటారు. ఏది ఏమైనప్పటికీ, ఈ సందర్భంలో ఈ పదానికి 'అంటరానిది' అని అర్థం కాదనేది నిర్వివాదాంశం. బ్రాహ్మణులు, క్షత్రియులు మరియు వైశ్యులు మాత్రమే బ్రహ్మచారులు కాగలిగినప్పుడు ఇది ఎలా జరుగుతుంది? మరో కోణంలో ఇది 'జానపద సమూహం'ని సూచిస్తుంది, అయితే ఇందులో కూడా ఈ పదం 'అంటరానిది' అనే పదానికి పర్యాయపదంగా ఉందనే సందేహం ఉంది.

'వశిష్ఠ ధర్మ-సూత్రం' (18, 3) ప్రకారం, వారు శూద్ర తండ్రి మరియు వైశ్య తల్లికి పిల్లలు, కానీ మను అభిప్రాయం ప్రకారం (15, 89) వారు చండాల తండ్రి మరియు నిషాద తల్లికి పిల్లలు. వారి తరగతి గురించి, మితాక్షర ఇలా అంటాడు, 'అంత్యాజుల విషయంలో ఏది నిజమో, అంత్యవాసుల విషయంలో కూడా నిజమని భావించవచ్చు.

ఇక్కడ ఆగి, మన ప్రాచీన సాహిత్యంలో 'అంత్యవాసిన్', 'అంత్య మరియు అంత్యజ్' మొదలైన సామాజిక స్థితిగతుల గురించి మనకున్న సమాచారాన్ని పరిగణనలోకి తీసుకుంటే, 'అంటరానివారు' 'ఆధునికమైనది' అని చెప్పడానికి మనకు స్వేచ్ఛ లేదని స్పష్టమవుతుంది. పదాలు ఈ కోణంలో వారు 'అంటరానివారు'. కానీ ఇంకా సందేహాలు ఉన్నవారిని సంతృప్తి పరచడానికి, ఈ

పరీక్షను మరొక కోణం నుండి చేయవచ్చు. ఆయన 'అంటరానితనం' అనే పదానికి అర్థం ఏమిటో పరిశీలిస్తే.

ఈ ఉద్దేశ్యాన్ని నెరవేర్చడానికి, గ్రంథాలలో చేసిన 'ప్రాయశ్చిత్తం' నియమాలను తీసుకుందాం. వీటిని అధ్యయనం చేయడం ద్వారా, ఈ రోజు తీసుకోబడిన మత సూత్రాల కాలంలో కూడా 'అంటరాని' అనే పదం నుండి అదే అర్థం తీసుకోబడిందా?

ఉదాహరణకు 'చండాల', 'అంటరాని' అనే కులాన్ని తీసుకుందాం. అన్నింటిలో మొదటిది, 'చండాల్' అనే పదం ఏదైనా నిర్దిష్ట కులాన్ని సూచించదని గుర్తుంచుకోవాలి. ఇది అనేక రకాల వ్యక్తులకు సంబంధించిన పదం. మొత్తం ఐదు రకాల 'చండాల'లు గ్రంథాలలో వివరించబడ్డాయి. వారు (1) శూద్ర తండ్రి మరియు బ్రాహ్మణ తల్లి పిల్లలు, (2) కన్యక బాలిక పిల్లలు, (3) సంబంధిత స్త్రీ పిల్లలు, (4) సన్యాసిగా మారి తిరిగి వచ్చిన వారి పిల్లలు. గృహస్థుడు, (5) ఒక మంగలి తండ్రి మరియు బ్రాహ్మణ తల్లి పిల్లలు.

ఏ చండాలుడు 'శుద్ధంగా' ఉండాలో చెప్పడం కష్టం. చండాలులందరూ 'స్వచ్ఛంగా' ఉండటమే ముఖ్యమని మనం అనుకుంటాం. శుద్ధీకరణకు సంబంధించిన ఏ నియమాలను గ్రంథాలు నిర్దేశించాయి? గౌతమ ధర్మ సూత్రం (16, 3) ఆదేశిస్తుంది ఎవరైనా 'బహిష్కృత' చండాళ్‌తో, 'సూతకం' కారణంగా 'అపవిత్రమైన' స్త్రీ, రుతుక్రమంలో ఉన్న స్త్రీ, మృతదేహం లేదా ఆమెను తాకిన వ్యక్తులతో పరిచయం ఏర్పడితే, ఆ వ్యక్తి (బట్టలతో పాటు) స్నానం చేయడం ద్వారా పవిత్రుడు అవుతాడు.

వశిష్ఠ ధర్మ-సూత్ర (4, 37) యొక్క ఆదేశం క్రింది విధంగా ఉంది:-

“బలి స్తంభాన్ని, శవపేటికను, స్మశానవాటికను, రుతుక్రమంలో ఉన్న స్త్రీని లేదా అప్పుడే ప్రసవించిన స్త్రీని, అపవిత్రులు లేదా చండాలాన్ని తాకిన వారు తప్పనిసరిగా స్నానం చేసి స్నానం చేయాలి.

బౌధాయన అతని ధర్మ సూత్రం (ప్రశ్న 1, అధ్యాయం 5, విభాగం 6, శ్లోకం 5) కూడా చెప్పినట్లుగా, వశిష్ఠతో అంగీకరిస్తాడు.

"ఒక బ్రాహ్మణుడు అపవిత్ర ప్రదేశంలో నాటిన చెట్టును, చితి, యాగస్థంభం, చండాలుడు లేదా వేద విక్రేతను తాకినా పుణ్యస్నానం చేయవలసి ఉంటుంది." మను స్మృతి నియమాలు క్రింది విధంగా ఉన్నాయి:-

దివకీర్తి, సూతిక నీటిలో పడిపోయారు

శవాన్ని స్నానం చేసి శుద్ధి చేస్తే తపస్సు కోరిక. 15.85

दिवाकीर्तिमुदक्यां च पतितं सूतिका तथा।

शवं तपृष्ट्रिटन चैव स्पृहं स्नानेन शुद्ध यदि। 15,85

అర్థం: బ్రాహ్మణుడు చండాలుడిని, రుతుక్రమంలో ఉన్న స్త్రీని, పడిపోయిన వ్యక్తిని, గర్భిణిని, మృత దేహాన్ని లేదా మృత దేహాన్ని తాకిన ఎవరినైనా తాకినప్పుడు, అతను స్నానం చేయడం ద్వారా పవిత్రుడవుతాడు.

కుక్కలచేత చంపబడిన మాంసము శుద్ధమైనది అని మనువు చెప్పాడు.

మరియు చండాల వంటి అతని ఇతర దొంగల మాంసాన్ని వధించడం.15,131

श्वभिर्हतस्य यन्मांसं शुचि तन्मनुरब्रवीत।

क्रव्याभिहश्च अतस्यान्यैश्चाण्डालाद्यैश्च दस्युभिः।15,131

భావము: కుక్కలచే చంపబడిన జంతువు యొక్క మాంసం, ఇతర మాంసాహార జంతువుచే చంపబడిన జంతువు యొక్క మాంసం లేదా చండాలుడు చంపిన జంతువు యొక్క మాంసం అపవిత్రమైనవి.

కానీ పదార్థం చేతికి మిగిలిపోయినవి ఎలా తగలవు

వస్తువు యొక్క అనిశ్చితి ద్వారా

శరీరం యొక్క అంతర్భాగం శుభ్రపరచబడుతుంది. 5, 143

उच्छिष्टेन तु संस्पृष्टो द्रव्यहस्तः कथं च न।

अनिश्चायैव तद्रव्यमाचान्तः शुचितामियात् ॥ 5, 143

అర్థం: ఒక 'అశుద్ధ' వ్యక్తి లేదా ఎవరైనా వస్తువును తాకినట్లయితే, దానిని ఉంచకుండా ఆచ్మాన్ ద్వారా శుద్ధి చేయబడుతుంది. 'ధర్మ-సూత్రాలు' మరియు 'మను-స్మృతి' నుండి ఉదహరించిన ఈ గ్రంథాల నుండి ఈ క్రింది విషయాలు స్పష్టమవుతాయి.

(1) చండాల స్పర్శ వలన బ్రాహ్మణులు మాత్రమే అపవిత్రులయ్యారు.

(2) బహుశా, స్వచ్ఛమైన మరియు అపవిత్రమైన వాటి పరిశీలన ప్రత్యేక సందర్భాలలో మాత్రమే తీసుకోబడింది. ఈ ఫలితాలు సరైనవే అయితే, అది 'అస్పృశ్యత' కాదు 'అపవిత్రం'. 'అపవిత్రం' మరియు 'అంటరానిది' మధ్య వ్యత్యాసం చాలా స్పష్టంగా ఉంది. 'అంటరానివాడు' అందరినీ 'అపవిత్రం' చేస్తుంది. కానీ అపవిత్రత బ్రాహ్మణుడిని మాత్రమే అపవిత్రం చేస్తుంది. అపవిత్రత యొక్క స్పర్శ

కేవలం కర్మల సందర్భంగా మాత్రమే అపవిత్రతను కలిగిస్తుంది. ఎప్పడూ అంటరానివారి స్పర్శ.

మరొక వాదన ఉంది, ఇది ఇంకా ప్రస్తావించబడలేదు. మతపరమైన మూలాల్లో పేర్లు ప్రస్తావించబడిన కులాలు 'అంటరానివి' అనే ఆలోచనను ఇది ఎల్లప్పడూ రుజువు చేస్తుంది. ఇప్పటివరకు, ఇది రెండవ అధ్యాయంలోని 'కౌన్సిల్ ఆర్డర్' యొక్క కుల జాబితా మరియు ఈ అధ్యాయంలోని జ్ఞాపకాల ఆధారంగా రూపొందించిన జాబితా యొక్క పోలిక నుండి పుడుతుంది. ఈ పోలిక ఏమి వెల్లడిస్తుంది? ఎవరైనా చూడగలరు, ఇది చూపిస్తుంది.

(1) స్మృతిలలో ఇవ్వబడిన కులాల గరిష్ట సంఖ్య 12 మాత్రమే, కానీ 'కౌన్సిల్ ఆర్డర్'లో పేర్లు ఉన్న వారి సంఖ్య 429కి చేరుకుంటుంది.

(9) అలాంటి కులాలు ఉన్నాయి, వారి పేర్లు 'కౌన్సిల్ ఆర్డర్స్'లో ఉన్నాయి, కానీ స్మృతులలో లేవు.

421 మందిలో 429 కులాల వారి పేర్లు జ్ఞాపకాలలో కూడా లేవు.

(3) అలాంటి కులాలు ఉన్నాయి, వారి పేర్లు జ్ఞాపకాలలో ఉన్నాయి, కానీ 'కౌన్సిల్ ఆర్డర్' జాబితాలో పూర్తిగా లేవు.

(4) రెండు జాబితాల్లోనూ పేర్లు ఉన్న కులం మాత్రమే ఉంది. కానీ 'కౌన్సిల్ ఆర్డర్' ప్రకారం, వారు దేశంలోని కొన్ని ప్రాంతాలలో మాత్రమే అంటరానివారుగా పరిగణించబడ్డారు. చమర్ భారతదేశం అంతటా అంటరానిదిగా పరిగణించబడుతుంది.

'అపవిత్రం', 'అంటరానిది' అనేవి వేరువేరు అని నమ్మని వారు, పై విషయాలపై అజ్ఞానులుగా కనిపిస్తారు. కానీ వారు వాటిపై శ్రద్ధ వహించాలి. ఈ విషయాలు చాలా ప్రత్యేకమైనవి మరియు చాలా ప్రభావవంతమైనవి కాబట్టి మనం 'అశుద్ధం' అని అంగీకరించాలి మరియు

అంటరానివారు' వేరు.

మొదటి పాయింట్ మాత్రమే తీసుకోండి. ఇది ఒక ముఖ్యమైన ప్రశ్నను లేవనెత్తుతుంది.

రెండు జాబితాలు ఒకే మరియు ఒకే వ్యక్తులకు చెందినవి అయితే, ఇద్దరి మధ్య ఈ వ్యత్యాసం మరియు అంత వ్యత్యాసం ఎందుకు? గ్రంథాలలో పేర్లు ఉన్న

కులాలు 'కౌన్సిల్-ఆర్డర్' జాబితాలో ఎలా లేవు? మరోవైపు, 'కౌన్సిల్ ఆర్డర్' జాబితాలో కులాలు ఎలా ఉన్నాయి?

అతని పేరు వచ్చింది మరియు అతను గ్రంథాల జాబితాలో లేడా? ఇది మనం ఎదుర్కొనే మొదటి కష్టం. కేవలం ఒక రకం వ్యక్తులని మాత్రమే అర్థం చేసుకుంటే, ఆ ప్రశ్న చాలా తీవ్రమైనది అయితే, మొదట్లో కేవలం పన్నెండు కులాలకే పరిమితమైన 'అస్పృశ్యత' ఎలా జరిగిందనేది స్పష్టమవుతుంది ఇది 429 కులాల మధ్య వ్యాపించిందా? ఇంతటి భారీ 'అంటరానితనం' సామ్రాజ్యం విస్తరించడానికి కారణం ఏమిటి? ఈ 429 కులాలు గ్రంథాలలో పేర్కొన్న పన్నెండు కులాల వర్గానికి చెందినవి అయితే, ఈ నాలుగు వందల ముప్పై తొమ్మిది కులాల పేర్లను ఏ గ్రంథంలోనూ ఎందుకు పేర్కొనలేదు? గ్రంథాలు రచించబడిన కాలంలో ఈ నాలుగు వందల ఇరవై తొమ్మిది కులాలలో ఒక్క కులం కూడా లేదనడం సాధ్యం కాదు. అన్నీ కాకపోతే కొన్ని ఉండేవి. అప్పుడు; వారి పేర్లు గ్రంథాలలో ఎందుకు వ్రాయబడలేదు? రెండు జాబితాలు ఒకే తరగతి వ్యక్తులవని మేము ఊహించినట్లయితే, ఈ ప్రశ్నలకు సంతృప్తికరమైన సమాధానం ఇవ్వడం కష్టం, మరియు రెండు జాబితాలు రెండు వేర్వేరు తరగతుల వ్యక్తులని మేము అంగీకరిస్తే, ఈ ప్రశ్నలన్నీ అదృశ్యమవుతాయి. వాస్తవానికి, ఈ జాబితాలు రెండు వేర్వేరు తరగతుల వ్యక్తులకు చెందినవి, గ్రంథాల జాబితా అపవిత్ర వ్యక్తులది మరియు 'కౌన్సిల్ ఆదేశాల' జాబితా 'అంటరాని' ప్రజలది. రెండు జాబితాలు వేర్వేరుగా ఉండడానికి ఇవే కారణాలు. గ్రంథాలలో పేర్కొన్న కులాలు కేవలం 'అపవిత్రమైనవి' అనే వాస్తవాన్ని జాబితాలలోని వ్యత్యాసం బలపరుస్తుంది. వారిని నేటి అంటరాని వారితో ముడిపెట్టడం తప్పు.

ఇప్పుడు రెండవ విషయం తీసుకుందాం. 'అపవిత్రం' మరియు 'అంటరానిది' ఒకటే అయితే, 429 కులాలలో సరిగ్గా 427 కులాలు స్మృతులకు ఎందుకు తెలియవు? అది స్మృతి కాలంలో కులం రూపంలో వుండాలి. వారు ఇప్పుడు అంటరానివారైతే, వారు అప్పుడు కూడా అంటరానివారుగా ఉండాలి. అలాంటప్పుడు అతని పేరు జ్ఞాపకాల్లో ఎందుకు లేదు?

ఇప్పుడు మూడవ పాయింట్ తీసుకోండి. 'అపవిత్రం' మరియు అంటరానివారు ఒకటే అయితే, జ్ఞాపకాలలో కనిపించే కులాల పేర్లు 'కౌన్సిల్ ఉత్తర్వుల' జాబితాలో

ఎందుకు కనిపించవు? ఈ ప్రశ్నకు కేవలం రెండు సమాధానాలు మాత్రమే ఉంటాయి. ఒకటి, అతను ఒకప్పుడు 'అంటరానివాడు' అయినప్పటికీ, తరువాత అతను 'అంటరానివాడు' కాదు. రెండవది, రెండు జాబితాలలో పూర్తిగా భిన్నమైన వర్గాలకు చెందిన కులాల పేర్లు ఉన్నాయి. మొదటి సమాధానం నిరాధారమైనది ఎందుకంటే అంటరానితనం శాశ్వతం. కాలం దానిని చెరిపివేయదు లేదా తీసివేయదు. సాధ్యమయ్యే సమాధానం రెండవది

ఇప్పుడు నాల్గవ పాయింట్ తీసుకోండి. ఈ రెండు జాబితాల్లోనూ చమర్కే ఎందుకు చోటు దక్కింది? రెండు జాబితాలు ఒకే వర్గానికి చెందినవి అని సమాధానం చెప్పలేము. ఇది సరైన సమాధానం అయితే, చామర్లు మాత్రమే కాదు, స్మృతి జాబితాలో ఇవ్వబడిన అన్ని ఇతర కులాల పేర్లు రెండు జాబితాలలో కనిపిస్తాయి; కానీ అతను రాలేదు. సరైన సమాధానం ఏమిటంటే, రెండు జాబితాలు రెండు వేర్వేరు వర్గాల వ్యక్తులవి. కొంతమంది అంటరానివారి జాబితాలో 'అశుద్ధ' జాబితా కూడా ఉంది. ఒకప్పుడు అపవిత్రంగా ఉన్నవారు తర్వాత అంటరానివారు కావడమే ఇందుకు కారణం. రెండు జాబితాల్లోనూ 'చమర్' పేరు కనిపిస్తున్న మాట వాస్తవమే. కానీ 'అపవిత్రం' మరియు 'అంటరానిది' అనే తేడా లేదని ఇది రుజువు కాదు. ఒకప్పుడు 'అపవిత్ర'గా ఉన్న చెప్పులు కుట్టేవాడు ఆ తర్వాత 'అంటరానివాడు' అయ్యాడని ఇది రుజువు చేస్తుంది. అందుకే అతని పేరు రెండింటిలోనూ చేర్చబడింది.

స్మృతులలో పేర్కొన్న పన్నెండు కులాల్లో ఒక్క చామర్లను ఎందుకు అంటరానివారుగా చేశారు? దీనికి కారణం అర్థం చేసుకోవడం కష్టం కాదు. 'చామర్' మరియు ఇతర 'అపవిత్ర' కులాల మధ్య వివక్ష యొక్క గోడను సృష్టించిన విషయం వారి మాంసాహారం. ఆవు 'పవిత్రత' హోదా పొంది, మాంసాహారం ఆవు తినడం 'పాపం'గా మారిన కాలంలో, 'అపవిత్ర' ప్రజల్లో, మాంసాహారులు మాత్రమే 'అంటరానివారు' అయ్యారు. చమర్ మాత్రమే మాంసాహార కులం, అందుకే ఈ కులం పేరు రెండు జాబితాల్లోనూ కనిపిస్తుంది. చమర్లకు సంబంధించిన ప్రశ్నకు సమాధానం రెండు విషయాలకు సంబంధించి నిర్ణయాత్మకమైనది. 'అపవిత్రులు' అంటరానివారి కంటే భిన్నమైనవారని మరియు 'అస్పృశ్యత' నుండి 'అస్పృశ్యతను' వేరుచేసే అంటరానితనానికి గొడ్డు మాంసం తినడం మూలకారణమని కూడా ఇది నిశ్చయాత్మకమైనది.

153

అంటరానితనం మరియు అపరిశుభ్రత ఒకేలా ఉండవు, అంటరానితనం సమస్యను నిర్ణయించడంలో ఈ వాస్తవం చాలా ముఖ్యమైనది. ఇది లేకుండా, అంటరానితనం యొక్క సమయాన్ని సరిదిద్దడానికి ప్రయత్నించడం మార్గం నుండి తప్పకున్నట్లు అవుతుంది.

16

బహిష్కరణకు గురైన వ్యక్తి ఎప్పుడు అంటరానివాడయ్యాడు?

భారతదేశంలోని ప్రతి గ్రామం రెండు భాగాలుగా ఉండేదని ఇప్పటి వరకు జరిగిన చర్చల ద్వారా రుజువైంది. స్థిరపడిన వారిలో ఒకరు, విడిపోయిన వారిలో మరొకరు. ఇద్దరూ దూరంగా నివసించినప్పటికీ. 'స్థిరపడిన' ప్రజలు గ్రామం లోపల మరియు 'విడిపోయిన' ప్రజలు గ్రామం వెలుపల ఉన్నారు. అయినప్పటికీ, వారిద్దరి సామాజిక ప్రవర్తనలో ఏ విధమైన ఆటంకం లేదు. గోవుకు పవిత్రత లభించి, గోమాంసం తినడం నిషేధించబడినప్పుడు సమాజం రెండుగా చీలిపోయింది. స్థిరపడిన కులాలు అంటరాని కులాలుగా, చెదరగొట్టబడిన కులాలు అంటరాని కులాలుగా మారాయి. విడిపోయిన వ్యక్తులను అంటరానివారిగా పరిగణించడం ఎప్పుడు ప్రారంభించారనేది పరిగణించవలసిన చివరి ప్రశ్న.

అంటరానితనం యొక్క ఖచ్చితమైన తేదీని నిర్ణయించడంలో ఇబ్బందులు స్పష్టంగా ఉన్నాయి. 'అస్పృశ్యత' అనేది సామాజిక మనస్తత్వశాస్త్రంలో ఒక అంశం. ఇది ఒక రకమైన సామాజిక ద్వేషం ఒక వర్గంపై మరొక వర్గం. ఇది సామాజిక మనస్తత్వశాస్త్రం యొక్క వక్రీకరించిన మరియు పెరుగుతున్న రూపం, దాని ఆకృతిని అభివృద్ధి చేయడానికి కొంత సమయం పట్టి ఉండాలి. అందువల్ల, బహుశా బీజ రూపంలో ఉద్భవించి, రక్తబీజంగా మారి సర్వవ్యాప్తి చెందిన వస్తువు ఉనికిలోకి రావడానికి ఖచ్చితమైన తేదీని నిర్ణయించడానికి ఎవరూ క్లెయిమ్ చేయలేరు. అంటరానితనం అనే విత్తనం ఎప్పుడు వికసిస్తుందో ఊహించలేము. ఏదైనా నిర్దిష్ట తేదీని విడదీయండి, దాని చుట్టూ ఎటువంటి పందెం వేయలేరు.

నిర్ణీత తేదీ సాధ్యం కాదు. కానీ సుమారు తేదీని ఇవ్వవచ్చు. దీని కోసం మనం చేయవలసిన మొదటి పని ఏమిటంటే, 'అంటరానితనం' లేనప్పుడు పైకి పరిమితిని నిర్ణయించడం, ఆపై 'అంటరానితనం' ప్రారంభమైనప్పుడు అధోముఖ పరిమితిని నిర్ణయించడం. ఎగువ పరిమితిని నిర్ణయించడంలో ముందుగా గుర్తించవలసిన విషయం ఏమిటంటే, అంత్యజస్సులు అని పిలవబడేవి వేదాలలో పేర్కొనబడ్డాయి. కానీ వారిని 'అంటరానివారు'గా పరిగణించకపోవడమే కాకుండా,

155

'అపవిత్రులు'గా కూడా పరిగణించబడలేదు. ఈ ఫలితానికి మద్దతుగా మిస్టర్ కేన్ యొక్క ఈ ప్రకటనను ఉటంకించవచ్చు.

"ప్రారంభ వేద సాహిత్యంలో ఇలాంటి పేర్లు చాలా ఉన్నాయి, వీటిని స్మృతులు 'అంత్యజ' అని పిలిచారు. చర్మణ ఋగ్వేదంలో వస్తుంది (8, 8, 38). వాజసనేయ-సంహితలో 'చండాల' మరియు 'పౌలాక్స్' వస్తాయి,

వేద మరియు వప్త (మంగలి) ఋగ్వేదం, విదాలకర లేదా విద్ లారక్ (స్మృతుల బురుద్‌కు ప్రతినిధి)లో కూడా వజసనేయ-సంహిత మరియు తైత్తిరీయ బ్రాహ్మణాలలో సంభవిస్తాయి. వాజసనేయి సంహితలో వాసహపాల్పులి (ధోబిన్ స్మృతి రాజుల ప్రతినిధి). కానీ ఈ కథనాలలో ప్రజలు 'కులాలు'గా మారినప్పటికీ, వారు 'అంటరానివారు' అని ఎటువంటి సూచన లేదు. "(ధర్మశాస్త్ర సంపుటి 2)

ఆ విధంగా వేదకాలంలో ఎక్కడా అంటరానితనం లేదు. 'ధర్మసూత్రాల' కాలం విషయానికొస్తే, ఆ సమయంలో 'అపవిత్రత' ఉండేది, కానీ 'అంటరానితనం' లేదు. మనువు కాలంలో 'అంటరానితనం' ఉందా? ఈ ప్రశ్నకు త్వరగా సమాధానం దొరకదు. మనుస్మృతిలో ఒక శ్లోకం ఉంది, అందులో నాలుగు వర్ణాలు మాత్రమే ఉన్నాయి, ఐదవది లేదు అని మనువు చెప్పాడు. ఈ పద్యం ఒక చిక్కు రూపంలో ఉంది, ఈ క్రింది విధంగా ఉంది:

బ్రాహ్మణులు, క్షత్రియులు, వైశ్యులు మరియు బ్రాహ్మణులు మూడు కులాలకు చెందినవారు. నాల్గవది ఒక కులం, కానీ శూద్రులలో ఐదవది లేదు.10,4 దీని అర్థం ఏమిటో చెప్పడం సులభం కాదు. ఏది అనేది స్పష్టంగా ఉంది

మనుస్మృతి రచయిత వ్రాసిన సమయంలో, ఏదో ఒక వివాదం జరగాలి. అదే వివాదాన్ని ఇక్కడ చల్లార్చేందుకు మను ప్రయత్నించారు. ఈ వివాదం 'చాతుర్వర్ణ్యానికి సంబంధించి ఏదో ఒక కులం'కి సంబంధించిందని స్పష్టంగా తెలుస్తోంది. వివాదానికి కేంద్రంగా ఉండే అంశం కూడా అంతే స్పష్టంగా ఉంది? సంక్షిప్తంగా, ఒక నిర్దిష్ట కులాన్ని చాతుర్వర్ణ్యానికి వెలుపల ఐదవ 'కులం'గా పరిగణించాలా వద్దా అనే వివాదాంశం ఉండాలి? ఇది చాలా స్పష్టంగా ఉంది. ఈ వివాదం ఏ 'కులం'కి సంబంధించిందో స్పష్టంగా తెలియదు? ఎందుకంటే వివాదం ఉన్న 'కులం' పేరును మను ప్రస్తావించలేదు.

మనువు నిర్ణయం కూడా అస్పష్టంగా ఉన్నందున ఈ పద్యం కూడా పజిల్ రూపాన్ని సంతరించుకుంది. ఐదవ వర్ణం లేదని మనువు శాసించాడు. సాధారణ ప్రకటనగా, ప్రతి ఒక్కరికీ అర్థమయ్యే అర్థం ఉంది. అయితే ఈ నిర్ణయం వివాదాస్పద

స్థితి ఉన్న నిర్దిష్ట కులానికి వర్తింపజేయడం అంటే ఏమిటి? దానికి రెండు అర్థాలున్నాయని స్పష్టమైంది. ఐదవ వర్ణం లేనందున, ఆ నిర్దిష్ట కులాన్ని ఈ నాలుగు సంవత్సరాలలో ఏదైనా ఒకదాని క్రింద అంగీకరించి ఉండాలి అని కూడా దీని అర్థం కావచ్చు; మరియు దాని రెండవ అర్థం ఏమిటంటే, కేవలం నాలుగు వర్ణాలు మాత్రమే ఉన్నందున, ఐదవది ఉండకూడదు, కాబట్టి ఆ నిర్దిష్ట కులాన్ని పూర్తిగా చాతుర్వర్ణ్యానికి వెలుపల పరిగణించవచ్చు. మనుస్మృతిలోని ఈ ఉల్లేఖనం 'అంటరానివారి'కి సంబంధించినదని సనాతనీ హిందువుల సంప్రదాయక అభిప్రాయం. ఇది 'అంటరానివారి' స్థితి వివాదానికి సంబంధించిన అంశం; మరియు మను నిర్ణయం అంటరానివారి స్థితికి సంబంధించినది మాత్రమే. ఈ అర్థం ఎంతగా పాతుకుపోయిందంటే, ఇది హిందువులలోని రెండు వర్గాల అవగాహనకు దారితీసింది.

అగ్రవర్ణ హిందువు మరియు అవర్ణ హిందూ అంటే అంటరానివారు. ఈ ఆలోచన సరైనదేనా అనేది ప్రశ్న.

మనువు యొక్క ఈ పద్యం యొక్క అర్థం ఏమిటి? అంటే 'అంటరానివారు' అని అర్థం కాదా? ఈ అంశంపై చర్చ వివాదాస్పద ప్రశ్నకు దూరంగా ఉన్నట్లు అనిపించవచ్చు, కానీ అది అలా కాదు. ఎందుకంటే ఈ శ్లోకం అంటరాని వారికి మాత్రమే సంబంధించినదైతే మనువు కాలంలోనే అంటరానితనం ఉండేదని రుజువవుతుంది. ఇది నేరుగా పరిశీలనలో ఉన్న అంశానికి సంబంధించిన ఫలితం. కాబట్టి ఈ సమస్యపై చర్చ జరగాలి.

పై అర్థం తప్పని నా దృఢమైన అభిప్రాయం. ఈ శ్లోకానికి అంటరాని వారితో సంబంధం లేదని నేను నమ్ముతున్నాను. మనువు ఏ కులాన్ని వివాదాస్పదం చేసిందో మరియు మనువు తన నిర్ణయాన్ని అంటరానివారి కులమా లేక వేరే కులమా? ఈ పద్యం 'అంటరానివారి'తో ఏ విధంగానూ సంబంధం లేదని నా అభిప్రాయానికి మద్దతుగా, నేను రెండు విషయాలపై ఆధారపడతాను. మొదటి విషయం ఏమిటంటే, మనువు కాలంలో 'అంటరానితనం' లేదు. అప్పట్లో 'అశుద్ధం' మాత్రమే ఉండేది. చండాలుడి పట్ల మనువు యొక్క భావన ద్వేషం మాత్రమే.

ఆ చండాలుడు కూడా 'అపవిత్రుడు' మాత్రమే. అలా అయితే, ఈ శ్లోకానికి అంటరానితనంతో ఎలాంటి సంబంధం లేదు. రెండవది, ఈ పద్యం 'అంటరానివారి'కి సంబంధించినది కాదని, 'బానిసల'కి సంబంధించినదని మన దగ్గర ఆధారాలు ఉన్నాయి. ఈ ఆలోచనకు ఆధారం ఈ పుస్తకంలోని ఏడవ

అధ్యాయంలో 'అస్పృశ్యతకు ప్రాతిపదికగా వృత్తులు చర్చించబడ్డాయి' అనే పద్యంలోని 'నారద్-స్మృతి'లోని భాష. నారద-స్మృతి దాసులను ఐదవ వర్ణంగా పరిగణించడం ద్వారా పేర్కొనడం గమనించదగినది. నారద-స్మృతిలోని ఐదవ వర్ణానికి బానిస అని అర్థం ఉంటే, మనుస్మృతిలోని ఐదవ వర్ణానికి బానిస అని అర్థం కాదు. ఈ వాదన సరైనదైతే, మనువు కాలంలో 'అంటరానితనం' ఉండేదని, 'అంటరానివారిని' కుల వ్యవస్థ కింద చేర్చడానికి మనువు సిద్ధంగా లేడనే ప్రకటన యొక్క మూలాన్ని ఇది కత్తిరించింది. ఈ కారణాల వల్ల, మనుస్మృతిలోని ఈ శ్లోకం 'అంటరానితనం'కి సంబంధించినది కాదు కాబట్టి దానిని నమ్మడానికి కారణం లేదు. మనువుతో అంటరానితనం ఉందని. ఈ విధంగా మనం 'అంటరానితనం' యొక్క మూలం యొక్క పరిమితులను ఖచ్చితంగా నిర్ణయించవచ్చు. మనుస్మృతి అంటరానితనాన్ని ఆదేశించలేదని మనం ఖచ్చితంగా చెప్పగలం, ఇంకా ఒక ముఖ్యమైన ప్రశ్న మిగిలి ఉంది. మనుస్మృతి కాలం ఎంత? ఈ ప్రశ్నకు సమాధానం లేకుండా, ఒక నిర్దిష్ట కాలంలో 'అంటరానితనం' ఉనికి గురించి లేదా గురించి ఏదైనా చెప్పడం సామాన్యుడికి కష్టం. మనుస్మృతి కాలానికి సంబంధించి పండితుల మధ్య ఏకాభిప్రాయం లేదు. కొందరు దీనిని చాలా పురాతనమైనదిగా మరియు కొందరు చాలా ఆధునికంగా భావిస్తారు. అన్నీ పరిశీలిస్తే, ప్రొ. బుహ్లర్ మను స్మృతికి ఒక సమయాన్ని నిర్ణయించాడు, ఇది నిజమే అనిపిస్తుంది.

శ్రీ బుహ్లర్ ప్రకారం, ఈ రోజు మనకు తెలిసిన మను స్మృతి రెండవ శతాబ్దం లో ఉనికిలోకి వచ్చింది. కేవలం ప్రొ. మనుస్మృతికి ఇంత ఖచ్చితమైన సమయాన్ని బుహ్లర్ స్వయంగా నిర్ణయించాడు.

అది చేయలేదు. మిస్టర్ దఫ్తరీ కూడా అదే నిర్ణయానికి వచ్చారు. క్రీ.శ.185 తర్వాత మనుస్మృతి ఉనికిలోకి వచ్చిందని ఆయన అభిప్రాయం. ఇంతకు ముందు కాదు. మౌర్య రాజవంశానికి చెందిన బౌద్ధ రాజు వృద్రప్రత్ హత్యకు అతని బ్రాహ్మణ కమాండర్ పుష్యమిత్రుడు చేసిన హత్యతో ప్రత్యక్ష సంబంధం ఉందని Mr. దఫ్తరీ వాదించారు. ఈ ప్రమాదం క్రీ.పూ.185లో జరిగింది కాబట్టి మనుస్మృతి క్రీ.పూ.185 తర్వాత వ్రాయబడి ఉండాలి. అటువంటి ఫలితాన్ని సమర్థించాలంటే, పుష్యమిత్రుడు బృహద్రథ మౌర్యుని హత్య మరియు మనుస్మృతి రచన మధ్య సంబంధాన్ని బలమైన మరియు తిరుగులేని సాక్ష్యాధారాలతో నిరూపించాల్సిన అవసరం ఉంది. దురదృష్టవశాత్తు మిస్టర్ దఫ్తారీ అలా చేయలేదు. అందువల్ల, వారి ఫలితం నిరాధారమైనది మరియు ఈ రకమైన సంబంధాన్ని ఏర్పరచుకోవడం చాలా అవసరం. అదృష్టవశాత్తూ, ఈ విషయంలో సాక్ష్యాల కొరత లేదు.

దురదృష్టవశాత్తు, వృహద్ర మౌర్యుడిని పుష్యమిత్రుడు హత్య చేయడం గుర్తించబడలేదు, లేదా అది జరగాల్సినంత దృష్టిని ఆకర్షించలేదు. చరిత్రకారులు దీనిని సాధారణ సంఘటనగా పరిగణించారు, దాని పర్యవసానాలను మనం దృష్టిలో ఉంచుకుంటే, ఇది ఒక యుగపు పరిణామం. ఈ సంఘటన యొక్క ప్రాముఖ్యతను ఇది రెండు రాజవంశాల మార్పు అంటే మౌర్యులచే శృంగాలను భర్తీ చేయడం ద్వారా కొలవబడదు. ఇది ఫ్రెంచ్ విప్లవం కంటే పెద్దది కాకపోయినా పెద్ద రాజకీయ విప్లవం. ఇదొక విప్లవం - 'ఎర్ర విప్లవం'. బౌద్ధ రాజులను పారద్రోలడమే దీని లక్ష్యం. దీని వ్యవస్థాపకులు మరియు దర్శకులు బ్రాహ్మణులు. బృహద్రథుడిని పుష్యమిత్రుడు చంపడం ఈ విషయాన్ని సూచిస్తుంది.

విజయవంతమైన బ్రాహ్మణత్వానికి చాలా విషయాలు అవసరం. సహజంగా దాని అందువల్ల, చాతుర్వర్ణ్యాన్ని దేశ చట్టంగా మార్చడం అవసరం. బౌద్ధులు దీనిని తిరస్కరిస్తారు

మాత్రమే ఉన్నాయి. బౌద్ధులు నిషేధించిన జంతు బలి కూడా దీనికి అవసరం. దానికి చట్ట రూపం ఇవ్వాలి. అయితే దీనికి ఇంతకంటే ఇంకేదో కావాలి. బౌద్ధ - రాజులకు వ్యతిరేకంగా ఈ విప్లవాన్ని తీసుకురావడం ద్వారా, బ్రాహ్మణవాదం దేశంలోని రెండు ప్రబలమైన నియమాలను ఉల్లంఘించింది. ఇది ప్రతి ఒక్కరూ పవిత్రమైనది మరియు ఉల్లంఘించలేనిదిగా భావించారు. మొదటి నియమం ఇది

బ్రాహ్మణునికి ఆయుధము స్పర్శ పాపము. రెండవ నియమం ప్రకారం రాజు శరీరం పవిత్రమైనది మరియు అతన్ని చంపడం పాపం. విజయవంతమైన బ్రాహ్మణవాదాన్ని దాని పాపాలలో సమర్థించడం అందరికీ నిదర్శనంగా ఉండే పవిత్ర గ్రంథం అవసరం ఏర్పడింది. 'మనుస్మృతి' నుండి ఒక ధ్యానం

ఆకర్షణీయమైన లక్షణం ఏమిటంటే ఇది చాతుర్వర్ణ్యాన్ని భూమి యొక్క చట్టంగా మార్చడమే కాదు మరియు ఇది జంతు బలిని చట్టబద్ధంగా సమర్థించడమే కాకుండా, అది కూడా పేర్కొంది బ్రాహ్మణుడు ఎప్పుడు ఆయుధం తీసుకోవాలి మరియు రాజును చంపిన తర్వాత కూడా అతను ఎప్పుడు నీచుడు అవుతాడు? పట్టుకోదు. ఈ విషయంలో ఇంతకు ముందు ఏ స్మృతి చేయని పనిని 'మనుస్మృతి' చేసింది.

చేసాడు. ఇది పూర్తిగా కొత్త మార్గం, ఇది పూర్తిగా కొత్త సూత్రం. దీన్ని చేయడానికి 'మనుస్మృతి అవసరం ఏమిటి? పుష్యమిత్రుడు చేసిన రాజ్యవిప్లవానికి తాత్విక సహకారం అందించడం అనే దానికి ఒకే ఒక సమాధానం ఉంది.

పుష్యమిత్ర మరియు మనుస్మృతి యొక్క ఈ కొత్త సిద్ధాంతం మధ్య ఉన్న సంబంధం 'మనుస్మృతి' 185 AD తర్వాత కొంతకాలం ఉనికిలోకి వచ్చిందని చూపిస్తుంది. ఇది Prof. బుహ్లర్ తేదీ నుండి చాలా దూరంలో లేదు. 'మనుస్మృతి' కాలాన్ని నిర్ణయించిన తర్వాత, రెండవ శతాబ్దంలో 'అంటరానితనం' లేదని చెప్పవచ్చు.

ఇప్పుడు మనం 'అంటరానితనం' యొక్క మూలం యొక్క దిగువ పరిమితిపై నిర్ణయంపై దృష్టి పెడదాం. దీని కోసం మనం భారతదేశానికి వచ్చిన మరియు వారి కాలపు భారతీయుల ఆచారాలు మరియు సంప్రదాయాలను ప్రస్తావించిన చైనా ప్రయాణికుల వద్దకు వెళ్లాలి. ఇందులో ఫా-హియాన్ అనే చైనా యాత్రికుడి ప్రకటన ప్రత్యేకం. క్రీ.శ.400లో భారతదేశానికి వచ్చాడు. అతను చూసిన మరియు వ్రాసినది, ఈ క్రింది పేరా కనిపిస్తుంది: -

"దీనికి (మధుర) దక్షిణంగా మధ్యప్రదేశ్ అని పిలవబడుతుంది. ఇక్కడ వాతావరణం వెచ్చగా ఉంటుంది, మంచు ఉండదు, మంచు కురుస్తుంది. ప్రజలు సంపన్నులు. వారిపై వ్యక్తిగత పన్ను లేదు మరియు వారు ఇతర పన్నుల నుండి కూడా విముక్తి పొందారు. ప్రభుత్వ ఆంక్షలు, ప్రభుత్వ భూమిని దున్నేవారు తమ లాభంలో కొంత భాగాన్ని ప్రభుత్వానికి ఇవ్వాలి, వారు దున్నడాన్ని ఆపివేయగలరు చండాలు తప్ప, చేతిని నరికివేయుదురు, వారు దీనిని ఇతరులతో విడివిడిగా తినరు ప్రజలు తమ రాకను తెలుసుకొని పారిపోతారు మరియు ఈ ప్రజలు ఈ ప్రాంతంలో పందులను లేదా కోళ్లను ఉంచరు. వారు జంతువులను కొనరు మరియు విక్రయించరు. ఇక్కడి బహిరంగ మార్కెట్లలో కసాయి వ్యాపారులు లేరు. మరియు మద్యం దుకాణాలు లేవు. వారు కొనుగోలు మరియు అమ్మకంలో కౌరీలను ఉపయోగిస్తారు. చండాల పని చేపలను వేటాడి అమ్మడం మాత్రమే."

ఫా-హియాన్ కాలంలో 'అంటరానితనం' ఉనికిలో ఉందనడానికి ఈ ప్రకటన నిదర్శనంగా అంగీకరించవచ్చా? చండాలు ఎలా ప్రవర్తించబడ్డారనే వర్ణనలోని కొంత భాగాన్ని బట్టి ఫా-హియాన్ కాలంలో 'అంటరానితనం' ఉండేదని తేల్చవచ్చు.

కానీ ఈ ఫలితాన్ని అంగీకరించడంలో ఇబ్బంది ఉంది. ఏది చెప్పినా చండాల గురించి చెప్పడమే కష్టం. 'అంటరానితనం' ఉనికిని లేదా లేదని నిరూపించడానికి 'చండాల' ఉదాహరణ మంచి ఉదాహరణ కాదు. బ్రాహ్మణుడు

వారు 'చండాల'లను తమ సాంప్రదాయ శత్రువులుగా పరిగణిస్తున్నారు. అసహ్యంగా ప్రవర్తిస్తున్నారని నిందించడం, వారి పట్ల కించపరిచే పదాలు ఉపయోగించడం మరియు వారి ద్వేషాన్ని తీర్చడం కోసం వారు వారి పట్ల పూర్తిగా

కృత్రిమంగా ప్రవర్తించడం సహజం. అందుచేత చండాల గురించి ఏది చెప్పినా చాలా జాగ్రత్తగా ఆలోచించి నమ్మాలి.

ఈ వాదన కేవలం ఊహాజనితమైనది కాదు. ఈ వాదనను బలహీనంగా భావించే వారు 'కాదంబరి'లోని చండాల పట్ల బాన్ యొక్క భిన్నమైన ప్రవర్తనను రుజువుగా పరిగణించవచ్చు. కాదంబరి కథ చాలా క్లిష్టంగా ఉంటుంది. నిజానికి అతనితో మాకు ప్రత్యేక సంబంధాలు కూడా లేవు. మా ఉద్దేశ్యం కోసం, ఈ కథను చండాల అమ్మాయి పెంచిన వైశంపాయన్ అనే చిలుక ద్వారా శూద్రక రాజుకు వివరించినంత సమాచారం సరిపోతుంది. కాదంబరి నుండి ఈ క్రింది కోట్ మనకు ముఖ్యమైనది. చందాల్ సెటిల్మెంట్ గురించి బాన్ ఇచ్చిన వివరణతో ప్రారంభించడం సరైనది. అని వెళ్తుంది

"నేను అనాగరికుల కాలనీని చూశాను - అబ్బాయిలు చుట్టూ వేటాడడం, వారి గద్దలకు శిక్షణ ఇవ్వడం, వారి వలలను సరిదిద్దడం, దెయ్యాల వలె భయంకరమైన దుస్తులు ధరించడం . దట్టమైన వెదురు అడవులతో చుట్టుముట్టబడిన వారి నివాసాల తలుపులు అక్కడక్కడ ఇళ్ల నుండి పైకి లేచాయి. చుట్టూ పుర్రెలు, రోడ్డుపై చెత్త కుప్పపై పడి ఉన్న ఎముకలు, గుడిసెల ప్రాంగణాల్లో రక్తపు బురద, కొవ్వు, మాంసపు ముక్కలు. వారి జీవితం వేటాడేది, వారి ఆహారం మాంసం, నూనె మరియు కొవ్వు మరియు వారి బట్టలు మందంగా ఉన్నాయి. కఠినమైన పట్టు, పొడి తోలు సీట్లు, కుక్కలు ఇళ్ళు, జంతువులు మరియు ఆవులు తొక్కడం, ప్రజలు, మహిళలు మరియు ద్రాక్షారసం, దేవతల కోసం పని చేస్తాయి.

రక్త త్యాగం, జంతు వధ. ఆ ప్రదేశం నరకం యొక్క సారాంశం." ఈ రకమైన కాలనీకి చెందిన చండాల్ అమ్మాయి తన చిలుకతో రాజు శూద్రక రాజభవనానికి వెళుతుంది. రాజు శూద్రకుడు తన సభికులతో ఆస్థానంలో కూర్చున్నాడు. ద్వారపాలకుడు లోపలికి వచ్చి ఈ క్రింది సమాచారాన్ని ఇస్తాడు. "మహిమ, దక్షిణాది నుండి వచ్చిన చండాల అమ్మాయి తలుపు వద్ద నిలబడి ఉంది, ఆమె ఆకాశానికి ఎక్కిన త్రిశంకు వంశానికి చెందిన సౌందర్యవతి, కానీ కోపంతో ఉన్న ఇంద్రుడి పిడుగు కారణంగా నేలమీద పడిపోయింది. పంజరంలో చిలుక మరియు ఆమె నేను మీ మహిమాన్వితకు ఈ విన్నపం చేస్తున్నాను - మహారాజా, మీరు సముద్రము వంటి ప్రపంచంలోని అన్ని రత్నాలను స్వీకరించగల సమర్థులు, ఈ చిలుక ఒక అద్భుతమైన అద్భుతం మరియు ప్రపంచంలోని అమూల్యమైన రత్నం అని అర్థం చేసుకుని, నేను తీసుకువచ్చాను. ఇది మీకు అంకితం చేయడానికి మరియు మీరు సందర్శించాలనుకుంటున్నారు

ఓ రాజా! మీరు అతని సందేశాన్ని విన్నారు. ఇప్పుడు మీరు ఏది ఆర్డర్ చేసినా. ఈ విధంగా ఆయన ప్రసంగం చేశారు. కుతూహలం రేపిన రాజు సభికుల వైపు చూసి 'ఎందుకు రాలే' అని అనుమతి ఇచ్చాడు. అప్పుడు రాజాజ్ఞ అందిన వెంటనే ద్వారపాలకుడు ఆ చండాల్ అమ్మాయిని లోపలికి రావడానికి అనుమతించాడు. ఆమె వచ్చింది మరియు ఆమె సభికులు మొదట ఆమెను పట్టించుకోలేదు. రాజు దృష్టిని ఆకర్షించడానికి అతను వెదురు కర్రతో పెయింట్ చేసిన నేలపై కొట్టాడు. ఇంకా బాన్ అందాన్ని వర్ణించాడు: - "అప్పుడు రాజు, 'అక్కడ చూడు' అని చెప్పి, ద్వారపాలకుడి సూచనల ప్రకారం, చండాల్ అమ్మాయి వేషధారణను చాలా జాగ్రత్తగా చూశాడు. అతని ముందు ఒక వ్యక్తి నడుస్తున్నాడు, అతని జుట్టు అతనిది. సుదీర్ఘ జీవితం తెల్లగా మారింది, అతని కళ్ళు తామరపువ్వులలా ఎర్రగా ఉన్నాయి, అతని వృద్ధాప్యం ఉన్నప్పటికీ నిరంతరం కష్టపడటం వల్ల అతని లక్షణాలు బలంగా ఉన్నాయి మరియు అతని రూపాన్ని నిర్లక్ష్యం చేయడం విలువైనది కాదు, అతని వెనుక ఒక చండాల్ బాలుడు ఉన్నాడు అతని చేతిలో పంజరం ఉంది, పంజరం యొక్క రంగు బంగారు రంగులో ఉన్నప్పటికీ, ఆమె (చండాల-కన్య) తనపై పడటం వలన ఆమె (చండాల-కన్య) ఒకప్పుడు స్త్రీ రూపాన్ని ధరించింది. దెయ్యాల నుండి అమృతం , ఆమె నీలిరంగు బట్టల మీద నీలిరంగు బట్టల మీద పడి ఉంది, సాయంత్రం సూర్యుడు అతని చెంపల రంగు మారినట్లు తెల్లగా, ఉదయించే చంద్రుని కిరణాల కారణంగా రాత్రి ముఖం వలె. అతని నుదుటిపై గోరోచన చిన్న తిలకం ఉంది, అది మూడవ కన్నులా ఉంది. ఆమె శివుని శరీరంపై అలంకరించబడిన పర్వతారోహకురాలిగా కనిపించింది." "ఆమె శ్రీ (లక్ష్మి) వలె అందంగా ఉంది, ఆమె వస్త్రాలు నారాయణుని నీలిరంగు ఛాయతో అలంకరించబడ్డాయి; లేదా కోపంతో ఉన్న శివునిచే కాల్చబడిన కామదేవుని అగ్ని నుండి ఉద్భవించిన పొగతో నల్లబడిన రతి వలె; లేదా బలరాముని నాగలికి భయపడి పారిపోతున్న యమునిలా, లేదా రాక్షసుడు మహిషాసురుడిని నాశనం చేసిన దుర్గా యొక్క రక్తపు పాదాల వలె, తన కమలం వంటి పాదాల నుండి రెమ్మలు తీసిన లోతైన లక్క నుండి.

అణచివేశారు."

"ఆమె వేళ్లు లోతైన ఎరుపు కారణంగా ఆమె గోర్లు గులాబీ రంగులో ఉన్నాయి, పెయింట్ చేసిన నేల ఆమె సున్నితమైన స్పర్శకు చాలా గరుకుగా ఉంది. ఆమె ముందుకు సాగి, రెండు తామర కొమ్మలు ఉన్నట్లుగా తన పాదాలను నేలపై

ఉంచింది." "ఆమె పాదాల నుండి వెలువడే అగ్ని కిరణాలు ఆమెను చుట్టుముట్టాయి, అగ్ని (దేవుడు) ఆమె బాహువులచే చుట్టుముట్టబడినట్లుగా, ఆమె అందానికి ఆకర్షితుడయ్యాడు, అతను ఆమె జన్మలోని మలినాలను తొలగించి బ్రహ్మ యొక్క 'కృత్' చేయడానికి ప్రయత్నిస్తున్నాడు. (కృత్) 'కృత్ (కృత్)' కావాలి. "ఆమె నడుము ఆమె నుదుటిపై ప్రేమతో కూడిన చేతులతో నక్షత్రాల వరుసను పొదిగినట్లు ఉంది; ఆమె హారము పెద్ద మెరిసే ముత్యాల తీగ, గంగా ప్రవాహం ఇప్పుడే కొట్టుకుపోయినట్లుగా ఉంది యమునా రంగు ఇచ్చింది."

"శరదృతువు వలె, ఆమె కమలం వంటి కళ్ళు తెరిచింది, ఆమె వర్షాకాలపు మేఘాల వలె, నల్లని జుట్టు కలిగి, మలయ పర్వత శ్రేణి వలె, ఆమె చందనంతో నిండి ఉంది, రాశిచక్రం వలె, ఆమె ముత్యాలు పొదిగింది; సరస్వతి వంటిది కమలం వలె, ఆమె ఒక అడవి వలె, ఆమె కళ్లపై అధికారం కలిగి ఉంది, అదే విధంగా, తామర చెరువులో ఏనుగులు ఉన్నాయి దాని పుట్టుక, అది ఒక వాయిద్యం వంటిది, అది కనులకు ఆహ్లాదకరమైనది, ఆమె ఒక చేత్తో ఆమె నడుము విస్తరించింది మరియు ఆమె జుట్టు అల్కాపురి యొక్క యక్ష రాజ్యానికి చెందినది. ఆమె చాలా అందంగా ఉంది."

"రాజు ఆశ్చర్యపోయాడు. 'సృష్టికర్త ఈ అందాన్ని తప్పుగా సృష్టించాడు. ఎందుకంటే ఆమె చండాల రూపాన్ని ఎగతాళి చేయడానికి పుట్టి ఉంటే మరియు మొత్తం ప్రపంచంలోని సౌందర్య సంపద ఆమె నుండి పోయింది. ఒకవేళ అది అపహాస్యం చేయబడింది, అలాంటప్పుడు ఎవరూ ఉపయోగించలేని కులంలో ఎందుకు జన్మించారు? అందం, చేతితో తయారు చేయబడిన భాగాలలో కనిపించదు, మరియు ఆమె రూపం అందంగా ఉన్నప్పటికీ, ఆమె మృత్యులోకానికి చెందిన లక్ష్మి వలె, దేవతలచే నిరంతరం విమర్శించబడుతుంది మరియు తన అందం కారణంగా, రాజు ఇలా ఆలోచిస్తున్న సమయంలో, ఆమె తన ముందు వంగి చాలా నమ్మకంగా ఉన్న సమయంలో, ఆమె బ్రహ్మదేవుని మనస్సులో భయాన్ని కలిగిస్తుంది. రాజు, ఆమె చెవుల వరకు పూలతో, ఆమె సేవకుడు పంజరంలోకి ప్రవేశించిన చిలుకను తీసుకొని రాజుకు చూపించాడు

"అయ్యా! ఈ చిలుక పేరు వైశంపాయనుడు. అతనికి అన్ని గ్రంథాల అర్థం తెలుసు. రాజకీయాలలో నైపుణ్యం కలవాడు. కథలు, చరిత్ర, పురాణాలలో పండితుడు. సంగీత లయ తెలిసినవాడు. ఈ అందమైన అద్వితీయమైన ఆధునిక ప్రేమ- అతను కథలు మరియు పద్యాలు కంపోజ్ చేసేవాడు, అతను వేణువు

వాయించడంలో అనర్గళుడు, అతను నాట్య కళలో ప్రవీణుడు, అతను క్రీడలు మరియు గుర్రాలలో ధైర్యవంతుడు, అతను మొత్తం భూమి యొక్క సంకేతాలు తెలిసినవాడు ప్రభువు.

సముద్రంలో ముత్యాల స్థానం ఎలా ఉంటుందో, అలాగే నువ్వు భూమికి సంపద అని ఆలోచిస్తున్నావు కుమార్తె. మీకు అంకితం చేయడానికి తీసుకొచ్చాను. రాజన్ అంగీకరించాలి.

చండాల్-కన్య యొక్క ఈ వర్ణన చదివినప్పుడు, మనకు చాలా ప్రశ్నలు తలెత్తుతాయి. అన్నింటిలో మొదటిది, ఫా-హియాన్ వివరణ నుండి ఈ వివరణ ఎంత భిన్నంగా ఉంది? రెండవ బాణం వాత్స్యాయన బ్రాహ్మణుడు. ఈ వాత్స్యాయన బ్రాహ్మణుడు చండాల-బస్తీని ఇలా వర్ణించిన తరువాత, చండాలు-అమ్మాయి అటువంటి వైభవాన్ని వర్ణించడానికి సంకోచించలేదు. ఈ వర్ణన 'అస్పృశ్యత'తో ముడిపడి ఉన్న మొదటి-స్థాయి ద్వేష భావనతో కూడి ఉందా? చండాలుడు అంటరానివారైతే, అంటరాని అమ్మాయి రాజభవనానికి ఎలా వెళ్లగలదు? బాన్ అటువంటి భాషను అంటరానివారి కోసం ఎలా ఉపయోగించగలడు? అధోగతి చెందడం మరచిపోండి, బాణ కాలంలో చండాల మధ్య రాజవంశాలు కూడా ఉన్నాయి. బాన్ స్వయంగా చండాలకన్యను చండల్ - రాజ్ కుమారి అని పిలుస్తాడు. క్రీ.శ. 600 ప్రాంతంలో బ్రాహ్మణుడు కాదంబరి రచించాడు. అంటే క్రీ.శ. 600 వరకు చండాలుడు

వారిని అంటరానివారిగా పరిగణించలేదు. దీని నుండి ఫా-హియాన్ వివరించిన పరిస్థితి సంభవించే అవకాశం ఉంది. ఇది అంటరానితనం యొక్క సరిహద్దును తాకినప్పటికీ, అది అంటరానిది కాకపోవచ్చు. ఇది అశుద్ధత యొక్క పరిమితి అని సాధ్యమే. బ్రాహ్మణులకు ఈ రకమైన 'స్వచ్ఛత' అతిగా చేసే చెడు అలవాటు ఉంది. ఫా హియాన్ భారతదేశానికి వచ్చినప్పుడు, అది గుప్త రాజుల పాలనలో ఉందని మనం గుర్తుంచుకుంటే ఇది మరింత సాధ్యమే అనిపిస్తుంది. గుప్తా నరేష్ బ్రాహ్మణవాదానికి మద్దతుదారు. బ్రాహ్మణత్వం పునరుజ్జీవం పొంది విజయం సాధించిన సమయం ఇది. ఫా హియాన్ వర్ణించినది 'అంటరానితనం' కాదు కానీ బ్రాహ్మణులు ఈ ఆచార అశుద్ధతను విస్తరించాలని కోరుకునే పరిమితి చాలా సాధ్యమే. ఈ ఆచార అశుద్ధం కొన్ని కులాలతో, ముఖ్యంగా చండాలలతో ముడిపడి ఉంది. భారతదేశానికి వచ్చిన రెండవ చైనా యాత్రికుడు యువన్ చువాంగ్. క్రీ.శ.629లో భారతదేశానికి వచ్చాడు. అతను 16 సంవత్సరాలు

భారతదేశంలోనే ఉన్నాడు మరియు ప్రజల ఆచారాలు మరియు ఆచారాల గురించి మరియు దేశం యొక్క ఒక చివర నుండి మరొక చివర వరకు అతని ప్రయాణాల గురించి చాలా నిజమైన ఖాతాను వదిలివేశాడు. భారతదేశంలోని ఇళ్ళు మరియు నగరాల సాధారణ స్థితిని వివరిస్తూ ఆయన చెప్పారు

"వారు నివసించే స్థావరాలు మరియు నగరాలు లేదా ప్రాంతాల గోడలు ఎత్తుగా మరియు వెడల్పుగా ఉంటాయి, కానీ రోడ్లు ఇరుకైనవి మరియు వంకరగా ఉన్నాయి. రోడ్లపై దుకాణాలు, సత్రాలు రోడ్డు పక్కనే ఉన్నాయి. కసాయిలు, చాకలివారు, అక్రోబాట్‌లు, నృత్యకారులు, కసాయిలు మరియు వేశ్యల స్త్రీలు ఒక నిర్దిష్ట చిహ్నంతో వేరు చేయబడ్డారు. వారు నగరం వెలుపల నివసించవలసి వస్తుంది, మరియు వారు ఇంటిని దాటవలసి వచ్చినప్పుడల్లా, వారు ఎడమ వైపుకు మరియు చాలా నిశ్శబ్దంగా వెళతారు.

పై ఉదాహరణ చాలా చిన్నది, దాని నుండి ఖచ్చితమైన ముగింపును పొందడం అసాధ్యం. అయితే ఇందులో ఒక ముఖ్యమైన విషయం ఉంది, అది ఫహియాన్ ఇచ్చిన వివరణ చండాలలకు మాత్రమే సంబంధించినది మరియు యువన్-చాంగ్ వర్ణన చండాలు కాకుండా ఇతర కులాలకు కూడా వర్తిస్తుంది. ఇది చాలా ముఖ్యమైన విషయం. అటువంటి వర్ణనకు వ్యతిరేకంగా అలాంటి వాదనను తీసుకోలేము ఎందుకంటే ఇది చండాలయాలతో పాటు ఇతర కులాలకు కూడా వర్తిస్తుంది, కాబట్టి యువన్-చాంగ్ భారతదేశానికి వచ్చినప్పుడు అంటరానితనం ఉనికిలోకి వచ్చే అవకాశం ఉంది.

పైన చెప్పిన దాని ఆధారంగా మనం ఇలా చెప్పగలం. ఆ అంటరానితనం 200 ADలో లేదు, కానీ 600 AD నాటికి అది ఉనికిలోకి వచ్చింది.

అంటరానితనం యొక్క మూలాన్ని నిర్ణయించడానికి ఇవి రెండు ఎగువ మరియు దిగువ పరిమితులు. 'అంటరానితనం' యొక్క మూలం యొక్క ఏదైనా తేదీని మనం నిర్ణయించగలమా, అది దాదాపు సరైనదేనా? మనం గొడ్డు మాంసం తినడం నుండి మొదలుపెడితే, గొడ్డు మాంసం తినడం 'అంటరానితనం'కి మూలం అని చెప్పవచ్చు. గొడ్డు మాంసం తినే నిషేధాన్ని మనం మన ఆలోచనకు మూలస్తంభంగా చేసుకుంటే, 'అంటరానితనం' యొక్క మూలానికి గోహత్య మరియు గోమాంస భక్షణ నిషేధంతో ప్రత్యక్ష సంబంధం ఉందని అర్థం. గోహత్య ఎప్పుడు నేరంగా మారిందో, గొడ్డు మాంసం తినడం ఎప్పుడు పాపంగా మారుతుందో చెప్పగలిగితే, 'అంటరానితనం' పుట్టిన తేదీని నిర్ణయించవచ్చు, అది దాదాపు సరైనది.

గోహత్య నేరంగా ప్రకటించారా? మనువు గొడ్డు మాంసం తినడాన్ని ిషేధించలేదని లేదా గోహత్యను నేరంగా పరిగణించలేదని మనకు తెలుసు. ఇది ప్పుడు నేరంగా మారింది? డా. డి.ఆర్. క్రీస్తుశకం నాలుగో శతాబ్దంలో గుప్త రాజులు గోహత్య చేశారని భండార్కర్ స్పష్టం చేశారు.

ఇది మరణశిక్ష విధించదగిన నేరంగా ప్రకటించింది.

అందుకే అంటరానితనం ఎప్పుడో క్రీ.శ. ఇది బౌద్ధమతం మరియు బ్రాహ్మణ మతం మధ్య వివాదం నుండి ఉద్భవించింది. ఈ వివాదం భారతదేశ చరిత్రను పూర్తిగా మార్చివేసింది. భారతీయ చరిత్ర విద్యార్థులు దాని అధ్యయనాన్ని నిర్లక్ష్యం చేయడం విచారకరం

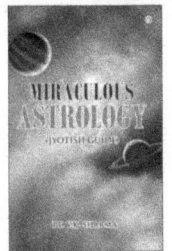

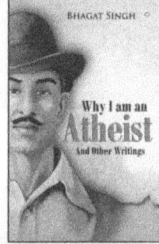